ಮುರ್ತುಜಾಬೇಗಂ ಕೊಡಗಲಿ

ಜನಿಸಿದ್ದು 22ನೇ ಜುಲೈ 1977ರಂದು. ಹೆತ್ತವರು ಶಿಕ್ಷಕರಾದ್ದರಿಂದ ಓದುಬರಹದ ಬಳುವಳಿ ಸಹಜವಾಗೇ ಬಂದಿದೆ. ಎಂ.ಎ, ಎಂ.ಎಡ್. ಎಂ.ಫಿಲ್. ಪದವೀಧರರಾದ ಇವರು 22 ವರ್ಷಗಳಿಂದ ಬಾಗಲಕೋಟ ಜಿಲ್ಲೆಯ ಸರಕಾರಿ ಪ್ರೌಢಶಾಲೆ ಹಿರೇಬಾದವಾಡಗಿಯಲ್ಲಿ ಆಂಗ್ಲಭಾಷಾ ಶಿಕ್ಷಕಿಯರಾಗಿ ಸೇವೆ ಸಲ್ಲಿಸುತ್ತಿದ್ದಾರೆ. ವೃತ್ತಿಗಾಗಿ ಒಪ್ಪಿಕೊಂಡದ್ದು ಆಂಗ್ಲಭಾಷೆಯನ್ನಾದರೂ, ಓದು ಬರಹಕ್ಕೆ ಅಪ್ಪಿಕೊಂಡಿದ್ದು ಹೃದಯದ ಭಾಷೆಯಾದ ಕನ್ನಡವನ್ನು.

ಈವರೆಗೆ 5 ಕೃತಿಗಳನ್ನು ಪ್ರಕಟಿಸಿದ್ದು, ಅವುಗಳಲ್ಲಿ 'ಮೊನ್ನೆ ಬಂದ ಮಳೆಗೆ', 'ಭಾವಬದುಕು' ಮತ್ತು 'ಮುಖವಾಡ ಧರಿಸುತ್ತೇನೆ ನಾನೂ' ಕವನಸಂಕಲನಗಳು. 'ಗಿಲಿಗಿಂಚಿ' ಚುಟುಕುಗಳ ಸಂಕಲನ. 'ರಾಬಿಯಾ–ಬಿರುಗಾಳಿಯ ಹಾಡು' ಸೂಫಿ ಸಂತಳೊಬ್ಬಳ ಜೀವನಗಾಥೆಯಾಗಿದೆ. ಈ ಕೃತಿ ಅಮೇರಿಕಾದ 'ಕಾಂಗ್ರೆಸ್ ಆಫ್ ಲೈಬ್ರರಿ'ಯಲ್ಲಿ ಸ್ಥಾನ ಗಳಿಸಿದೆ. ಸಧ್ಯಕ್ಕೆ ಮಲೇಷಿಯಾದ ಮಲ್ಯೆ ಭಾಷೆಗೆ ತರ್ಜುಮೆಗೊಳ್ಳುತ್ತಿದೆ. ಬಹುಶಃ ಇತರ ಯಾವುದೇ ಭಾಷೆಯಲ್ಲೂ ಈ ಪ್ರಮಾಣದಲ್ಲಿ ಬಾರದ ಸೂಫಿಸಂತಳೊಬ್ಬಳ ಕೃತಿಯನ್ನು ಮೊಟ್ಟಮೊದಲ ಬಾರಿಗೆ ಕನ್ನಡಕ್ಕೆ ತಂದ ಹೆಗ್ಗಳಿಕೆ ಇವರದು.

ದ.ರಾ.ಬೇಂದ್ರೆ ಗ್ರಂಥ ಬಹುಮಾನ, ಶಿವಮೊಗ್ಗ ಕನ್ನಡಸಂಘದ ಪಿ. ಲಂಕೇಶ್ ಪ್ರಶಸ್ತಿ, ಸಂಚಯ ಕಾವ್ಯ ಪ್ರಶಸ್ತಿ, ಸಂಕ್ರಮಣ ಕಾವ್ಯ ಮತ್ತು ಚುಟುಕು ಪ್ರಶಸ್ತಿ, ಮುಂಬೈನ ಜಗಜ್ಯೋತಿ ಕಲಾವೃಂದದಿಂದ ಸುಶೀಲಾ ಸೀತಾರಾಮ ಶೆಟ್ಟಿ ಸ್ಮಾರಕ ರಾಷ್ಟ್ರಮಟ್ಟದ ಕಾವ್ಯ ಪ್ರಶಸ್ತಿ, ಕನ್ನಡ ಸಾಹಿತ್ಯ ಪರಿಷತ್ತಿನಿಂದ ಸಮೀರವಾಡಿ ದತ್ತಿ ಪ್ರಶಸ್ತಿ ಮತ್ತು ಹೂಗಾರ ದತ್ತಿನಿಧಿ ಪ್ರಶಸ್ತಿ, ಕನ್ನಡ ಸಂಘ ಕೈಗಾ ಇವರಿಂದ ರಾಜ್ಯಮಟ್ಟದ ಚುಟುಕು ಪ್ರಶಸ್ತಿ, ದಿ. ಪ್ರೊ. ಡಿ. ಲಿಂಗಯ್ಯ ಸ್ಮರಣಾರ್ಥ ಅಡ್ವೈಜರ್ ಪತ್ರಿಕೆಯಿಂದ ಕಾವ್ಯಪ್ರಶಸ್ತಿ, ಅಖಿಲ ಭಾರತ ದಲಿತ ಸಾಹಿತ್ಯ ಪರಿಷತ್ತಿನ 'ಬೆಳ್ಳಿಸಂಭ್ರಮ' ಮೊದಲಾದ ಪ್ರಶಸ್ತಿಗಳು ಇವರ ಮುಡಿಸೇರಿವೆ.

ಪರಸ್ಪರ
ಮತ್ತಿತರ ಕಥೆಗಳು

ಮುರ್ತುಜಾಬೇಗಂ ಕೊಡಗಲಿ

ವೀರಲೋಕ
207, 2ನೇ ಮಹಡಿ, 3ನೇ ಮೇನ್
ಚಾಮರಾಜಪೇಟೆ, ಬೆಂಗಳೂರು–560018
ಮೊಬೈಲ್: 70221 22121, 88612 12172
ಇಮೇಲ್: veeralokabooks@gmail.com
ವೆಬ್‌ಸೈಟ್: www.veeralokabooks.com

PARASPARA MATTITARA KATEGALU
A collections of short stories
written by **Murtujabegam Kodagali**

Published by:
VEERALOKA BOOKS PVT. LTD.
207, 2nd Floor, 3rd Main
Chamarajpet, Bengaluru-560018

Mobile:	+91 7022122121, 8861212172
E-mail:	veeralokabooks@gmail.com
Website:	www.veeralokabooks.com

Price:	150/-
Pages:	130
First Impression:	August 2024
Paper used:	70 GSM NS Maplitho
Book size:	1/8th Demy
ISBN:	978-81-977144-9-8

Cover page designed by:
Raju Vishnu

Inner pages designed by:
Vijaya Vikram

Printer:
Veeraloka Prints
Bengaluru

Anand Rach
Anantha Kunigal
Raju Vishnu
Govind Vishnu
Vishwajith
Mamatha
Parvathi
Punith

ಅರ್ಪಣೆ

ಅನುಭವಗಳ
ಹಂದರವೂ
ಅನುಭೂತಿಯ
ಮಂದಿರವೂ
ಆಗಿರುವ
ಬದುಕೆಂಬ
ಬಾಳ 'ಕಥೆ'ಗೆ

ಮಾನವೀಯತೆಯ ಮೃದಂಗವಿದು...

ಸಾಹಿತ್ಯವನ್ನು ಗಾಢವಾಗಿ ಪ್ರೀತಿಸುತ್ತ ಅದರೊಂದಿಗೆ ಅವಿನಾಭಾವ ಸಂಬಂಧವನ್ನು ಇಟ್ಟುಕೊಂಡಿರುವ, ಪ್ರತಿಭಾಸಂಪನ್ನರಾದ ನನ್ನ ವಿದ್ಯಾರ್ಥಿನಿ ಹಾಗೂ ಈಗ ಇಂಗ್ಲಿಷ್ ಅಧ್ಯಾಪಕಿಯಾಗಿ ಕಾರ್ಯ ನಿರ್ವಹಿಸುತ್ತಿರುವ ಮುರ್ತುಜಾಬೇಗಂ ಕೊಡಗಲಿ ಅವರ ಹಕ್ಕೊತ್ತಾಯದಿಂಧ ಅವರ ಕಥಾಸಂಕಲನಕ್ಕೆ ಒಂದೆರಡು ನುಡಿಗಳನ್ನು ಬರೆಯುತ್ತಿರುವೆ.

ಅವರ ಕಾವ್ಯಕುಸುಮಗಳಾದ ಮೊನ್ನೆ ಬಂದ ಮಳೆಗೆ, ಭಾವಬದುಕು, ಮುಖವಾಡ ಧರಿಸುತ್ತೇನೆ ನಾನೂ ಹಾಗೂ ಚುಟುಕು ಸಂಕಲನ ಗಿಲಿಗಿಂಚಿ ನಾಡಿನ ಸಹೃದಯರ ಹಾಗೂ ವಿಮರ್ಶಕರ ಮೆಚ್ಚುಗೆ ಗಳಿಸಿವೆ. ಅವರ ಸಾಹಿತ್ಯಪ್ರೇಮ ಮನ್ನಿಸಿ ನಾಡಿನ ಹಿರಿಯರು ಹಾಗೂ ಹಲವು ಸಂಘ ಸಂಸ್ಥೆಗಳು ಅನೇಕ ಪ್ರಶಸ್ತಿಗಳನ್ನು ನೀಡಿ ಗೌರವಿಸಿವೆ. ಅವರ 'ರಾಬಿಯಾ ಬಿರುಗಾಳಿಯ ಹಾಡು' 8ನೇ ಶತಮಾನದ ಮೊದಲ ಸೂಫಿ ಸಂತಳ ಕುರಿತಾಗಿದ್ದು, ನಾಡಿನ ಸಾಹಿತ್ಯವಲಯದಲ್ಲಿ ಬಹುಚರ್ಚಿತವಾಗುತ್ತಿರುವ ಕೃತಿ ಇದಾಗಿದೆ.

ಮುರ್ತುಜಾಬೇಗಂ ಅವರು ಸಾಹಿತ್ಯದ ಮೂಲ ಮೌಲ್ಯವಾದ ಮಾನವೀಯತೆಯನ್ನೇ ತಮ್ಮ ಸಾಹಿತ್ಯ ಕೃತಿಗಳಲ್ಲಿ ಪ್ರಚುರಪಡಿಸುತ್ತ ಸಾಗಿದವರು. ಸರಳಸ್ವಭಾವದ, ಸಹೃದಯಿಯಾದ ಅವರು ಜೀವನದಲ್ಲಿ ನೋವುಗಳ ಕುಲುಮೆಯಲ್ಲಿ ಬೆಂದರೂ, ಬತ್ತದ ಜೀವನೋತ್ಸಾಹ ಅವರದು. ವೃತ್ತಿ ಹಾಗೂ ಪ್ರವೃತ್ತಿಗಳಲ್ಲಿ ಸರಿಯಾಗಿ ಕಾರ್ಯನಿರ್ವಹಿಸುತ್ತ ಎಲ್ಲರ ಪ್ರೀತಿಗೆ ಪಾತ್ರರಾದವರು.

ಕನ್ನಡದಲ್ಲಿ ಇತ್ತಿತ್ತಲಾಗಿ ಯುವ ಲೇಖಕರು ಸಣ್ಣ ಕಥೆ ಬರೆಯುವತ್ತ ತಮ್ಮನ್ನು ತೊಡಗಿಸಿಕೊಳ್ಳುತ್ತಿರುವದು ಕನ್ನಡ ಸಾಹಿತ್ಯ ಕಥಾಲೋಕಕ್ಕೆ ಹೊಸನೀರು ಹರಿದು ಬಂದಂತಾಗುತ್ತಿದೆ. ಸಾಹಿತ್ಯದ ಅನೇಕ ಪ್ರಕಾರಗಳಲ್ಲಿ ಸಣ್ಣಕಥೆ ಅತ್ಯಂತ ಪ್ರಾಚೀನವಾಗಿದ್ದು ಅಂದಿನಿಂದ ಇಂದಿನವರೆಗೆ ಈ ಕಥಾಪ್ರಪಂಚ ಜೀವನ ಒಡ್ಡುವ ಅನೇಕ ಕಟುವಾಸ್ತವಗಳಿಗೆ ಮುಖಾಮುಖಿಯಾಗುತ್ತಾ ತನ್ನ ಜೀವಂತಿಕೆ ಕಾಪಾಡಿಕೊಂಡು ಬಹಳ ಜನಪ್ರೀಯ ಸಾಹಿತ್ಯ ಪ್ರಕಾರವಾಗಿ ರೂಪುಗೊಳ್ಳುತ್ತಾ ಮುನ್ನಡೆಯುತ್ತಿದೆ. ಖ್ಯಾತ ಇಂಗ್ಲಿಷ್ ಕಾದಂಬರಿಕಾರರಾದ ಡಿಕೆನ್ಸ್, ಸ್ಟಿವೆನ್ಸನ್, ಆಂಟನಿ, ಸಾಮರ್ಸೆಟ್ ಮಾಮ್, ಅಮೇರಿಕಾದ ಎಡ್ಗರ್ ಎಲೆನ್ ಪೊ, ಓ ಹೆನ್ರಿ ಕನ್ನಡದಲ್ಲಿಯೂ ಕೂಡ ವೈದೇಹಿ, ನಿರಂಜನ, ಮಾಸ್ತಿ ವೆಂಕಟೇಶ ಅಯ್ಯಂಗಾರ, ಯಶವಂತ ಚಿತ್ತಾಲ, ದೇವನೂರು ಮಹಾದೇವ, ಅಮರೇಶ ನುಗಡೋಣಿ, ಇತ್ತಿತ್ತಲಾಗಿ ತರುಣ ಲೇಖಕರು ಕಥೆ ಬರೆಯುತ್ತಾ ಕಥಾಸಾಹಿತ್ಯದ ಘನತೆ ಹೆಚ್ಚಿಸಿದ್ದಾರೆ. ಬಹಳಷ್ಟು ಕಥೆಗಳಲ್ಲಿ ಬರುವ ಪಾತ್ರಗಳು ಬದುಕಿನ ಬಲಿಪಶುಗಳು, ಅವಮಾನಿತರು, ಅನಾಥರೇ ಆಗಿರುತ್ತಾರೆ. ಆದರೆ ಮುರ್ತುಜಾಬೇಗಂ ಅವರ ಕಥೆಗಳಲ್ಲಿ ಕಾಣಸಿಗುವ ಅನೇಕ ಪಾತ್ರಗಳು ಪರಿಸರದ ಪಾಶವೀ ಹಿಡಿತಕ್ಕೆ ಸಿಕ್ಕು ಬೇಯುತ್ತಿದ್ದರೂ, ಜೀವನವನ್ನು ಗೆಲ್ಲಲೇಬೇಕೆಂದು ಹಠ ತೊಟ್ಟಂತೆ ಕಂಡುಬರುತ್ತವೆ. ಜೀವನದಲ್ಲಿ ಬರುವ ಅನೇಕ ನೋವುಗಳಿಗೆ ಮಾನವೀಯ ನೆಲೆಗಟ್ಟಿನ ಮೇಲೆ ಮದ್ದು ನೀಡುವ ಕೆಲಸ ಈ ಕಥೆಗಳಿಂದಾಗಿದೆ ಎನಿಸುತ್ತದೆ. ಲೇಖಕಿ ಜಾತಿ, ಮತ, ಪಂಥಗಳನ್ನು ಮೀರಿ ಮಾನವತೆಯ ನೆಲೆಯಲ್ಲೇ ಮನುಷ್ಯ ಸಂಬಂಧಗಳನ್ನು ಹೊಸಹೊಸ ನಿರೂಪಣಾ ತಂತ್ರಗಳ ಜೊತೆಗೆ ವಿಶ್ಲೇಷಿಸಲು ಪ್ರಯತ್ನಿಸಿದ್ದಾರೆ.

ಪ್ರಸ್ತುತ ಕಥಾಸಂಕಲನದಲ್ಲಿ ಒಟ್ಟು ಹನ್ನೆರಡು ಕಥೆಗಳಿವೆ. ವಿಶಿಷ್ಟ ಸಂವೇದನೆಗಳಿಂದ ರೂಪುಗೊಂಡ ಈ ಕಥೆಗಳನ್ನು ಒಂದು ಸೀಮಿತ ಸಾಹಿತ್ಯದ ವಾದದ ಚೌಕಟ್ಟಿಗೆ ತಂದು ಕೂಡಿಸುವದು ಸಾಧ್ಯವಾಗುವದಿಲ್ಲ. ಬಹುತೇಕ ಎಲ್ಲಾ ಕಥೆಗಳು ಭಾರತದ ಸಾಮುದಾಯಿಕ ಪ್ರಜ್ಞೆಯನ್ನು ಎತ್ತಿ ಹಿಡಿದಿವೆ. ಈ ಪ್ರಜ್ಞೆ ಸಾಮಾಜಿಕ ಭಿನ್ನತೆಗಳನ್ನು ಒಟ್ಟಿಗೆ ಬೆಸೆಯುವ ಮಂತ್ರ ಎನ್ನುವದು ಲೇಖಕಿಯ ಅಭಿಮತವಾಗಿದೆ. ಸಮಾಜದಲ್ಲಿ ಬದುಕುತ್ತಿರುವ ಎಲ್ಲ ಸಮುದಾಯದ ಪಾತ್ರಗಳೂ ಬೇರೆ ಸಮುದಾಯದವರ ನೋವನ್ನು ತಮ್ಮದೇ ನೋವು ಎಂದು ಭಾವಿಸುತ್ತವೆ. ಹೀಗಾಗಿ ಕಥೆಗಳಲ್ಲಿ ಬರುವ ಅಸಹಾಯಕ ಪಾತ್ರಗಳನ್ನು ಹಿಡಿದು, ಎಲ್ಲ ಪಾತ್ರಗಳಿಗೆ ಒಂಟಿತನ ಕಾಡುವದಿಲ್ಲ. ಈ ನೆಲೆಯಿಂದ ಬದುಕನ್ನು ಗ್ರಹಿಸುವ ಕಥೆಗಾರ್ತಿ ಆದರ್ಶೀಕೃತ ಕಥನದ ಕಡೆಗೆ ವಾಲಿದಂತಿದೆ.

'ಲಚ್ಚಿ' ಕಥಾಸಂಕಲನದ ಮೊದಲ ಕಥೆ. ಕಥಾನಿರೂಪಕಿ ವಿಧವೆಯಾಗಿದ್ದು, ಕೌಟುಂಬಿಕ ಅಸುರಕ್ಷತೆಯಿಂದ ಮನೋವ್ಯಾಕುಲತೆಗೆ ಒಳಗಾದ ಸ್ತ್ರೀ. ಲಚ್ಚಿಯ ಸಂಕಟಗಳಿಗೆ ಮನಮಿಡಿದು ಅವಳ ಸಹಾಯಕ್ಕೆ ನಿಂತು ಮಾನವತೆ ಮೆರೆದವಳಾಗಿದ್ದಾಳೆ. ಲಚ್ಚಿಯ ಅಮಾಯಕತೆ ಹಾಗೂ ಅಸಹಾಯಕತೆಯನ್ನು ಬಳಸಿಕೊಂಡ ಕಾಮುಕ ಪುರುಷಸಮಾಜ ಅವಳಿಗೊಂದು ಮಗು ದಯಪಾಲಿಸಿದೆ. ಅವಳು ದುರ್ಮರಣಕ್ಕೆ ಬಲಿಯಾದ ನಂತರ ನಿರೂಪಕಿಯು ಆ ಅನಾಥ ಮಗುವಿನ ರಕ್ಷಣೆಯ ಜವಾಬ್ದಾರಿ ಹೊತ್ತಿದ್ದಾಳೆ. ಇದು ಅವಳ ಮೃತ ಪತಿ ಪರಶು ಅನಾಥಮಗುವನ್ನು ದತ್ತು ಪಡೆಯಬೇಕೆಂಬ ಆಸೆಯಂತೆ ನೆರವೇರಿದೆ. ಕಥೆಯಲ್ಲಿ ಲಚ್ಚಿಯ ಮನೋವ್ಯಾಕುಲತೆಗೆ ಕಾರಣವಾದ ಅಂಶಗಳು ಇನ್ನಷ್ಟು ಹೆಚ್ಚಿಗೆ ಪ್ರಸ್ತಾಪವಾಗಿದ್ದಲ್ಲಿ ಕಥೆಗೆ ಇನ್ನಷ್ಟು ಮೆರುಗು ಬರುತ್ತಿತ್ತೇನೋ!

'ರಂಗೋಲಿಯ ಚಿತ್ತಾರ' ಕಥೆ ಕಾಲದ ಸಂಸ್ಕೃತಿ ಹಾಗೂ ಧರ್ಮದ ಪುನರ್ನಿರ್ಮಾಣದ ದೃಷ್ಟಿಯಿಂದ ಮಹತ್ವ ಪಡೆದುಕೊಳ್ಳುತ್ತದೆ. ತತ್ವಸಿದ್ಧಾಂತಗಳು, ಮತಪಂಥಗಳು ಭಾರತವನ್ನು ವಿಘಟಿಸಲು ಎಷ್ಟೇ ಪ್ರಯತ್ನಪಟ್ಟರೂ ಸಮಾಜದ ಒಂದು ಅಂತಃಪ್ರಜ್ಞೆ ದೇಶವನ್ನು ಹೇಗೆ ಅಖಂಡವಾಗಿ ಉಳಿಸಿಕೊಂಡು ಬಂದಿದೆ ಎಂದು ಕಥೆ ಸಾರುತ್ತದೆ. ನಮ್ಮ ಕಾಲಮಾನದಲ್ಲಿ ನಾವು ವೀಕ್ಷಿಸಿದ ಕೋಮುದಳ್ಳುರಿಯ ಎಳೆ ಹಿಡಿದು ಸಾಗುವ ಕಥೆಯಲ್ಲಿ 'ಕುಸುಮ' ಎಂಬ ಯುವತಿಯನ್ನು ಗಲಭೆಯಿಂದ ರಕ್ಷಿಸುವ ಸಲೀಂ ಅವಳಿಗೆ ಬಾಳು ಕೊಡುವದು, ರಂಗೋಲಿ ಹಾಕುತ್ತಿದ್ದ ರಾಧಾಳಿಗೆ ಸುರಕ್ಷತೆಯ ಎಚ್ಚರಿಕೆ ಕೊಡುವದು, ಮೊಮ್ಮಗಳು ಶಬನಮ್‌ಳನ್ನು ರಮಿಸಲು ತುಂಬಾ ದಿನಗಳಿಂದ ಎಲ್ಲೋ ತೆಗೆದಿಟ್ಟಿದ್ದ ರಂಗೋಲಿ ನೀಡಿ ಅವಳು ಖುಷಿಗೊಂಡದ್ದನ್ನು ನೋಡಿ ಮನ ತುಂಬಿಕೊಳ್ಳುವ ದಂಪತಿಗಳಿಬ್ಬರ ನಗೆ ನೋಡಿದಾಗ ಲೇಖಕಿಯ ಜಾತ್ಯಾತೀತ ಮತ್ತು ಧರ್ಮಾತೀತ ಮನೋಭಾವ ಕಥೆಯ ತುಂಬೆಲ್ಲ ಹರಡಿಕೊಂಡಿದ್ದು ಗೋಚರವಾಗುತ್ತದೆ. ಧರ್ಮವೆಂದರೆ ಕೇವಲ ಬೇರೆ ಧರ್ಮದವರನ್ನು ದ್ವೇಷಿಸುವದು ಎಂದು ತಿಳಿದ ಅಸಂಖ್ಯಾತ ಜನರಿಗೆ ಈ ಕಥೆ ಮಾನವೀಯತೆಯ ಪಾಠವಾಗಿದೆ.

'ಹೆದ್ದಾರಿಯ ಹೆಣಗಳು' ಅದ್ಭುತವಾದ ಕಟ್ಟಿಕೊಟ್ಟ ಕಾಲ್ಪನಿಕ ಕಥೆಯಾಗಿದೆ. ಸಾವೂರಿನಲ್ಲಿ ನಿರ್ಮಾಣಗೊಂಡ ಹೆದ್ದಾರಿ ತನ್ನ ಮೇಲೆ ಚಲಿಸುವಾಗ ಪ್ರಾಣಬಿಟ್ಟ ಅದೆಷ್ಟೋ ಹೆಣಗಳೊಂದಿಗೆ ಮಾತನಾಡುವ ಕಥೆ ಇದಾಗಿದೆ. ಆಳುವ ಸರ್ಕಾರಗಳು ಅಭಿವೃದ್ಧಿಯ ನೆಪದಲ್ಲಿ ಅನೇಕ ಗಿಡಮರಗಳನ್ನು ಕಡಿದು ಹೆದ್ದಾರಿ ನಿರ್ಮಿಸುತ್ತವೆ. ಅವುಗಳಿಂದ ಆಗುವ ಲಾಭಕ್ಕಿಂತ ಜೀವಹಾನಿ ಆದದ್ದೇ ಹೆಚ್ಚು ಎಂಬುದು ಲೇಖಕಿಯರ ಅಭಿಪ್ರಾಯ. ಹೆದ್ದಾರಿಯ

ಮೇಲೆ ಅಪಘಾತಗಳು ಸಂಭವಿಸಿ ಪ್ರಾಣಬಿಟ್ಟ ಅನೇಕ ಜೀವಗಳು ತಮ್ಮ ನೋವಿನ ಕಥೆಗಳನ್ನು ಹೆದ್ದಾರಿಗೆ ಹೇಳಿಕೊಳ್ಳುತ್ತವೆ. ತಂದೆ ತಾಯಿಗೆ ಇರುವ ಒಬ್ಬನೇ ಮಗ ಮೋಜು ಮಸ್ತಿ ಮಾಡಲು ಗೆಳೆಯರೊಂದಿಗೆ ಗೋವಾಕ್ಕೆ ಹೋಗುವಾಗ ಸ್ವಯಂಕೃತ ಅಪರಾಧದಿಂದ ಕಾರು ವೇಗವಾಗಿ ಓಡಿಸಿ ರೋಡಿನ ಡಿವೈಡರಿಗೆ ಬಲವಾಗಿ ಗುದ್ದಿಸಿ ಸತ್ತು ಹೋದ ಕಥೆ, ಒಂದೇ ಕುಟುಂಬದ ಆರು ಜನ ಕೌಟುಂಬಿಕ ಕಲಹದಿಂದ ನ್ಯಾಯಲಯದ ಕಟಕಟಿ ಏರಿದ್ದು, ನ್ಯಾಯಲಯಕ್ಕೆ ಹಾಜರಾಗಲು ಹೋಗುವಾಗ ಒಮ್ಮೆಲೇ ಅಪಘಾತ ಸಂಭವಿಸಿ ಆರೂ ಜನರು ದುರ್ಮರಣಕ್ಕೀಡಾದ ಕಥೆ, ವೇಗವಾಗಿ ಬರುವ ಕಾರು ಏನೂ ಅರಿಯದ ಆರು ವರ್ಷದ ಮಗುವನ್ನು ಬಲಿಪಡೆದ ಕಥೆ, ಇಬ್ಬರು ಬೇರೆ ಬೇರೆ ಜಾತಿಗಳಿಗೆ ಸೇರಿದ ಯುವ ಪ್ರೇಮಿಗಳು ಮನೆಯವರಿಂದ ತಪ್ಪಿಸಿಕೊಳ್ಳಲು ಪ್ರಯತ್ನಿಸುತ್ತಿದ್ದಾಗ ಸತ್ತಿದ್ದು, ಈ ಅನ್ಯಾಯದ ಸಾವುಗಳಿಗೆ ಹೆದ್ದಾರಿ ಮರುಕ ವ್ಯಕ್ತಪಡಿಸಿ, ಸಾವುಗಳ ವಿಶ್ಲೇಷಣೆಯಲ್ಲಿ ತೊಡಗಿಕೊಂಡಿದೆ. ಕಥೆಯಲ್ಲಿ ಹೆದ್ದಾರಿ ಸಾವಿನ ಸಂಕೇತವಾಗಿ ಮೂಡಿ ಬಂದಿದೆ.

ಇಲ್ಲಿ ಹೆಣಗಳು ಹೆದ್ದಾರಿಗೆ ತಮ್ಮ ದುರಂತ ಕಥೆಗಳನ್ನು ಹೇಳಿಕೊಳ್ಳುವ ವಿಶಿಷ್ಟ ಕಥಾ ನಿರೂಪಣೆ ತಂತ್ರವನ್ನು ಉಳಿಸಿದ್ದು ಲೇಖಕರ ಕಲಾ ಜಾಣ್ಮೆಗೆ ಕಥೆ ಸಾಕ್ಷಿಯಾಗಿ ನಿಂತುಕೊಂಡಿದೆ, ದುರಂತಗಳ ಆಳವಾದ ತಿಳುವಳಿಕೆಗಳಿಂದ ಗಟ್ಟಿಯಾದ ಚಿತ್ರಗಳನ್ನು ಕಟ್ಟಿಕೊಟ್ಟ ಹೆಗ್ಗಳಿಕೆ ಕಥೆಗಾರ್ತಿಯರಿಗಿದೆ. ಸುಖ ಸಂಭ್ರಮಗಳಿಂದ ಕೂಡಿದ ಬದುಕಿನಲ್ಲಿ ಮನುಷ್ಯರ ಬದುಕಿನ ಮೇಲೆ ಒಮ್ಮೆಲೆ ಅಪ್ಪಳಿಸುವ ಸಾವು ಉಂಟುಮಾಡುವ ಕೋಲಾಹಲದ ಚಿತ್ರಣ ಕಥೆಯಲ್ಲಿದೆ. ತಮಗಾದ ದುರಂತ ಸಾವಿನ ಕುರಿತು ಹೆಣಗಳಿಂದ ಒಂದು ರೀತಿಯ ಶಾಂತ ಧ್ವನಿಯನ್ನು ತೀವ್ರತೆಯನ್ನು ಬಿಟ್ಟುಕೊಡದೆ ಹೇಳಿಸಿದ್ದು ಉತ್ತಮ ಕಲೆಗಾರಿಕೆಯ ಲಕ್ಷಣವಾಗಿದೆ. ಕಥೆಯ ಆಕರ್ಷಕ ಆರಂಭ, ಸಂಭಾಷಣೆಗಳಲ್ಲಿ ಕಥೆ ಬೆಳೆಸಿರುವ ತಂತ್ರ, ವಿಷಾದದ ಧ್ವನಿ ಕಥೆಯಲ್ಲಿ ಗಮನ ಸೆಳೆಯುವ ಇನ್ನಿತರ ಅಂಶವಾಗಿದೆ.

'ದುರಂತ ನಾಯಕಿ' ಕಥೆಯು ನಾಟಕದಲ್ಲಿ ಅದ್ಭುತವಾಗಿ ಅಭಿನಯಿಸಿ ಪ್ರೇಕ್ಷಕರಿಂದ ಚಪ್ಪಾಳೆಗಿಟ್ಟಿಸಿ ಅಭಿಮಾನಿಗಳಿಗೆ ಅಟೋಗ್ರಾಫ್ ಬರೆದು ಕೊಡುತ್ತಿದ್ದ ಅದ್ಭುತ ಕಲಾವಿದೆಯ ಸಾರ್ವಜನಿಕ ಹಾಗೂ ವೈಯಕ್ತಿಕ ಜೀವನವನ್ನು ತೆರೆದಿಡುತ್ತದೆ. ನಿರೂಪಕ ವಸಂತನಿಗೆ ಒಮ್ಮೆ ಈ ಕಲಾವಿದೆ ಬಸ್ಸಿನಲ್ಲಿ ಭೇಟಿಯಾಗುತ್ತಾರೆ. ವಸಂತ ಅವಳ ಯೋಗಕ್ಷೇಮ ವಿಚಾರಿಸಲಾಗಿ, ಅವಳು ತನ್ನ ಫೋನ್ ನಂಬರ್ ಕೊಟ್ಟು ಮನೆಗೆ ಬರಲು ತಿಳಿಸುತ್ತಾರೆ. ಆತ ಅವಳ ಅಣತಿಯಂತೆ ಅವಳ ಮನೆಯನ್ನು ಹುಡುಕಿಕೊಂಡು ಹೋಗುತ್ತಾನೆ.

ಅವಳು ಅವನಿಗೆ ತನ್ನ ಅಸಹನೀಯ ಬದುಕಿನ ಬಗ್ಗೆ ಹೇಳಿಕೊಳ್ಳುತ್ತಾಳೆ. ಒಬ್ಬ ಅಪ್ಪಟ ಕಲಾವಿದಳನ್ನು ಪ್ರೋತ್ಸಾಹಿಸುವ ಬದಲು, ಕೊಂಕು ನುಡಿಗಳನ್ನು ನುಡಿಯುತ್ತ, ಸಂಶಯ ದೃಷ್ಟಿಯಿಂದ ನೋಡುತ್ತ ಹಾಗೂ ತಾತ್ಸಾರ ತೋರಿಸುತ್ತ ಅವಳಿಗೆ ಮಾನಸಿಕ ಯಾತನೆಯನ್ನುಂಟುಮಾಡುತ್ತಿರುವುದನ್ನು ನಿರೂಪಕ ಕಂಡುಕೊಳ್ಳುತ್ತಾನೆ. ನಾಟಕದಲ್ಲಿ ದುರಂತ ನಾಯಕಿಯಾಗಿ ಅಭಿನಯಿಸಿದಂತೆ ನಿಜ ಜೀವನದಲ್ಲಿಯೂ ಕೂಡಾ ದುರಂತ ನಾಯಕಿಯಾಗಿಯೇ ಜೀವನ ನಡೆಸುವ ಅನಿವಾರ್ಯತೆಯನ್ನು ಕಥೆ ಹೃದಯಸ್ಪರ್ಶಿಯಾಗಿ ನಿರೂಪಿಸುತ್ತದೆ. ಕಲಾವಿದರು ಸ್ವಾಭಿಮಾನದಿಂದ ಬದುಕುತ್ತಿದ್ದರೂ ಸಮಾಜದ ತೋರಿಸುವ ಅಸಡ್ಡೆಯ ಸಮಸ್ಯೆಗೆ ಕಥೆ ಧ್ವನಿಯಾಗಿದೆ. ಈ ಸಮಸ್ಯೆಯನ್ನು ಸಾಮಾಜಿಕ ನೆಲೆಯಲ್ಲಿ ಹೇಗೆ ನಿವಾರಿಸಬೇಕೆಂಬ ಇತ್ಯಾತ್ಮಕ ಆಶಯದ ಕಲಾವಿದೆಯ ಈ ಸಮಸ್ಯೆಗೆ ನಿರೂಪಕನ ಭಾವನಾಪರ ಸಹಾನುಭೂತಿಯೊಂದಿಗೆ ಕಥೆ ಪೂರ್ಣಗೊಳ್ಳುತ್ತದೆ.

'ಪರಸ್ಪರ' ಕಥೆಯು ಭ್ರಷ್ಟತೆಯು ಸಾಹಿತ್ಯ ಕ್ಷೇತ್ರಕ್ಕೂ ಕಾಲಿಟ್ಟಿರುವುದನ್ನು ಧ್ವನಿಸುತ್ತದೆ. ಸಾಹಿತ್ಯ ಪ್ರಶಸ್ತಿಗಳಿಗಾಗಿ ನಡೆಯುತ್ತಿರುವ ಲಾಬಿಗಳು, ಸಾಹಿತ್ಯ ರಾಜಕಾರಣ ಹಾಗೂ ಕೃತಿ ಚೌರ್ಯದ ಮೇಲೆ ಕಥೆ ಬೆಳಕು ಚೆಲ್ಲುತ್ತದೆ. ಸಾಹಿತಿ ಲೀಲಾವತಿಯವರು ಮಾಡುತ್ತಿರುವ ಭ್ರಷ್ಟ ಸಾಹಿತ್ಯ ರಾಜಕಾರಣದಿಂದ ಸಂಸ್ಥೆಗಳು ಕೊಡಮಾಡಿದ ಪ್ರಶಸ್ತಿಗಳ ಜನಕರಿಗೆ, ಇವಳು ಹುಟ್ಟುಹಾಕಿದ ಸಾಹಿತ್ಯಸಂಘಟನೆಯಿಂದ ಪ್ರಶಸ್ತಿಗಳನ್ನು ನೀಡುವುದು. ಪರಸ್ಪರ ಹೊಂದಾಣಿಕೆ ಮಾಡಿಕೊಂಡೇ ಪ್ರಶಸ್ತಿ ಗಿಟ್ಟಿಸಿಕೊಳ್ಳುವುದು, ಹಾಗೂ ಯುವ ಸಾಹಿತಿಗಳ ಕೃತಿಚೌರ್ಯ ಮಾಡಿ ಸ್ವಲ್ಪ ಹೆಸರು ಬದಲಾಯಿಸಿ ಪ್ರಶಸ್ತಿಗಳಿಗೆ ಭಾಜನರಾಗುತ್ತ ನಡೆದಿರುವ ವಿದ್ಯಮಾನಗಳನ್ನು ನೋಡಿ ಕಥೆಗಾರ್ತಿಗೆ ಬಹಳ ಕೆಡುಕೆನಿಸಿ ಬರೆದ ಕಥೆ ಇದಾಗಿದೆ.

'ಗುರುಬ್ರಹ್ಮ, ಗುರು...' ಕಥೆಯು ಮುಗ್ಧ ವಿದ್ಯಾರ್ಥಿನಿಯರನ್ನು ಗುರುವಿನ ಸ್ಥಾನದಲ್ಲಿರುವ ಅದೆಷ್ಟೋ ಶಿಕ್ಷಕರು ಕಾಮಕೇಳಿಗೆ ಬಳಸಿಕೊಳ್ಳುತ್ತಿರುವುದನ್ನು ತೀವ್ರವಾಗಿ ಖಂಡಿಸಿ ಬರೆದದ್ದಾಗಿದೆ.

ಶಂಕ್ರಿ ಎಂಬ ಮುಗ್ಧ ವಿದ್ಯಾರ್ಥಿನಿ ಕಡುವಾ ತರಲು ಹೆಡ್‌ಮಾಸ್ತರ ಶಿವಪ್ಪ ಅವರ ರೂಮಿಗೆ ಹೋದಾಗ ಅವಳ ಎದೆ ಹಿಚುಕಾಡಿದ್ದು, ಅವಳಿಗೆ ನೋವೆನಿಸಿ ಅಳಬೇಕೆನಿಸಿದ್ದು. ಕೊನೆಗೆ ಅವಳನ್ನು ಸುಮ್ಮನಾಗಿಸಿ ಸಾಗಹಾಕಿದ್ದು ಕಥೆ ವಿವರಿಸುತ್ತ ಸಹೃದಯದ ಮನಕಲುಕುವಲ್ಲಿ ಸಶಕ್ತವಾಗಿದೆ. ಅವಳ ತಾಯಿ ಮಾಸ್ತರರಂದ್ರ ದೇವರಿದ್ದಾಂಗ ಅಂತ ತಿಳದಾಳ, ದೇವರಂದ್ರ ಮೈ ಕೈ ಬ್ಯಾನಿ ಮಾಡ್ತರೇನು? ಎಂಬ ಶಂಕ್ರಿಯ ಮುಗ್ಧ ಪ್ರಶ್ನೆ ಪ್ರಶ್ನೆಯಾಗಿಯೇ ಉಳಿದುಕೊಂಡಿದೆ. ಶಿಕ್ಷಕರ ದಿನಾಚರಣೆಯ ನಿಮಿತ್ತ,

ಭಾಷಣ ಒಪ್ಪಿಸಲು ಹೆಡ್‌ಮಾಸ್ಟರ್ ಶಿವಪ್ಪ ಸಂಜೆ ಶಾಲೆಗೆ ಬರಲು ಹೇಳಿದ್ದಾನೆ, ಬೇಗನೆ ಬಂದ ಗಾಯಿಯನ್ನು ಶಿವಪ್ಪ ಮಾಸ್ತರ ಶಾಲಾಕೊಠಡಿಯಲ್ಲಿ ಬಲಾತ್ಕರಿಸುವುದನ್ನು ಶಂಕ್ರಿ ನೋಡಿ ಹೌಹಾರಿ ಮನೆಕಡೆಗೆ ಓಡುತ್ತಾಳೆ. ಮರುದಿನ ಗಾಯಿಯ ಹೆಣ ಬಾವ್ಯಾಗ ಪತ್ತೆ ಆದ ಬಗ್ಗೆ ಕಥೆ ವಿವರಿಸಿ ಓದುಗರ ಕಣ್ಣಾಲಿಗಳು ತುಂಬಿ ಬರುವಂತೆ ಮಾಡಲು ಸಫಲವಾಗಿದೆ. ವಿದ್ಯಾರ್ಥಿನಿಯರ ಮೇಲೆ ಕಾಮುಕ ಶಿಕ್ಷಕರ ಕಿರುಕುಳ, ಹತ್ಯೆ ಆಗೊಮ್ಮೆ, ಈಗೊಮ್ಮೆ ಪತ್ರಿಕೆಗಳಲ್ಲಿ ವರದಿ ಆಗುತ್ತಲೇ ಇರುತ್ತದೆ. ಇಂಥ ಹೇಯಕೃತ್ಯವೆಸಗುವ ಕಾಮುಕ ಶಿಕ್ಷಕರಿಗೆ ಕಥೆ ಚಾಟಿ ಏಟಿನಂತಿದೆ. ಕಥೆಯಲ್ಲಿ ಶಿವಪ್ಪಮಾಸ್ತರನ ಕಾಮಕೇಳಿ, ವಿದ್ಯಾರ್ಥಿನಿಯರ ಮುಗ್ಧತೆ, ಅಸಹಾಯಕತೆಯ ಘಟನೆಗಳ ವಿವರಗಳಿದ್ದರೂ ಬರವಣಿಗೆಯಲ್ಲಿ ಅನಗತ್ಯ, ಆತುರಾತುರವಾಗಿ ಹೇಳುವ ಧಾವಂತವಿಲ್ಲ. ಕಥೆ ಗ್ರಾಮ್ಯ ಭಾಷೆಯಲ್ಲಿಯೇ ಮುಂದುವರೆದುಕೊಡು ಹೋಗುತ್ತದೆ.

'ಕನಸು ಮಾರುವ ಹುಡುಗ' ಕಥಾಸಂಕಲನದ ಅತ್ಯಂತ ಸಶಕ್ತವಾದ ಕಥೆಯಾಗಿದೆ. 'ಹೂ ಮಾರುವ ಹುಡುಗಿ' 'ಹೂ ಮಾರುವ ಹುಡುಗ' ಈ ತರಹ ಕಥೆಗಳು ಕನ್ನಡದಲ್ಲಿ ಬಹಳಷ್ಟು ಪ್ರಕಟಗೊಂಡಿವೆ. ಅದರೆ ಈ ಕಥೆ ಕಥೆಗಾರ್ತಿಯ ಕಲ್ಪನೆಯ ಆಳದಿಂದ ಹೆಕ್ಕಿ ತೆಗೆದ ವೈಶಿಷ್ಟ ಪೂರ್ಣ ಕಥೆಯಾಗಿದೆ. ಜೀವನ ಸಾಗಿಸುವ ಧಾವಂತದಲ್ಲಿ ಎಡೆಬಿಡದ ಕೆಲಸ ಕಾರ್ಯಗಳಲ್ಲಿ ಕಳೆದು ಹೋಗುತ್ತಿರುವ ಜನರು ಕನಸುಗಳನ್ನೇ ಕಳೆದುಕೊಳ್ಳುತ್ತಿದ್ದಾರೆ. ಕನಸುಗಳಿಲ್ಲದ ಜೀವನ ವ್ಯರ್ಥ ಎಂಬ ಡಾ॥ ಅಬ್ದುಲ್ ಕಲಾಮ್ ಅವರ ಮಾತನ್ನು ಕಥೆ ನೆನಪಿಸಿಕೊಡುತ್ತದೆ. ಭರವಸೆಯ ಬೆಳಕನ್ನು ಕಳೆದುಕೊಂಡವರ ಜೀವನದಲ್ಲಿ ಕನಸುಗಳನ್ನು ಬಿತ್ತುತ್ತಿರುವ ಹುಡುಗನ ಕಲ್ಪನೆಯೇ ಅದ್ಭುತವಾಗಿದೆ. ಮಗನನ್ನು ಕಳೆದುಕೊಂಡ ಗಂಡಹೆಂಡತಿ ಚಿಂತಾಕ್ರಾಂತರಾಗಿದ್ದಾರೆ. ಹೆಂಡತಿ ಮಗನಿಗೆ ಮೊಸರನ್ನ ತಿನ್ನಿಸುವಾಗ ಮಗ ತೀರಿ ಹೋಗಿದ್ದಾನೆ. ಹೆಂಡತಿಯಂತೂ ಮಗನ ಅಗಲುವಿಕೆಯಿಂದ ಅತೀವ ಶೋಕದಲ್ಲಿದ್ದಾಳೆ. ಕನಸುಮಾರುವ ಹುಡುಗ ಅವಳಿಗೆ ಮಗನಾಗಿ ಅವಳ ಕೈಯಿಂದ ಮೊಸರನ್ನ ತಿಂದು ಅವಳನ್ನು ಸಮಾಧಾನಪಡಿಸಿದ್ದು ಅತ್ಯಂತ ಸೋಜಿಗವಾಗಿದೆ. ಪ್ರೇಯಸಿಯನ್ನು ಕಳೆದುಕೊಂಡು ದು:ಖದಲ್ಲಿರುವ ಹುಡುಗನಿಗೆ ಕಸದ ತೊಟ್ಟಿಯಲ್ಲಿ ಬಿದ್ದಿರುವ ಮಗುವನ್ನು ರಕ್ಷಿಸಿ ಬೆಳೆಸಲು ಹೇಳಿ ಆ ಯುವಕನ ಬದುಕಿನಲ್ಲಿ ಭರವಸೆಯ ಬೀಜ ಬಿತ್ತಲು ಸಫಲನಾಗುತ್ತಾನೆ. ಘಟನಾ ಪ್ರಧಾನವಾದ ಕಥೆಯನ್ನು ವಿವರಣಾತ್ಮಕವಾಗಿ ಹೇಳುವುದರಲ್ಲಿ ಮಗ್ನರಾದ ಅನೇಕ ಕಥೆಗಾರರ ಈ ಕಾಲದಲ್ಲಿ ಈ ತರಹ ಸೂಕ್ಷ್ಮವಾಗಿ ಕಥೆ ಹೇಳಲು ಮಾಡಿದ ಪ್ರಯತ್ನ ನನಗೆ ಹೊಸದಾಗಿ ಕಂಡಿದೆ.

'ಆ ಮೂವರು ಗೆಳೆಯರು' ಕಥೆ ಮಾಸಿದ ವಯಸ್ಸಿನ ಮೂವರು ಗೆಳೆಯರಾದ ಶ್ರೀನಿವಾಸ, ಯಶವಂತ ಹಾಗೂ ಸೂರ್ಯಕಾಂತರ ಖುಷಿಖುಷಿಯಾದ ಜೀವನದ ಸುತ್ತ ಹೆಣೆದದ್ದಾಗಿದೆ. ಪ್ರತಿದಿನ ಪಾರ್ಕಿನಲ್ಲಿ ಹಾಡಿಕೊಂಡು ನಗಾಡಿಕೊಂಡು ದಿನಾಲೂ ವಾಕಿಂಗ್ ಮಾಡುತ್ತಿದ್ದವರು. ಒಂದು ದಿನ ಪಾರ್ಕಿನಲ್ಲಿ ಮಂಕಾಗಿ ಕುಳಿತಿದ್ದ ಬೀಬಿಜಾನ್ ಎಂಬ ಮಹಿಳೆಯನ್ನು ನೋಡಿ ಅವಳ ಕಷ್ಟವನ್ನು ವಿಚಾರಿಸುತ್ತಾರೆ. ಅವಳು ತನ್ನ ಮೊಮ್ಮಗಳಾದ ತಸ್ಮಿನ್ ಒಬ್ಬನನ್ನು ಪ್ರೀತಿಸುತ್ತಿದ್ದಾಳೆ. ಆದರೆ ಆ ಪ್ರೀತಿ ಮದುವೆಯಾಗಿ ಪರಿವರ್ತಿತವಾಗುವದಿಲ್ಲವೆಂದರಿತು ಆ ಪ್ರೀತಿಯನ್ನು ನಿರಾಕರಿಸುತ್ತಿದ್ದಾಳೆಂದು ಹೇಳುತ್ತಾಳೆ. ಆ ಮದುವೆಯನ್ನು ಸಾಧ್ಯಗೊಳಿಸುತ್ತೇವೆಂದು ಅವಳಿಗೆ ಭರವಸೆ ಕೊಡುತ್ತಾರೆ. ಆದರೆ ಹುಡುಗಿಯನ್ನು ಪ್ರೀತಿಸುತ್ತಿರುವ ಹುಡುಗ ಬೇರಾರೂ ಅಲ್ಲ, ಯಶವಂತನ ಮಗ ಸಮಂತನಾಗಿದ್ದಾನೆ. ಮೂವರು ಕೂಡಿ ಈ ಅಂತರ್‌ಧರ್ಮಿಯ ಮದುವೆಗೆ ಸಹಕರಿಸಿ ಎಲ್ಲರಲ್ಲೂ ಖುಷಿ ಮೂಡಿಸುವಲ್ಲಿ ಯಶಸ್ವಿಯಾಗುತ್ತಾರೆ. ಕಥೆಯಲ್ಲಿ ಬರುವ ಎಲ್ಲ ಪಾತ್ರಗಳು ರಾಷ್ಟ್ರಕವಿ ಕುವೆಂಪು ಅವರ ಮನುಜಮತ ವಿಶ್ವಪಥ ಎಂಬ ತತ್ವದಲ್ಲಿ ನಂಬಿಕೆ ಹೊಂದಿವೆ. ವಾಸ್ತವದಲ್ಲಿ ಇಂಥಹ ಅಂತರ್ ಧರ್ಮೀಯ ಮದುವೆಗಳು ಬಹಳ ಜಟಿಲವೆನಿಸಿದರೂ, ಕಥೆಯಲ್ಲಿ ವೈಯಕ್ತಿಕ ನೆಲೆಯಲ್ಲಿ ಮಾನವೀಯ ಸಂಬಂಧಗಳ ಮೇಲೆ ಹೆಚ್ಚು ಒತ್ತು ಕೊಟ್ಟು ಬರೆದಿದ್ದರಿಂದ ಈ ವಿವಾಹವನ್ನು ಸಾಧ್ಯವಾಗಿಸಿರುವುದು ವೈಶಿಷ್ಟ್ಯಪೂರ್ಣವಾಗಿದೆ.

'ಗೌಡ್ರ ಹೆಣದ ಸ್ವಗತ' ದೇವೂರಿನ ಗೌಡ್ರ ಹೆಣ ತನ್ನ ನೋವು ಹೇಳಿಕೊಳ್ಳುವ ಕಾಲ್ಪನಿಕವಾಗಿ ಕಟ್ಟಿಕೊಟ್ಟ ಸಶಕ್ತವಾದ ಕಥೆಯಾಗಿದೆ. ಸುತ್ತಮುತ್ತ ಹಳ್ಯಾಗ ಗೌಡ್ರ ಹೆಜ್ಜೆ ಇಟ್ರ ನಡಗುತ್ತಿದ್ದ ಜನ, ಅವರ ಸತ್ರ ಅದೇ ಜನ ಅವರನ್ನೂ ಎಳೆದಾಡಿ ಗೂಟಕ್ಕೆ ಕೂಡ್ರಿಸುವ ಕಾರ್ಯವನ್ನು ಹೆಣ ಅಕ್ಷೇಪಿಸುತ್ತದೆ. ಸುತ್ತಮುತ್ತಲಿನ ಊರಿನವರು, ಸಂಬಂಧಿಗಳು, ಗೆಳೆಯರು, ಎಮ್.ಎಲ್.ಎ. ಮುಂತಾದವರು ಗೌಡ್ರ ನಿಧನದ ಸುದ್ದಿ ಕೇಳಿ ಹೂವಿನ ಹಾರ ಹಾಕಿ ಗೌಡ್ರ ಗುಣಗಾನ ಮಾಡುತ್ತ ಅಂಗಳದಲ್ಲಿ ಕುಳಿತುಕೊಳ್ಳುತ್ತಾರೆ. ಹೆಂಡತಿ ಗೌಡಶ್ಯಾನಿ, ಗೌಡ್ರ ತಂಗಿ ಅವರಿಗೆ ಸಂಬಂಧಿಸಿದ ಹೆಣ್ಣುಮಕ್ಕಳು ಗೌಡ್ರ ಹೆಣದ ಮುಂದ ಕುಂತು ಅವರು ಮಾಡಿದ ಒಳ್ಳೆ ಕೆಲಸಗಳನ್ನು ಹಾಡ್ಯಾಡಿಕೊಂಡು ಅಳುವ ಘಟನೆಗಳನ್ನು ಮನತಾಕುವಂತೆ ಚಿತ್ರಿಸಿದ್ದಾರೆ. ಕಥೆಯ ಯಶಸ್ಸಿರುವುದು ಕಥಾವಸ್ತುವಿನ ಸಶಕ್ತವಾದ ನಿರಪಣೆಯಲ್ಲಿ. ಕಥೆಯಲ್ಲಿ ಬಳಸಿದ ಗ್ರಾಮ್ಯಭಾಷೆ ಸಲೀಸಾಗಿ ವ್ಯಕ್ತವಾಗಿದೆ.

'ತಾಯಮ್ಮನ ಋಣ' ಅತ್ಯಂತ ಭಾವುಕತೆಯಿಂದ ಕೂಡಿದ ಕಥೆಯಾಗಿದೆ ಡಾ॥ ರವೀಂದ್ರ ಹಾಗೂ ಡಾ॥ಅನುಪ್ರಭಾ ಅವರ ಮಗ ನಚಿಕೇತ ಹಾಗೂ

ಮನೆಗೆಲಸವನ್ನು ನೋಡಿಕೊಳ್ಳುವ ಆಯಾ ತಾಯಮ್ಮನ ಕುರಿತು ಕಥೆ ಹೆಣೆದದ್ದಾಗಿದೆ. ನಚಿಕೇತನ ತಂದೆತಾಯಿಗಳು ಯಾವಾಗಲೂ ಅಸ್ಪತ್ರೆಯಲ್ಲಿ ಬಹಳ ಬಿಜಿ ಆಗಿರುವುದರಿಂದ ಆತನನ್ನು ಸಲಹುವ ಜವಾಬ್ದಾರಿ ತಾಯಮ್ಮಳ ಮೇಲೆ ಬಿದ್ದಿದೆ. ಇವರಿಬ್ಬರ ನಡುವೆ ಸಹಜವಾಗಿ ಭಾವನಾತ್ಮಕ ಸಂಬಂಧ ಬೆಸೆದುಕೊಂಡಿದೆ. ಈಗ ಆತ ಮಲೇಶಿಯಾ ದೇಶದ ಕೌಲಾಲಂಪುರದಲ್ಲಿರುವ ವಿಶ್ವವಿದ್ಯಾನಿಲಯದಲ್ಲಿ ಸೈಕಾಲಜಿ ಪ್ರೊಫೆಸರ್ ಆಗಿ ಕೆಲಸ ನಿರ್ವಹಿಸುತ್ತಿದ್ದಾನೆ. ಕಾಲಾನಂತರದಲ್ಲಿ ತಂದೆತಾಯಿಗಳು ಹಠಾತ್ತಾಗಿ ಅಪಘಾತ ಸಂಭವಿಸಿ ತೀರಿಕೊಳ್ಳುವರು, ಬಾಲ್ಯದ ಗೆಳೆಯ ಡಾ॥ ಸಂದೇಶನಿಗೆ ತಂದೆತಾಯಿಯರು ಕಟ್ಟಿದ ಆಸ್ಪತ್ರೆಯ ಜವಾಬ್ದಾರಿಯನ್ನು ಹೊರಿಸುವುದು ನಂತರ ತಾಯಮ್ಮನೂ ಹಾರ್ಟ್ ಅಟ್ಯಾಕ್ ಆಗಿ ತೀರಿಕೊಳ್ಳುವದು. ಅವರ ಇಬ್ಬರೂ ಹೆಣ್ಣುಮಕ್ಕಳಾದ ಕವಿತಾ ಹಾಗೂ ಕಾವ್ಯಾಳನ್ನು ನಚಿಕೇತ ಬಾಲ್ಯಸ್ನೇಹಿತರಾದ ಸಂದೇಶ ಹಾಗೂ ಅಮಿತನಿಗೆ ಕೊಟ್ಟು ಮದುವೆ ಮಾಡಿಸುವದು. ತಾನು ಸಂದೇಶನ ತಂಗಿಯನ್ನು ಮದುವೆಯಾಗುವದು. ಈ ಎಲ್ಲ ಘಟನೆಗಳನ್ನು ಕಥೆ ವಿವರಿಸುತ್ತ ಸುಖ್ಯಾಂತಗೊಳ್ಳುತ್ತದೆ. ಕಥೆಗಾರ್ತಿಯರು ಕಥೆ ಎಲ್ಲಿಯೂ ಲಯ ತಪ್ಪದಂತೆ ನಿರ್ವಹಿಸಿದ ರೀತಿ ಮೆಚ್ಚುವಂಥಹದ್ದಾಗಿದೆ. ಕಥೆಯಲ್ಲಿ ಎಲ್ಲ ಪಾತ್ರಗಳೂ ಒಳ್ಳೆಯತನವನ್ನು ಮೈಗೂಡಿಸಿಕೊಂಡೇ ಮುನ್ನಡೆದಿವೆ. ಕೆಟ್ಟತನದ ಲವಲೇಶವೂ ಇಲ್ಲ. ನಚಿಕೇತನ ತಂದೆತಾಯಿಗಳು ಹಾಗೂ ಸಾಕುತಾಯಿ ತಾಯಮ್ಮಳ ಅನಿರೀಕ್ಷಿತ ಸಾವುಗಳಿಂದ ಧೃತಿಗೆಡದೇ ಮನೆತನದ ಎಲ್ಲ ಜವಾಬ್ದಾರಿಗಳನ್ನು ಗೆಳೆಯರ ಸಹಾಯದಿಂದ ನಿಭಾಯಿಸಿದ ರೀತಿ ಮೆಚ್ಚುವಂಥದ್ದು. ಇದು ಸಾಧ್ಯವಾದುದು ತಾಯಮ್ಮ ಕಲಿಸಿದ ಮಾನವೀಯ ಪಾಠ ಮುಖ್ಯವಾಗಿದೆ. ಇತ್ತಿತ್ತಲಾಗಿ ಪತ್ರಿಕೆಗಳಲ್ಲಿ ಕಾಣಿಸಿಕೊಳ್ಳುವ ಸುದ್ದಿಗಳಾದ ಆಯಾಳ ಮೇಲೆ ಮಾಲೀಕರ ದೌರ್ಜನ್ಯ, ಆಯಾಳಿಂದ ಮಾಲೀಕರ ಮನೆ ಕಳ್ಳತನ ಇಂತಹ ನಿದರ್ಶನಗಳಿಗೆ ಕಥೆ ಒಂದು ದೊಡ್ಡ ನೀತಿಪಾಠವಾಗಿದೆ.

'ಪೂರ್ಣಿ ಮತ್ತು ಕುಟುಂಬ' ಆದರ್ಶ ಶಾಲೆಯ ಒಂಭತ್ತನೆಯ ತರಗತಿಯ ಶಿಕ್ಷಕಿಯರಾದ ವೀಣಾ ಅವರ ಲವಲವಿಕೆ, ಜಾಣ ವಿದ್ಯಾರ್ಥಿನಿ ಪೂರ್ಣಿ ಹಾಗೂ ಅವಳ ಅವಿಭಕ್ತ ಕುಟುಂಬದ ಸುತ್ತ ತಿರುಗಿದ ಕಥೆಯಾಗಿದೆ. ಕಥೆ ಗ್ರಾಮಭಾರತದ ಧಾರಣಶಕ್ತಿಯ ಕೇಂದ್ರವಾದ ಅವಿಭಕ್ತ ಕುಟುಂಬದ ಮೌಲ್ಯಗಳನ್ನು ಹಾಗೂ ಅವುಗಳ ವಿಘಟನೆಗೆ ಕಾರಣವಾಗುವ ಅಂಶಗಳ ಮೇಲೆ ಬೆಳಕು ಚೆಲ್ಲುತ್ತದೆ. ವೀಣಾ ಟೀಚರ್ ಶಾಲೆಯಲ್ಲಿ ವಿಭಕ್ತ ಹಾಗೂ ಅವಿಭಕ್ತ ಕುಟುಂಬದ ಕುರಿತು ಚರ್ಚೆ ಏರ್ಪಡಿಸಿದ್ದು, ಅದರಲ್ಲಿ ಪೂರ್ಣಿ ಅವಿಭಕ್ತ ಕುಟುಂಬದ ಬಗ್ಗೆ ಗಂಭೀರವಾಗಿ ವಾದ ಮಂಡಿಸಿದ್ದು, ಆದರೆ ಪೂರ್ಣಿಯ ಅವಿಭಕ್ತ ಕುಟುಂಬದಲ್ಲಿ ಕೇಶವ ಚಿಕ್ಕಪ್ಪ, ಹೆಂಡತಿ ಲತಾಚಿಕ್ಕಿ,

ರಾಜಣ್ಣ, ಆತನ ಹೆಂಡತಿ ನೆವ ಹೇಳಿಕೊಂಡು ಅವಿಭಕ್ತ ಕುಟುಂಬದ ಒಡಲಿನಿಂದ ಒಬ್ಬೊಬ್ಬರಾಗಿ ದೂರ ಹೋಗಿ ಜೀವಿಸುವದು ಸೂಕ್ಷ್ಮ ಮನಸ್ಸಿನ ಪೂರ್ಣಿಗೆ ತುಂಬಾ ಆಘಾತ ತಂದಿದೆ.

'ಕರುಣಾಳು ಬಾ ಬೆಳಕೆ' ಕತೆಯು ದೇದೀಪ್ ಹಾಗೂ ಮಾನಸಿ ದಂಪತಿಗಳ ನಡುವಿನ ವಿರಸದ ಬಗ್ಗೆ ಮಾತನಾಡುತ್ತದೆ. ಇವರಿಬ್ಬರ ಜಗಳ ವಿಚ್ಛೇದನದವರೆಗೂ ತಂದು ನಿಲ್ಲಿಸಿದೆ. ಇದಕ್ಕೆ ಮೂಲಕಾರಣ ದೇದೀಪ್ ಹಾಗೂ ಆತನ ಸಹಪಾಠಿ ಪುನರ್ವಸು ಅವರ ನಡುವಿನ ಸ್ನೇಹ ಹಾಗೂ ಪ್ರೀತಿ. ಇಲ್ಲಿ ದೇದಿಪ್ ಪ್ರೀತಿಸುತ್ತಿದ್ದ ಪುನರ್ವಸು ಅವಳನ್ನು ಬಿಟ್ಟು ಮಾನಸಿಯನ್ನು ಮದುವೆಯಾಗಿದ್ದಾನೆ. ಈಗ ಪುನರ್ವಸು ಪ್ರೀತಿ ಪ್ರೇಮದ ಗೊಡವೆಬಿಟ್ಟು ಒಂದು ಮಾತಾಲಯ ನಿರ್ಮಿಸಿ ಅನಾಥ ಮಕ್ಕಳ ಸುಶ್ರೂಷೆಯಲ್ಲಿ ತೊಡಗಿಕೊಂಡಿದ್ದಾಳೆ. ಅವಳು ಬರೆದ 'ನಾನಿರುವೆ ನಿನಗಾಗಿ' ಎಂಬ ಕವನ ದೇದೀಪ್‌ನ ಡೈರಿಯಲ್ಲಿ ಮಾನಸಿಗೆ ಸಿಕ್ಕೊಡನೆ ಅವರಿಬ್ಬರ ಬಾಳಲ್ಲಿ ಬಿರುಕು ಮೂಡತೊಡಗುತ್ತದೆ. ಪುನರ್ವಸು ಹಠಾತ್ ಹೃದಯಾಘಾತದಿಂದ ನಿಧನ ಹೊಂದಿದ್ದು, ಅವಳಿಗಾಗಿ ಮಾತಾಲಯದಲ್ಲಿ ನಡೆದ ಶ್ರದ್ಧಾಂಜಲಿ ಸಭೆಯಲ್ಲಿ ಮಾನಸಿ ಭಾಗವಹಿಸಿದ್ದು, ಆ ಕವನ ನಿಜವಾಗಿಯೂ ಅನಾಥ ಮಗುವಿಗಾಗಿ ರಚಿಸಿದ್ದು ಎಂಬುದು ಅವಳ ಗಮನಕ್ಕೆ ಬಂದು ಕೊನೆಗೆ ದೇದೀಪ್‌ನ ಕ್ಷಮೆ ಕೇಳಿ ಅವನೊಂದಿಗೆ ಬಾಳು ಸಾಗಿಸಿದ್ದು ಈ ಘಟನಾವಳಿಗಳ ಚಿತ್ರಣ ಆಕರ್ಷಕ ಶೈಲಿಯಲ್ಲಿ ಮೂಡಿ ಬಂದಿದೆ. ಗಂಡನ ಮೇಲೆ ಅಷ್ಟೆಲ್ಲ ಸಿಟ್ಟು, ಅಸಹನೆ, ತಿರಸ್ಕಾರ ಬೆಳೆಸಿಕೊಂಡ ಮಾನಸಿ ತನ್ನ ತಪ್ಪಿನ ಅರಿವಾಗಿ ಅವನಿಂದ ಬೇರೆಯಾಗಲು ಮನಸ್ಸು ಮಾಡುವದಿಲ್ಲ. ಕೊನೆಗೂ ಇಲ್ಲಿ ಕುಟುಂಬ ವ್ಯವಸ್ಥೆಯೇ ಗೆಲ್ಲುವಂತೆ ಮಾಡಿದ್ದು ಕಥೆಯ ಹೆಗ್ಗಳಿಕೆಯಾಗಿದೆ.

ಒಟ್ಟಾರೆ ಕಥೆಗಾರ್ತಿಯರಾದ ಮುರ್ತುಜಾಬೇಗಂ ಅವರು ಕಥೆ ಹೇಳುವ ತಮ್ಮ ಇತಿಮಿತಿಗಳನ್ನು ಅರಿತು ಅಚ್ಚುಕಟ್ಟಾಗಿ ಕತೆ ಕಟ್ಟುವ ಸಾಮರ್ಥ್ಯ ಹೊಂದಿದ್ದಾರೆ. ಕಥೆಗಳಲ್ಲಿ ಎದ್ದು ಕಾಣುವ ಅಂಶವೆಂದರೆ ಕಥೆ ಹೇಳಬೇಕೆನ್ನುವ ಕುತೂಹಲ ಆಕರ್ಷಕವಾಗಿ ಕಥೆ ಹೇಗೆ ಹೇಳಬೇಕೆನ್ನುವದರಲ್ಲಿಯೇ ತಮ್ಮ ಗಮನ ಕೇಂದ್ರೀಕರಿಸುತ್ತಾರೆ. ವೈಚಾರಿಕ ಗೊಂದಲಗಳ ವಿಶ್ಲೇಷಣೆ ಅವರ ಕಥೆಗಳಲ್ಲಿಲ್ಲ. ಘಟನೆಗಳ ಸಲೀಸಾದ ವರ್ಣನೆಗಳಲ್ಲಿ ಅವರ ಕಥೆಗಾರಿಕೆ ದುಡಿದಿದೆ. ಕಥೆಗಳಲ್ಲಿ ಬದುಕಿನ ದುರಂತಗಳ ಪ್ರಸ್ತಾಪವಾದರೂ ಎಲ್ಲ ಕತೆಗಳಲ್ಲಿ ಅದು ಹರಿದಾಡಿಲ್ಲ. ಕಥೆಗಳನ್ನು ಬದುಕಿನ ಗೋಳಿನ ಕಥೆಗಳಾಗಿಸದೇ ಸಮಾಜದಲ್ಲಿ ಸ್ವಾಸ್ಥ್ಯ ಜೀವನಕ್ಕಾಗಿ ಆರೋಗ್ಯಪೂರ್ಣವಾದ ಸಾಹಿತ್ಯವನ್ನಾಗಿಸುವ ಪ್ರಯತ್ನವನ್ನು ಮುರ್ತುಜಾ ಅವರು ಮಾಡಿದ್ದು ತುಂಬಾ ಪ್ರಶಂಸನೀಯವಾಗಿದೆ. ಎಲ್ಲ ಕಥೆಗಳು ಮಾನವೀಯತೆಯ ವೀಣೆಯ ತಂತಿಗಳನ್ನು ಮೀಟಿ ಓದುಗರ

ಹೃದಯದಲ್ಲಿ ಸಿಹಿ ತರಂಗಗಳನ್ನು ಎಬ್ಬಿಸಲು ಸಶಕ್ತವಾಗಿವೆ. ಜೀವನದ ವಾಸ್ತವ ಸಮಸ್ಯೆಗಳನ್ನು ಆಳವಾಗಿ ಅವಲೋಕಿಸಿ ಇನ್ನಷ್ಟು ಚಿಂತಿಸಿ ಬರೆಯುತ್ತಾ ಸಾಗಿದರೆ ಅವರ ಕಥಾಪ್ರಪಂಚ ಇನ್ನಷ್ಟು ವಿಸ್ತರಿಸುವದರಲ್ಲಿ ಸಂದೇಹವಿಲ್ಲ. ಅವರ ಕಥಾಸಾಹಿತ್ಯ ಇನ್ನಷ್ಟು ವಿಶಾಲಗೊಂಡು, ಬಹುಕಾಲ ನಿಲ್ಲಬಲ್ಲ ಗಟ್ಟಿಕಥೆಗಳನ್ನು ಕನ್ನಡ ಸಾಹಿತ್ಯಲೋಕಕ್ಕೆ ನೀಡುತ್ತಾ ಅವರ ಕೀರ್ತಿ ಬಾನೆತ್ತರಕ್ಕೆ ಹಾರಲಿ ಎಂದು ತುಂಬು ಹೃದಯದಿಂದ ಹಾರೈಸುವೆ.

ಹುನಗುಂದ
07–05–2024

ಡಾ. ಶ್ರೀಶೈಲ ಆರ್. ಗೋಲಗೊಂಡ
ಸಹಪ್ರಾಧ್ಯಾಪಕರು ಹಾಗೂ
ಮುಖ್ಯಸ್ಥರು, ಇಂಗ್ಲಿಷ್ ವಿಭಾಗ
ವಿ.ಎಂ.ಕೆ.ಎಸ್.ಆರ್. ವಸ್ತ್ರದ ಕಲಾ, ವಿಜ್ಞಾನ ಹಾಗೂ
ವ್ಹಿ.ಎಸ್. ಬೆಳ್ಳಿಹಾಳ ವಾಣಿಜ್ಯ ಮಹಾವಿದ್ಯಾಲಯ
ಹುನಗುಂದ

ಕಥೆಯ ಹಾಡಿನ ಜಾಡು ಹಿಡಿದು...

ಹಾಗೆ ನೋಡಿದರೆ ಕಥಾಬರಹ ಒಂದು ಅನುಭೂತಿಯೇ ಸರಿ. ಅಲ್ಲದೇ ಬಹುಕಾಲದಿಂದಲೂ ಕಾವ್ಯವನ್ನೇ ಉಸಿರುತ್ತಿದ್ದ ನನ್ನಂಥವಳು ಆಗಾಗ, ಅಲ್ಲೊಂದು ಇಲ್ಲೊಂದು ಕಥೆ ಬರೆದಿದ್ದೇನೆಂಬುದು ನಿಜವೇ ಆದರೂ. ಆಗೀಗ, ಅಲ್ಲಲ್ಲಿ ಅವು ಪ್ರಕಟಗೊಂಡಿದ್ದರೂ, ತೀರಾ ಒಂದು ಕಥಾಸಂಕಲನ ಇಷ್ಟು ಬೇಗ ಹೊರಬರಬಹುದೆಂಬ ಅಂದಾಜು ನನಗಂತೂ ಇರಲೇ ಇಲ್ಲವೆನ್ನಿ.

ಕೆಲವೊಮ್ಮೆ ಕಥಾಹಂದರದ ನೇಯ್ಗೆ, ಪಾತ್ರಗಳ ಸೃಷ್ಟಿ, ಆ ಸೃಷ್ಟಿಗೊಂದು ದೃಷ್ಟಿ, ಸನ್ನಿವೇಶ ನಿರ್ವಹಣೆಯ ಸೂಕ್ಷ್ಮತೆ, ಅರ್ಥಪೂರ್ಣ ಆರಂಭ ಹಾಗೂ ಅಂತ್ಯಗಳ ನೈಪುಣ್ಯತೆ... ಹೀಗೆ ನೂರೆಂಟು ಅನುಭವಗಳ ಅನುಭಾವವೇ ಕಥಾರಚನೆಯನ್ನು ಸಾಧ್ಯವಾಗಿಸಬಲ್ಲದು. ತುಂಬ ಸಮಯ ಕವಿತೆಗಳೊಂದಿಗೆ ಬದುಕಿದ ನನಗೆ ಕಥೆಗಳ ಜೊತೆ ಕಳೆದ ಸಮಯ ಮರೆಯಲಾಗದು. ಒಂದಂತೂ ಸತ್ಯ. ಕಾವ್ಯ ನೇಯುವ ಖುಷಿ ಕಥೆಗಳ ಹೆಣಿಕೆಯಲ್ಲೂ ಸ್ವಲ್ಪ ನಿಧಾನವಾಗಿಯಾದರೂ ಅನುಭವಕ್ಕೆ ದಕ್ಕಿತು. ಪ್ರತಿ ಕಥೆ ಬರೆದು ಮುಗಿಸಿದಾಗೊಮ್ಮೆ ಅದೆಂಥದೋ ನಿರಾಳತೆ. ಏನೋ ಆನಂದ. ಒಂದೊಂದು ಸಲವಂತೂ ಕಥೆಗಳಲ್ಲಿನ ಪಾತ್ರಗಳೇ ನನ್ನೊಂದಿಗೆ ಕುಳಿತಿವೆ ಅನಿಸಿ, ಅವರ ನೋವು, ಸಂತಸ, ಗೆಲುವು... ಎಲ್ಲವೂ ನನ್ನವೇನಾ ಎನ್ನುವ ಅನುಭೂತಿ.

ಅಂತೂ ಇಂತೂ ಒಂದಷ್ಟು ಕಥೆಗಳನ್ನು ಬರೆಯುಷ್ಟರ ಹೊತ್ತಿಗೆ, ನಾಡಿನಲ್ಲಿ ಪುಸ್ತಕಭಿರುಚಿಯ ಮೂಲಕ ಜ್ಞಾನಕೈಂಕರ್ಯಕ್ಕೆ ಟೊಂಕ ಕಟ್ಟಿ ನಿಂತಿರುವ ವೀರಲೋಕ ಹೀಗೊಂದು ಉತ್ತರ ಕರ್ನಾಟಕದ ಲೇಖಕರಿಗೆಂದೇ

'ಉತ್ತರಪರ್ವ' ಎಂಬ ಯೋಜನೆಯನ್ನು ಕೈಗೆತ್ತಿಕೊಂಡಿರುವ ಸುದ್ದಿಯನ್ನು ಸಾಮಾಜಿಕ ಜಾಲತಾಣಗಳಲ್ಲಿ ನೋಡಿದೆನಾದರೂ ಕಥೆಗಳ ಕಳಿಸುವ ಇರಾದೆಯಿರಲಿಲ್ಲ.

ಅದೇ ಸಮಯಕ್ಕೆ ಬೇರಾವುದೋ ಕಾರಣಕ್ಕೆ ರಾಗಂ ಗುರುಗಳಿಗೆ ಫೋನಾಯಿಸಿದಾಗ, ತಮ್ಮ ಎಂದಿನ ಶೈಲಿಯಲ್ಲಿ 'ನೀನೇನು ಕಳಿಸಿದೆ ಮುರ್ತುಜಾ ಉತ್ತರಪರ್ವಕ್ಕೆ' ಎಂದು ಕೇಳಿದರು. 'ಕಥೆಗಳಿವೆ ಸರ್, ಆದರೆ ಕಳಿಸಿಲ್ಲ' ಎಂದುತ್ತರಿಸಿದೆ. ಮತ್ತದೇ ಗದರಿಕೆಯ ಮೆದುದನಿಯಲ್ಲಿ 'ನೀನು ಉತ್ತರಕರ್ನಾಟಕದವಳೇ ತಾನೇ? ಕಳಿಸಬೇಕಲ್ಲವೇ?' ಎಂದಾಗಲೇ ನಾನು ಕಥೆಗಳ ಕಳಿಸುವ ಮನಸು ಮಾಡಿದ್ದು. ಈ ಮೆಲುಗದರಿಕೆಯ ತಾಕತ್ತಿಗೆ ಗುರುಗಳಿಗೆ ನೂರೆಂಟು ಸಲಾಂ.

ಇಂಥದೊಂದು 'ಉತ್ತರಪರ್ವ'ದ ಅಭಿಯಾನ ಶುರು ಮಾಡಿದ್ದಕ್ಕೂ, ನೂರೆಂಟು ಕೃತಿಗಳ ಸ್ಪರ್ಧೆಯಲ್ಲಿ ನನ್ನ 'ಪರಸ್ಪರ ಮತ್ತು ಇತರ ಕಥೆಗಳು' ಎಂಬ ಕಥಾಸಂಕಲನವನ್ನು ಅಂತಿಮ ಹತ್ತು ಕೃತಿಗಳ ಪಟ್ಟಿಯಲ್ಲಿ ಆಯ್ಕೆ ಮಾಡಿದ ಆಯ್ಕೆಗಾರರಿಗೂ, ವೀರಲೋಕಕ್ಕೂ ಅನಂತ ನಮನಗಳ ಸಲ್ಲಿಕೆ.

ವೀರಲೋಕದ ನಿರ್ದೇಶನದಂತೆ, ಪುಸ್ತಕಕ್ಕೆ ಮುನ್ನುಡಿಯನ್ನು ಯಾರಿಂದಲಾದರೂ ಬರೆಸಬೇಕಾಗಿ ಬಂದಾಗ ನೆನಪಾದದ್ದು ನನ್ನ ಪೂಜ್ಯ ಗುರುಗಳೂ, ಸ್ವತಃ ಕಥೆಗಾರರೂ ಆದ ಡಾ.ಶ್ರೀಶೈಲ ಆರ್ ಗೋಲಗೊಂಡ ಅವರು. ತಮ್ಮ ಮಹಾವಿದ್ಯಾಲಯದ ಕೆಲಸದ ಒತ್ತಡದ ಮಧ್ಯವೂ ಬಲುಪ್ರೀತಿಯಿಂದ ಒಪ್ಪಿಕೊಂಡು, ಸಮಯ ಹೊಂದಿಸಿಕೊಂಡು 'ಮುನ್ನುಡಿ' ಬರೆದು ಕೊಟ್ಟಿದ್ದಾರೆ. ಶಿಷ್ಯೆಯ ಮೇಲಿಟ್ಟಿರುವ ಅಭಿಮಾನಕ್ಕೆ ನಾನು ಚಿರಋಣಿ.

ಎಂದಿನಂತೆ ನಾನೇನೇ ಬರೆದರೂ ಮೊದಲು ಓದುವ ಮಾನಸಪುತ್ರ, ವಿದ್ಯಾರ್ಥಿಮಿತ್ರ ಸಿದ್ದು ಹಳ್ಳೂರ ಹಾಗೂ ಸನ್ಮಿತ್ರ ಗುರು ಹಿರೇಮಠರಿಗೆ ಸಲ್ಲಿಸುವ ವಂದನೆಗಳೆಲ್ಲವೂ ಕಡಿಮೆಯೇ. ಇವರಿಬ್ಬರೂ ನನ್ನ ಬರಹದ ಬಗೆಗಿಟ್ಟುಕೊಂಡ ಪ್ರೀತಿ, ನೀಡುವ ಪ್ರತಿಕ್ರಿಯೆಗಳಿಗೆ ನಾನು ಸದಾ ವಿಸ್ಮಯೆ. ಕಥೆಗಳ ಓದಿ ಖುಷಿಗೊಂಡ ಸೋದರಿ ತಸ್ಲೀಮಾ ಮುಲ್ಲಾ ಅವರ ಓದಿನ ಪ್ರೇಮ ದೊಡ್ಡದು.

'ನೀನು ಬರಿ ಅಮ್ಮ, ಕೆಲಸದ ಬಗ್ಗೆ ಯೋಚನೆ ಮಾಡಬೇಡ' ಎನ್ನುತ್ತ ಮಗ್ಗಲು ನಿಂತ ಮಗ ಆದರ್ಶ ಹಾಗೂ ಉತ್ತರಪರ್ವಕ್ಕೆ ಕಥೆ ಕಳಿಸುವಾಗ ರಾತ್ರಿಯಿಡೀ ಟೈಪಿಸಲು ಕೂತ ಇನ್ನೊಬ್ಬ ಮಗ ಅಭಿಷೇಕ ಇವರ ಪ್ರೀತಿಗೆ ನಾನು ಅಕ್ಷರಶಃ ಮೂಕಳಾಗಿರುವೆ. ಹೊತ್ತು ಹೆತ್ತವರಿಗಾದರೂ ಇಂಥ ಮಕ್ಕಳು ಇರುತ್ತಾರೋ ಇಲ್ಲವೋ ನಾನರಿಯೆ. ನನಗಂತೂ ನನ್ನ ಆರೋಗ್ಯ, ಕೆಲಸ, ಬರವಣಿಗೆ, ಕಾರ್ಯಕ್ರಮ... ಎಲ್ಲದರಲ್ಲೂ ನಿಷ್ಕಲ್ಮಶ ಪ್ರೀತಿಯ ಸಾಥ್ ಕೊಟ್ಟು ನನ್ನೊಂದಿಗಿದ್ದಾರೆ ಇವರಿಬ್ಬರೂ. ಈ ಕಥಾಸಂಕಲನದ ಪ್ರತಿ ಹೆಜ್ಜೆಗೂ

ಸಾಕ್ಷಿಯಾಗಿದ್ದಾರೆ. ನಾನವರಿಗೆ ವಿದ್ಯೆ ಮತ್ತು ತುತ್ತು ಹಂಚುತ್ತೇನೆ. ಅವರು ಪ್ರೀತಿಯನ್ನು. ಇನ್ನೇನು ಬೇಕು ಈ ಜನ್ಮಕ್ಕೆ. ಲವ್ ಯು ಮಕ್ಕಳೇ.

ಎಂದಿನಂತೆ ಮನೆಯವರೆಲ್ಲರಿಗೂ, ಶಾಲೆಯ ಗುರುಬಾಂಧವರಿಗೂ, ನನ್ನ ಕರ್ಮಭೂಮಿ ಹಿರೇಬಾದವಾಡಗಿಯ ಬಂಧುಗಳಿಗೂ ಅನಂತ ನಮನಗಳು. ನಾಡಿನಾದ್ಯಂತದ ಸರ್ವ ಸಾಹಿತ್ಯ ಬಂಧುಗಳು, ಹುನಗುಂದದ ಹೊನ್ನಕುಸುಮ ಬಳಗದ ಸನ್ಮಿತ್ರರಿಗೂ ನೆನಕೆಗಳು.

ಕಥೆ ಪ್ರಕಟಿಸಿದ ತುಷಾರ ಪತ್ರಿಕೆ, ಸಮೃದ್ಧಿಗಳ ಸಂಪಾದಕರಿಗೆ ವಂದನೆಗಳು. ಈಗ ಪುಸ್ತಕ ರೂಪಿಸಿ, ಮುದ್ರಿಸುವ ಹೊಣೆ ಹೊತ್ತ 'ವೀರಲೊಕ'ದ ಸರ್ವರಿಗೂ ವಂದನೆಗಳು.

ಮರ್ತುಜಾಬೇಗಂ ಕೊಡಗಲಿ

ಇಲಕಲ್ಲ

ಪ್ರಕಾಶಕರ ನುಡಿ

ಪ್ರತ್ಯೇಕ ಉತ್ತರ ಕರ್ನಾಟಕ ಕೂಗು ಕೇಳಿ ಬಂದಾಗಲೆಲ್ಲಾ ಅಖಂಡ ಕರ್ನಾಟಕದ ಮಾತುಗಳು ಜೋರಾಗಿ ಕೇಳುತ್ತವೆ.

ಸರಿ, ಅಖಂಡ ಕರ್ನಾಟಕ ಎಂಬುದು ನನ್ನ ಖಚಿತ ನಿಲುವು. ಉಸಿರಿರೋವರೆಗೂ ಅಖಂಡ ಕರ್ನಾಟಕದ ಪರವಾಗಿಯೇ ಇರುವೆ. ಆದರೆ, ಈ ಬಾಳ್ವಿಕೆಯಲ್ಲಿ ನ್ಯಾಯವಿದೆಯಾ? ಯಾಕೆ ಅವರು ಪ್ರತ್ಯೇಕ ಉತ್ತರ ಕರ್ನಾಟಕವನ್ನು ಕೇಳುತ್ತಿದ್ದಾರೆ? ಅವರ ನೋವಲ್ಲಿ ನಿಜವಾಗಿಯೂ ಕಾಳಜಿ ಇದೆಯಾ? ಅವರ ಕಷ್ಟಗಳೇನು? ಅದನ್ನು ಕೇಳಿಸಿಕೊಳ್ಳದಂತೆ ಈ ಭಾವುಕ ಮಾತುಗಳು ತಡೆದಿದ್ದವಾ? ಇಂತಹ ಪ್ರಶ್ನೆಗಳನ್ನು ಮುಂದಿಟ್ಟುಕೊಂಡು ಕೂತರೆ, ನಿಜಕ್ಕೂ ಅವರ ಪಾಡು ದುಸ್ತರ. ಅಖಂಡ ಕರ್ನಾಟಕದ ಕಲ್ಪನೆಯ ಜೊತೆಜೊತೆಗೆ ಅವರ ಕಷ್ಟಗಳನ್ನು ಕೇಳುವ ಜರೂರತ್ತು ಇದೆ ಎನ್ನುವುದು ವಾಸ್ತವ. ಉದ್ಯೋಗ, ರಾಜಕೀಯ, ಸಾಮಾಜಿಕ, ಆರ್ಥಿಕ, ಶೈಕ್ಷಣಿಕ, ಆರೋಗ್ಯ ಹೀಗೆ ಎಲ್ಲ ಕ್ಷೇತ್ರಗಳಲ್ಲೂ ಅವರನ್ನು ನಾವು ಮಾತನಾಡಿಸಬೇಕಿದೆ.

ವೀರಲೋಕ ಶುರುವಾದ ಹೊತ್ತಿನಲ್ಲಿ ಹಿಂದೊಮ್ಮೆ ನಾನು ಏಳೆಂಟು ಸಾಹಿತಿಗಳನ್ನು ಕರೆದುಕೊಂಡು ಪುಸ್ತಕಗಳ ಮರು ಬಿಡುಗಡೆಗಾಗಿ ದೂರದ ಬೀದರಿಗೆ ಹೋಗಿದ್ದೆ. ನನ್ನ ಈ ನಡೆಯನ್ನು ಅಲ್ಲಿನ ಸಾಂಸ್ಕೃತಿಕ ಬಳಗ ಅಚ್ಚರಿಯಿಂದಲೇ ಎದುರುಗೊಂಡಿತ್ತು. ನನ್ನ ಜೊತೆ ಬಂದಿದ್ದ ಸಾಹಿತಿಗಳನ್ನು ನೋಡಿ "ನಿಜಕ್ಕೂ ನಂಬಲು ಆಗುತ್ತಿಲ್ಲ. ನಿಮ್ಮನ್ನೆಲ್ಲ ನಾವು ನೋಡ್ತೀವಿ ಅಂದುಕೊಂಡಿರಲಿಲ್ಲ" ಎಂದು ಅಚ್ಚರಿ ವ್ಯಕ್ತ ಪಡಿಸಿದ್ದರು. ಈ ಮಾತಿನ ಹಿಂದಿನ ಅರ್ಥವನ್ನು ನಿಮಗೇ ಬಿಟ್ಟು ಬಿಡುತ್ತೇನೆ.

ಬೆಂಗಳೂರು ಮತ್ತು ಸುತ್ತಲಿನ ಜಿಲ್ಲೆಯವರು ರಾಜಧಾನಿಯಲ್ಲಿನ ಕೆಲಸಗಳಿಗಾಗಿ ಹಾಗೆ ಬಂದು ಹೀಗೆ ಹೋಗಿ ಬಿಡುತ್ತಾರೆ. ಆದರೆ, ಉತ್ತರ ಕರ್ನಾಟಕದವರು ಹಾಗೆ ಮಾಡುವುದಕ್ಕೆ ಸಾಧ್ಯವಾ? ದೂರದ ಬೆಟ್ಟ ನುಣ್ಣಗೆ

ಎನ್ನುವುದು ಅವರಿಗೆ ಗೊತ್ತಿದೆ. ಹಾಗಾಗಿಯೇ ಕನಿಷ್ಠ ಎರಡು ದಿನವಾದರೂ ಅದಕ್ಕೆ ಎತ್ತಿಡುತ್ತಾರೆ. ಕೆಲಸವಾಗದೇ ಇದ್ದರೆ ಇನ್ನಷ್ಟು ದಿನಗಳನ್ನು ಅದಕ್ಕೆ ಸೇರಿಸ್ತಾರೆ. ಪ್ರಯಾಣ ದುಬಾರಿ, ಖರ್ಚು ಇನ್ನೂ ದುಬಾರಿ.

ಉತ್ತರ ಕರ್ನಾಟಕದಿಂದ ಬೆಂಗಳೂರಿಗೆ ಬಂದ ಅನೇಕರನ್ನು ನಾನು ಕಂಡಿದ್ದೇನೆ. ಅಗ್ಗ ಎನ್ನುವ ಕಾರಣಕ್ಕಾಗಿ ತುಂಬಿದ ರೈಲಿನಲ್ಲಿ ಪ್ರಯಾಣ ಬೆಳೆಸುತ್ತಾರೆ. ತಮ್ಮೊಂದಿಗೆ ಬುತ್ತಿಗಂಟು ತರುತ್ತಾರೆ. ಬಂದ ಕೆಲಸ ನಿಗದಿತ ವೇಳೆಯಲ್ಲಿ ಆಗದೇ ಇದ್ದರೆ, ಕಡಿಮೆ ದರದಲ್ಲಿನ ಲಾಡ್ಜ್ ಹುಡುಕುತ್ತಾರೆ. ಇನ್ನೂ ಕೆಲವರು ರೈಲ್ವೆ ನಿಲ್ದಾಣದಲ್ಲಿ ಮಲಗಿ, ಅಲ್ಲಿಯೇ ಮುಖ ತೊಳೆದುಕೊಂಡು ಮತ್ತೆ ತಮ್ಮ ಕೆಲಸಕ್ಕೆ ಹೊರಟವರೂ ಇದ್ದಾರೆ.

ಇಲಾಖೆಗಳಲ್ಲಿನ ಕೆಲಸಕ್ಕಾಗಿ ಬರುವವರದ್ದು ಒಂದು ಬಗೆಯ ನೋವಾದರೆ, ಕೆಲಸ ಹುಡುಕಿಕೊಂಡು ಬರುವವರದ್ದು ಮತ್ತೊಂದು ಚಿಂತಾಜನಕ ಸ್ಥಿತಿ. ಬೆಂಗಳೂರಿನ ಬಹುತೇಕ ಕಟ್ಟಡ ಕಾರ್ಮಿಕರಲ್ಲಿ ಉತ್ತರ ಕರ್ನಾಟಕದ ಭಾಗದವರೇ ತುಂಬಿದ್ದಾರೆ. ಹಾಗಾಗಿ ಅಲ್ಲಿ ಕೆಲಸವನ್ನು ಸೃಷ್ಟಿ ಮಾಡಲು ಯಾಕೆ ಆಗುತ್ತಿಲ್ಲ? ಕಟ್ಟಡ ಮುಗಿಯೋತನಕ ಅಲ್ಲಿಯೇ ಚಿಕ್ಕದೊಂದು ಜೋಪಡಿ ಹಾಕಿಕೊಂಡು ಅದು ಮುಗಿದ ತಕ್ಷಣ ಮತ್ತೊಂದು ಜೋಪಡಿಗೆ ಹಾರುವಾಗ ಯಾಕೆ ಅಖಂಡ ಕರ್ನಾಟಕದ ಕಲ್ಪನೆ ನಮ್ಮೊಳಗೆ ಮನುಷ್ಯತ್ವದ ಮಾತುಗಳನ್ನು ಆಡಿಸುವುದಿಲ್ಲ?

ಒಂದು ವರ್ಷ ಹಿಂದೆ ಬಾಗಲಕೋಟೆಯ ಕೂಡಲಸಂಗದಮದಲ್ಲಿ ಹಮ್ಮಿಕೊಂಡಿದ್ದಂತಹ ಸಾಹಿತ್ಯದ ಕಾರ್ಯಕ್ರಮವೊಂದನ್ನು ಮುಗಿಸಿ ಹೊರಡುವಾಗ ರಾತ್ರಿ ಎಂಟು ಗಂಟೆಯಾಗಿತ್ತು. ನಮ್ಮ ವಾಹನ ಹಳ್ಳಿಗಳನ್ನು ದಾಟಿ ಮುಂದೆ ಮುಂದೆ ಸಾಗುವಾಗ ದಾರಿ ಬದಿಯಲ್ಲಿ ಮಹಿಳೆಯರು ಚೆಂಬು ಹಿಡಿದು ಸಾಲು ಸಾಲಾಗಿ ಹೋಗುತ್ತಿದ್ದ ದೃಶ್ಯ ನನ್ನಲ್ಲಿ ಇನ್ನಿಲ್ಲದ ಕಳವಳವನ್ನುಂಟು ಮಾಡಿತ್ತು.

ಬೆಂಗಳೂರಿಗೆ ದಿಂಡಿದಿಂಡಿಯಾಗಿ ತೆರೆದುಕೊಳ್ಳುವ ಅವಕಾಶಗಳು ಉತ್ತರ ಕರ್ನಾಟಕದಲ್ಲಿ ತೀರಾ ಕಡಿಮೆ. ಲಾಭವೇ ಉದ್ಯಮದ ಉದ್ದೇಶವಾಗಿರುವಾಗ ಅದು ಸಹಜ. ಆದರೆ, ಅಲ್ಲಿನ ಸಂಪನ್ಮೂಲಗಳನ್ನು ಕ್ರೂಢೀಕರಿಸಿ ಉದ್ಯೋಗ ಸೃಷ್ಟಿ ಮಾಡಬಹುದಲ್ಲ? ಅಲ್ಲಷ್ಟು ಸರಕಾರಿ ಇಲಾಖೆಗಳ ಕಚೇರಿ ತೆರೆದು, ಅವರ ಕಷ್ಟಗಳಿಗೆ ಸ್ಪಂದಿಸಬಹುದಲ್ಲ? ಉತ್ತರ ಕರ್ನಾಟಕವೆಂಬುದು ಅಸಮಾನತೆಯ ವಿಳಾಸವಾಗಿಬಿಟ್ಟಿದೆ. ಹಾಗಂತ ನಾನು ನೀವು ಏನು ಮಾಡಲು ಸಾಧ್ಯ? ಇದೆಲ್ಲವೂ ಮಾಡಬೇಕಾದ ರಾಜಕಾರಣಿಗಳು ದೂರದೃಷ್ಟಿಹೀನರಾಗಿರುವಾಗ, ಅವರಿಂದ ಆರಿಸಿ ಬರುವ ಶಾಸಕರು ಬೆಂಗಳೂರಿನ ಆಸ್ತಿದಾರರಾಗಲು ಇಚ್ಛಿಸುವಾಗ ನಾವೇನು ಮಾಡಲು ಸಾಧ್ಯ?

ಹಾಗಂತ ಸುಮ್ಮನಿರಲು ಆಗುತ್ತಿಲ್ಲ. ಆ ನೆಲಕ್ಕೆ ಕಾಲಿಟ್ಟಾಗ ಅಗಾಧ ಪ್ರೀತಿ ಕೊಡುವ, ತನ್ನ ಮನೆಯ ಸದಸ್ಯನೇನೋ ಅನ್ನುವಂತೆ ಕಕ್ಕುಲಾತಿ ತೋರಿಸುವ, ಇವ ನಮ್ಮವ ಇವ ನಮ್ಮವ ಎಂದು ಅಪ್ಪಿಕೊಳ್ಳುವಂತಹ ಅಲ್ಲಿನ ಮನಸುಗಳ ಜೊತೆ ಕೈ ಜೋಡಿಸಬೇಕಿದೆ. ನಾವು ಮಾಡುವ ಕೆಲಸದಲ್ಲಿಯೇ ಅಂತಹ ಅಖಂಡತೆಯನ್ನು ಉಳಿಸಿಕೊಳ್ಳುವಂತಹ ಕೆಲಸ ಏನಾದರೂ ಸಾಧ್ಯವಾದರೆ ಅದಕ್ಕಿಂತ ಖುಷಿ ಇನ್ನೇನಿದೆ. ಆ ಹಿನ್ನಲೆಯಲ್ಲಿ ಈ 'ಉತ್ತರಪರ್ವ' ಒಂದು ಮಹತ್ವದ ಹೆಜ್ಜೆ ಎಂದು ಭಾವಿಸಿದ್ದೇನೆ.

ಈ 'ಉತ್ತರಪರ್ವ' ಯೋಜನೆಗೆ ಉತ್ತರ ಮತ್ತು ದಕ್ಷಿಣದ ನಡುವಿನ ಸೇತುವೆಯಂತೆ ಬರೆಯುತ್ತಿರುವ ಮತ್ತು ಬದುಕುತ್ತಿರುವ ರಾಗಂ ಅವರನ್ನು ಸಂಪಾದಕರನ್ನಾಗಿಸಿದ್ದೆವು. ಈ ಯೋಜನೆ ಅಡಿಯಲ್ಲಿ ಪ್ರಕಟವಾಗುತ್ತಿರುವ ಎಲ್ಲಾ ಕೃತಿಗಳು ಅವರವೇ ಆಯ್ಕೆ. ಖಂಡಿತವಾಗಿಯೂ ಅವರು ನಿಮ್ಮನ್ನು ನಿರಾಸೆಗೊಳಿಸುವುದಿಲ್ಲ ಎಂದು ಭಾವಿಸಿದ್ದೇನೆ ಮತ್ತು ಇಂತಹ ಮಹತ್ವದ ಹೆಜ್ಜೆಯಲ್ಲಿ ಜೊತೆಯಾದ ರಾಗಂ ಅವರಿಗೆ ಮನದಾಳದ ಅಭಿನಂದನೆಗಳನ್ನು ತಿಳಿಸುತ್ತೇನೆ. ಹಾಗೆ ಈ 'ಉತ್ತರಪರ್ವ'ಕ್ಕಾಗಿ ಬಂದ ನೂರಾರು ಕೃತಿಗಳಲ್ಲಿ ಆಯ್ಕೆಯಾಗಿದ್ದು ಹತ್ತು ಕೃತಿಗಳು ಮಾತ್ರ.

ಆ ಹತ್ತು ಕೃತಿಗಳಲ್ಲಿ ಈ 'ಪರಸ್ಪರ ಮತ್ತಿತರ ಕಥೆಗಳು' ಕೃತಿಯೂ ಒಂದು. ಅದಕ್ಕಾಗಿ ಈ ಕೃತಿಯ ಲೇಖಕರಾದ ಮುರ್ತುಜಾಬೇಗಂ ಕೊಡಗಲಿ ಅವರನ್ನು ಮನಸಾರೆ ಅಭಿನಂದಿಸುತ್ತೇನೆ ಮತ್ತು ಈ ಕೃತಿಯು ಜನ ಮೆಚ್ಚುಗೆಯ ಕೃತಿಯಾಗುತ್ತದೆಯೆಂದು ಆಶಿಸುತ್ತೇನೆ.

ಓದುವ ಸುಖ ನಿಮ್ಮದಾಗಲಿ.

ನಿಮ್ಮ,

ವೀರಕಪುತ್ರ ಶ್ರೀನಿವಾಸ

ಪರಿವಿಡಿ

1

ಲಚ್ಚಿ

ಯಾಕೋ ಗೊತ್ತಿಲ್ಲ ಬೆಳಗಿನಿಂದಲೂ ಮನಸ್ಸಿಗೆ ಎಂಥದೋ ಚಡಪಡಿಕೆ. ಏನೋ ಅಸಮಾಧಾನ ಊಂ, ಹುಂ ಬೇಡ. ಈಗಾಗಲೇ ಟೈಪಿಂಗ್ ಮಾಡಿದ್ರಲ್ಲಿ ಆಗಿರುವ ತಪ್ಪುಗಳಿಗೆ ಬಾಸ್ ಕರೆಸಿ ಆರತಿ ಮಾಡಿದ್ದಾಗಿದೆ. ಮನಸ್ಸೇ ಇಲ್ಲದಲ್ಲಿ ಕೆಲಸದಲ್ಲಿ ತೊಡಗಬಾರದು ಅನ್ನೋದು ಮೊದಲಿನಿಂದಲೂ ಬೆಳೆಸಿಕೊಂಡು ಬಂದ ಸಿದ್ಧಾಂತ. ತಲೆ ಕೊಡವಿಕೊಂಡು ಅರ್ಧದಿನದ ರಜೆ ಬರೆದು ಬಾಸ್ ಕೈಲಿಟ್ಟೆ. ಏನೂ ಪ್ರತಿಕ್ರಿಯಿಸದೇ ಸ್ವೀಕರಿಸಿದರು. ಅದೇ ಸರಿ ಅನಿಸಿರಲಿಕ್ಕೂ ಸಾಕು ಅವರಿಗೆ. ಆಫೀಸಿನಿಂದ ಹೊರಬಿದ್ದೆ.

ಅಂದ ಹಾಗೆ ಇದೇನೂ ಮೊದಲ ಬಾರಿ ಅಲ್ಲ ಹೀಗಾದದ್ದು, ಆಗೆಲ್ಲಾ ಸೀದಾ ಹತ್ತಿರದ ರಾಯರ ಮಠಕ್ಕೋ, ಪಾರ್ಕಿಗೋ ಹೋಗಿ ಸುಮ್ಮನೆ ಕುಳಿತೆದ್ದು ಬಂದಾಗಲೇ ನಿರುಮ್ಮಳತೆ. ಆ ಏಕಾಂತದ ಮೌನ ನೀಡುವ ಸಮಾಧಾನ ಯಾವಾಗಲೂ ನನಗೆ ಪ್ರಿಯವೇ. ಹಾಗಂತ ಒಂಟಿತನ ಯಾವಾಗಲೂ ಅಪ್ಯಾಯಮಾನ ಆಗಿರಲಿಲ್ಲ. ಒಳ್ಳೆಯ ಮಾತು, ಚರ್ಚೆ, ತಮಾಷೆಗಳೊಂದಿಗೆ ಇತರರೊಂದಿಗೆ ಖುಷಿಪಡೋದು ಇದ್ದೇ ಇದೆ. ಆದರೆ ಹಲವಾರು ಸಲ, ನನಗೇ ಅರಿವಾಗದಂತೆ ಇಂಥದೊಂದು ವಿಷಣ್ಣತೆ ಎಲ್ಲಿರುತ್ತೋ ಧಕ್ಕನೆ ಬಂದು ಜೊತೆಯಾಗಿಬಿಡುತ್ತೆ. ಅಸಲಿಗೆ ಅದಕ್ಕೊಂದು ಕಾರಣವೇ ಇರೋದಿಲ್ಲ. ಇವತ್ತಾದದ್ದೂ ಹಾಗೆ.

ಹೀಗೆ ಬೇಜಾರಿನಲ್ಲಿದ್ದಾಗ ಯಾವತ್ತೂ ಆಟೋ ಹಿಡಿದವಳಲ್ಲ. ಆಗೇನಿದ್ದರೂ ವೇಗವಾದ ಕಾಲ್ನಡಿಗೆಯೇ ಆಗಬೇಕು. ಸುಮ್ಮನೆ ಅಂತರ್ಮುಖಿಯಾಗಿ ನಡೆದೇ ರೂಮು ಸೇರಬೇಕು. ಯಾರೇ ಎದುರಿಗೆ

ಸಿಕ್ಕು ಮಾತನಾಡಿಸಿದರೆ ಕಿರಿಕಿರಿ. ಮಹಡಿ ಮೇಲಿನ ರೂಮು ಸೇರುವಾಗ ಕೆಳಗಿನ ನನ್ನ ಪ್ರೀತಿಯ ಹೂದೋಟವಾಗಲಿ, ಓನರ್ ಆಂಟಿಯ 'ಯಾಕಮ್ಮಾ, ಇವತ್ತು ಇಷ್ಟು ಬೇಗ ಬಂದ್ಬಿಟ್ಟೆ?' ಎಂಬ ಪ್ರಶ್ನೆಯಾಗಲಿ ಪ್ರಜ್ಞೆಗೆ ಬರೋಲ್ಲ. ಒಳಗೆ ಹೋಗಿ ರೂಮಿನ ಬಾಗಿಲು ಹಾಕಿ, ತಣ್ಣಗಿನ ನೀರು ತಲೆಯ ಮೇಲೆ ಹಾಕ್ಕೊಂಡು ಬಂದು ನೆಲದ ಮೇಲೆ ತುಂಬಾ ಹೊತ್ತು ಕಣ್ಣುಮುಚ್ಚಿ ಕುಳಿತುಬಿಡಬೇಕು. ಆಮೇಲೆ ಕಣ್ಣುಬಿಟ್ಟಾಗ ನಿರಾಳತೆ.

ಇವತ್ತೂ ಹಾಗೇ ಮಾಡಿದ್ರಾಯ್ತು ಅಂದ್ಕೊಂಡು ಹೊರಟೆ. ಇನ್ನೇನು ಈ ಸರ್ಕಲ್ ದಾಟಿ, ಆಚೆ ಬದಿಗೆ ಹೋಗಿ ಆ ಬೀದಿ ದಾಟಿದರೆ ರೂಮು ತುಂಬಾ ಹತ್ತಿರವೇ. ಆದರೆ... ಅಲ್ಯಾಕೆ ಅಷ್ಟೊಂದು ಜನ ನಿಂತಿದ್ದಾರೆ? ಆ ಗುಡಿಯ ಹಿಂದೆ. ಹೋಗಲಿ ಬಿಡು ನನಗ್ಯಾಕೆ? ಅಂತ ಹೋದರೆ ನಾಲ್ಕೇ ನಾಲ್ಕು ಹೆಜ್ಜೇನೂ ನಡೆಯೋಕ್ಕಾಗ್ಲಿಲ್ಲ. ಏನಾಗಿರಬಹುದು? ಯಾರಿಗೆ? ಮನದಲ್ಲೆದ್ದ ಪ್ರಶ್ನೆಗಳಿಗೆ ಸೋತು ಆ ಕಡೆಗೇ ಹೊರಟೆ. ಜನರ ನಡುವೆ ಹೇಗೋ ತೂರಿಕೊಂಡೆ. ಪುಣ್ಯಕ್ಕೆ ಮೂರ್ಛೆ ಹೋಗಲಿಲ್ಲ. ಅವಳ ಮೈಮೇಲಿರುವ ಆ ಸೀರೆ ನನ್ನದೇನಾ...? ಸಂಶಯವಾಯ್ತು. ಸ್ವಲ್ಪ ಸರಿದು ಅವಳ ಮುಖ ನೋಡಿದೆ. ನಿಸ್ಸಂಶಯವಾಗಿ ಅದು ನನ್ನದೇ ಸೀರೆ. ಅವಳು ಲಚ್ಚಿ. ಏನಾಗಿದೆ ಅವಳಿಗೆ? ಅದೇನದು ಅಷ್ಟೊಂದು ರಕ್ತ? ಅದೆಲ್ಲ ಹೋಗಲಿ, ಆ ಹಸುಗೂಸು ಅವಳ ಪಕ್ಕದಲ್ಲಿರೋದ್ಯಾಕೆ? ಪಾಪ! ಎಷ್ಟೊಂದು ಅಳ್ತಾ ಇದೆ. ಹಾಂ. ಆಗಲೇ ನೆನಪಾದದ್ದು, ಈ ನಡುವೆ ಸುಮಾರು ತಿಂಗಳುಗಳಿಂದ ಅವಳೆಲ್ಲೂ ಕಂಡೇ ಇರಲಿಲ್ವಲ್ಲ!.

'ಅಯ್ಯೋ ಪಾಪ, ಎಂಥ ಕಲಿಗಾಲ ಬಂತಪ್ಪ! ಹುಚ್ಚರನ್ನೂ ಬಿಡಲ್ವಲ್ಲ ಈ ಜನ!' 'ಹಾಳಾದವ್ನು ಯಾವನೋ ಮುಂಡೆಮಗ ಈ ಕೆಲಸ ಮಾಡಿದ್ದು', 'ಪಾಪಿ, ಏನೂ ಅರೀದವಳನ್ನ ಬಲಿ ತಗೊಂಡಿದಾನೆ ತನ್ನ ಚಟಕ್ಕೆ', 'ದೇವರು ಅವನನ್ನು ಸುಮ್ನೆ ಬಿಡ್ತಾನಾ?', 'ಅವನೇನಾದ್ರೂ ನನ್ನ ಕೈಲಿ ಸಿಗಬೇಕು, ಸೀಳಿ ಹಾಕ್ತೀನಿ'... ಹೀಗೆ ಸುತ್ತಲೂ ಇದ್ದ ಜನ ಏನೇನೋ ಮಾತಾಡೋದು ಕೇಳಿದಾಗ ನಿಧಾನವಾಗಿ ವಿಷಯದ ಅರಿವಾಯ್ತು. ಆ ಗುಂಪಿನಿಂದ ಹೊರಬಂದೆ. ಸಾವರಿಸಿಕೊಳ್ಳಲಾಗದೇ ಗುಡಿಯ ಕಟ್ಟೆಯ ಮೇಲೆ ಕುಸಿದು ಕುಳಿತೆ. ಒಂದೆರಡು ಕ್ಷಣಗಳ ನಂತರ ಮುಚ್ಚಿದ ಕಣ್ಣುಗಳ ಮುಂದೆ ಲಚ್ಚಿಯ ಬಗೆಗಿನ ಅನೇಕ ಘಟನೆಗಳು ಕಣ್ಮುಂದೆ ಸುಳಿಯತೊಡಗಿದವು.

***

ಆವತ್ತು ಆಫೀಸಿಗೆ ಸೇರಿದ ಮೊದಲ ದಿನ. ಹೊಸ ಪರಿಸರ. ಹೊಸ ಜನ. ಸ್ವಲ್ಪ ಸಂಕೋಚದಿಂದಲೇ ಇದ್ದೆ. ಆದರೆ ಎಲ್ರೂ ತುಂಬಾ ಚೆನ್ನಾಗಿ

ಸ್ಪಂದಿಸಿದರು. ಮಧ್ಯಾಹ್ನ ಊಟದ ಸಮಯವಾದಾಗ ಕೆಲವರು ಕ್ಯಾಂಟಿನೀಗೆ ಹೋದರು. ಉಳಿದ ಕೆಲವರು ಹೊರಗೆ ಬಂದು ಊಟಕ್ಕೆ ಅಂತ ಕುಳಿತಿದ್ವಿ. ಇನ್ನೇನು ಡಬ್ಬ ತೆಗೀಬೇಕು ಅನ್ನುವಷ್ಟರಲ್ಲಿ ಯಾರೋ ತಲೆ ಕೆದರಿದ ಒಬ್ಳು ಹೆಂಗಸು ಗೇಟಿನಿಂದ ಒಳಗೆ ಬರೋದು ಕಾಣಿಸ್ತು. ನೇರವಾಗಿ ಬಂದವಳೇ ಸ್ವೆನೊ ಶಿಲ್ಪಾ ಹತ್ರ ಬಂದು 'ಯಕ್ಕಾ ನಂಗೂ ಒಂದ್ಯಾಡು ತುತ್ತು ಕೊಡು' ಅಂದ್ಲು. ದಿಟ್ಟಿಸಿ ನೋಡಿದೆ. ಅವಳು ಸ್ನಾನ ಮಾಡಿ ಎಷ್ಟು ದಿನ ಆಗಿತ್ತೋ ಏನೋ. ಅವಳು ಉಟ್ಟಿದ್ದ ಸೀರೆ ಅನ್ನೋ ಬಟ್ಟೆ ನಾವು ಬಿಡುವ ಸೆರಗಿಗಿಂತ ಸ್ವಲ್ಪವೇ ಉದ್ದ. ಅದರೊಳಗಿನ ತುಂಡು ಲಂಗ ಹರಿದಿದ್ದು ಎಲ್ಲ ನಿಚ್ಚಳವಾಗಿ ಕಾಣ್ತಿತ್ತು. ಅಚ್ಚರಿ ಅಂದರೆ ಅವಳು ಮೈಕೈ ತುಂಬ್ಕೊಂಡು ಆರೋಗ್ಯವಾಗಿದ್ಲು. ಪಕ್ಕದಲ್ಲಿ ಕುಳಿತಿದ್ದ ಕ್ಲರ್ಕ ನಿರ್ಮಲಾ ಹತ್ರ ಅವಳ ಬಗ್ಗೆ ವಿಚಾರಿಸಿದೆ. 'ನೋಡಿ ಕಣ್ರೀ, ಪಾಪ ಇದೇ ಊರಿನೋಳು. ಲಚ್ಚಿ ಅಂತ ಹೆಸರು. ನಾವು ಚಿಕ್ಕಂದಿನಿಂದಲೂ ನೋಡ್ತಾ ಬಂದಿದೀವಿ. ತುಂಬಾ ಅಮಾಯಕಳು. ಯಾವುದರ ಬಗ್ಗೆನೂ ಅರಿವಿಲ್ಲ. ಹೀಗೆ ಯಾವಾಗಲೂ ಬೀದಿ ಬೀದಿ ತಿರುಗ್ತಾಳೆ. ಯಾರಾದ್ರೂ ಕೊಟ್ರೆ ತಿಂತಾಳೆ. ಯಾರೂ ದಿಕ್ಕಿಲ್ಲ' ಅಂದಳು ನಿರ್ಮಲಾ. 'ಯಾಕೆ? ಅವಳ ಮನೆಯವರು ಯಾರೂ ಇಲ್ಲವೇ?' ಎಂದು ಕೇಳಿದೆ. 'ಯಾಕಿಲ್ಲ? ಎಲ್ಲಾ ಇದ್ರು. ಚಿಕ್ಕವಳಾಗಿದ್ದಾಗ ಅಪ್ಪ-ಅಮ್ಮ ತೀರ್ಕೊಂಡಿದಾರೆ. ಇದ್ದೊಬ್ಬ ತಮ್ಮ ಹೇಗೋ ಏನೋ ಬೆಂಗಳೂರು ಸೇರಿದ. ಈ ಹುಚ್ಚಿ ಅಕ್ಕನ ನೆನಪೇ ಅವನಿಗಿಲ್ಲ. ಹೀಗಾಗಿ ಅವನಿದ್ರೂ ಅವಳು ಅನಾಥೆ' ಅಂತ ಹೇಳಿ ನಿಟ್ಟುಸಿರಿಟ್ಟರು ನಿರ್ಮಲಾ. ಲಚ್ಚಿಯ ಬಗ್ಗೆ ಕೇಳಿ ವ್ಯಥೆಯೆನಿಸಿತು. ಮನಸ್ಸು ಚಡಪಡಿಸಿತು. ನಮ್ಮೆಲ್ಲರ ಡಬ್ಬಿಯಿಂದ ಹಂಚಿ ಅವಳಿಗೂ ಊಟಕ್ಕೆ ಕೊಟ್ವಿ. ಗಬಗಬನೇ ತಿಂದು ಹ್ಯಾಗೆ ಬಂದ್ಲೋ ಹಾಗೇ ಹೊರಟು ಹೋದ್ಲು. ಅವತ್ತಿಡೀ ರಾತ್ರಿ ಅವಳದೇ ವಿಚಾರ.

ಆಮೇಲೆ ಲಚ್ಚಿ ಎಲ್ಲಂದರಲ್ಲಿ ಸಾಕಷ್ಟು ಸಲ ಕಾಣ್ತಿದ್ಲು. ಆಗೆಲ್ಲಾ ತುಂಬಾ ಮುಗ್ಧವಾಗಿ ನಗೋಳು. ಥೇಟು ಮುಗ್ಧ ಕಂದನ ಹಾಗೆ. ಹೀಗೆ ಒಂದ್ಸಲ ದಾರೀಲಿ ಸಿಕ್ಕಾಗ 'ಯಕ್ಕಾ, ನನಗ ಒಂದ ಸೀರಿ ಕೊಡಾ. ಹಳೇದರ ಕೊಡ್ರೀ ಪುಣ್ಯ ಬರತ್ತ' ಅಂದ್ಲು, 'ಸರಿ ಇನ್ನೊಂದ್ಸಲ ಕೊಡ್ತೀನಿ'ಅಂದೆ. ರೂಮಿಗೆ ಹೋದವಳೇ ಅವಳಿಗೇಂತ ಎರಡು ಸೀರೆ ಬ್ಯಾಗೊಳಗೆ ಹಾಕ್ಕೊಂಡೆ. ಯಾವಾಗ ಸಿಕ್ರೂ ಕೊಟ್ರಾಯ್ತು ಅಂತ. ಮೂರನೆ ದಿನ ಮಾರ್ಕೆಟ್ ಹತ್ರ ಸಿಕ್ಕವಳಿಗೆ ಸೀರೆ ಕೊಟ್ಟೆ. ಅವಳ ಕಣ್ಣಂಚಿನಲ್ಲಿ ಮಿನುಗಿದ ಸಂತಸ, ಸಂಭ್ರಮ, ಬಣ್ಣ ಬಣ್ಣದ ಬಲೂನು ಪಡೆದ ಮಗುವಿನ ಸಂಭ್ರಮದಂಥದ್ದು.

***

ಬರ್ತಾ ಬರ್ತಾ ಲಚ್ಚಿ ಹತ್ತಿರವಳೇ ಆಗಿಹೋದ್ಲು. ಅವಳು ಕಂಡ ದಿನ ಒಂಥರಾ ನೆಮ್ಮದಿ. ಅವಳ ಮುಗ್ಧ ಕೃತಜ್ಞತಾಭಾವ ಕಂಡಾಗ ಧನ್ಯತೆ. ಎಲ್ಲಿ ಕಂಡ್ರೂ ಕೈ ಮುಗಿಯೋಳು. ಹಾಂ, ಅಂದ ಹಾಗೆ... ಅವತ್ತು? ಡಿಸೆಂಬರ್ ತಿಂಗಳ ಕೊನೆಯ ದಿನಗಳಾದ್ರಿಂದ ಆಫೀಸಿನ ಬಹಳ ಜನ ರಜೆ ಹೋಗಿದ್ರು. ಹಾಗಾಗಿ ಅವತ್ತು ಆಫೀಸಿನಲ್ಲಿ ಇದ್ದದ್ದು ತುಂಬಾ ಕಡಿಮೆ ಜನ. ಮಧ್ಯಾಹ್ನ ಊಟದ ಸಮಯವಾದ್ದರಿಂದ ಒಂದಷ್ಟು ಜನ ಕ್ಯಾಂಟಿನೀಗೆ ಹೋಗಿದ್ರು. ಊಟ ಆಗಿ ಇನ್ನೇನು ಒಳಗೆ ಹೋಗ್ಬೇಕು ಅನ್ನೋವಷ್ಟರಲ್ಲಿ ಓಡುತ್ತಾ ಬಂದ ಲಚ್ಚಿ ಹಾಗೇ ನನ್ನನ್ನು ದೂಡ್ಕೊಂಡು ಆಫೀಸೊಳಕ್ಕೆ ಓಡಿ ಹೋದ್ಲು. ಆಶ್ಚರ್ಯ ಅನಿಸಿತು. ಎಂದೂ ಹೀಗೆ ಮಾಡಿದವಳಲ್ಲವಲ್ಲ! ಇವತ್ಯಾಕೆ ಹೀಗೆ? ಅಂದ್ಕೊಂಡು ಒಳಗೆ ಹೋದೆ. ಬಾಗಿಲ ಸಂಧಿಯಲ್ಲಿ ಮುದುಡಿ ಕುಳಿತಿದ್ದಳು. ಮುಖ ದಿಟ್ಟಿಸಿದೆ. ಗಾಭರಿಮಿಶ್ರಿತ ಭಯ ತುಂಬಿತ್ತು, ದೇಹವಿಡೀ ನಡುಗುತ್ತಿತ್ತು. ಕಣ್ಣುಗಳಲ್ಲಿ ಆತಂಕದ ಛಾಯೆ. ಏನಾಗಿದೆ ಇವಳಿಗೆ ಅನಿಸಿ, 'ಅರೆ, ಯಾಕಮ್ಮ ಲಚ್ಚಿ, ಏನಾಯ್ತು. ಇಷ್ಟೊಂದು ನಡುಗ್ತಾ ಇದೀಯಲ್ಲಾ ಯಾಕೆ?' ಅಂತ ಕೇಳಿದೆ. ಸ್ವಲ್ಪ ಹೊತ್ತು ಸುಮ್ಮನೆ ಕುಳಿತವಳು ಆಮೇಲೆ ಸಾವಕಾಶವಾಗಿ ಸಾವರಿಸಿಕೊಂಡು 'ನೋಡ್ರಿ ಅಂವಾ ಯಾವ್ನನ ಯಾರಿಗ್ಗೊತ್ತು? ನಾ ದಾರ್‍ಯಾಗ ಬರಾಕತ್ತಾಗ ನನ್ನ ಜೋಡಿ ಬಾ. ರಾತ್ರಿ ನಮ್ಮನ್ಯಾಗ ಇರಾಕಂತಿ, ಮುಂಜಾನೆ ಭಾಳಷ್ಟು ರೊಕ್ಕಾ ಕೊಡ್ತೆನಿ ಅಂತಾನ. ಹಂಗ ನನ್ ಕೈ ಹಿಡೀದು ಎಳ್ಯಾಕ ಬಂದ. ನಾ ಅಂತೂ ಹಂಗ ಓಡಿ ಬಂದ್ಬಿಟ್ನೆವಾ? ನನಗ ಅಂಜೇಕಿ ಬಂತು ನೋಡು' ಅಂತ ಒಂದೇ ಉಸಿರಿನಲ್ಲಿ ಅಂದ್ಲು. ಅವಳ ಮಾತು, ಅವಳು ಹೇಳಿದ ವಿಷಯ ಕೇಳಿ ಸಾವರಿಸಿಕೊಳ್ಳೋಕೆ ನನಗೆ ಕಷ್ಟ ಆಯ್ತು. ಅವಳ ಮುಗ್ಧತೆ, ಅಮಾಯಕತೆಯನ್ನು ದುರುಪಯೋಗಪಡಿಸಿಕೊಳ್ಳೋಕೆ ಪ್ರಯತ್ನ ನಡೀತಾ ಇದೆ ಅಂತ ಗೊತ್ತಾಯ್ತು. ಎಂಥೆಂಥ ಜನ ಇರ್ತಾರೆ ಅನ್ನಿಸಿತು. ಜೊತೆಗೆ ಅವಳು ಹುಚ್ಚಿಯಾದರೇನಂತೆ ಆ ಸಂದರ್ಭಕ್ಕೆ ತಕ್ಕ ಸ್ತ್ರೀಸಹಜವಾದ ಭಯವನ್ನು ವ್ಯಕ್ತಪಡಿಸಿದ್ಲಲ್ವಾ? ಸ್ವಲ್ಪ ಹೊತ್ತಾದ ಮೇಲೆ ಅವಳ ಹೆಗಲು ಹಿಡಿದು ಮೇಲೆಬ್ಬಿಸಿದೆ. "ಏನಾಗಲ್ಲಮ್ಮಾ ಏಳು, ನೀರು ಕುಡಿ" ಅಂದೆ. ಅನಂತರ ಒಂದಷ್ಟು ಹೊತ್ತು ಸುಧಾರಿಸಿಕೊಂಡು ಹೊರಗೆ ಹೋದ್ಲು. ಅವಳು ಅಲ್ಲಿಂದ ಹೊರಟು ಹೋದ್ರೂ, ಅವಳ ಬಗೆಗಿನ ವಿಚಾರಗಳು ನನ್ನ ತಲೆಯೊಳಗೆ ಸುಳಿಯತೊಡಗಿದವು. ಈ ಜಗತ್ತು ಹೀಗ್ಯಾಕೆ? ಮಾನವೀಯತೆ ಮರೆಯಾಯಿತೇ? ಇಂಥ ದುರಂತಗಳಿಗೆ ಅಂತ್ಯ ಅನ್ನೋದೆ ಇಲ್ವಾ?... ಹೀಗೆ ಹತ್ತಾರು ಪ್ರಶ್ನೆಗಳು ಸಾಲುಗಟ್ಟಿ ನಿಂತವು. ಜಗತ್ತಿನ ಬಗ್ಗೆ ತಾತ್ಸಾರವೂ ಹೆಚ್ಚಿತು.

***

ಈ ಘಟನೆ ನೆನಪಾಗ್ತಿದ್ದಂತೆ ಥಟ್ಟನೆ ಮೇಲೆದ್ದು ಮತ್ತೆ ಹೋಗಿ ನೋಡಿದೆ, ಲಚ್ಚಿಯನ್ನು... ಅಲ್ಲಲ್ಲ, ಅವಳ ಶವವನ್ನು ದಿಟ್ಟಿಸಿ ನೋಡಿದೆ. ಮುಗ್ಧತೆ, ಅಮಾಯಕತೆಯ ಪ್ರತಿರೂಪವಾಗಿದ್ದ ಒಂದು ನಿರುಪದ್ರವಿ ಜೀವ ರಕ್ತದ ಮಡುವಿನಲ್ಲಿ ನಿರ್ಜೀವವಾಗಿತ್ತು. ಒಂದೆರಡು ಹೆಜ್ಜೆ ದೂರದಲ್ಲಿ ಬಿದ್ದಿದ್ದ ಪುಟ್ಟ ಜೀವ ಮಾತ್ರ ಗಂಟಲು ಹರಿಯುವಂತೆ ಚೀರಿಚೀರಿ ಅಳ್ತಾ ಇತ್ತು. ಗಮನ ಕೊಟ್ಟು ನೋಡಿದಾಗ ಅದು ಪುಟ್ಟ ಲಚ್ಚಿ ಅಂತ ಗೊತ್ತಾಯ್ತು. ಮತ್ತೆ ನೆನಪಿಸಿಕೊಂಡೆ. ಅವತ್ತು ಆಫೀಸಿಗೆ ಓಡಿಬಂದ ಘಟನೆಯ ನಂತರ ಅವಳನ್ನು ನೋಡಿದ ನೆನಪೇ ಇಲ್ಲ. ಆಫೀಸಿನಲ್ಲಿ ಇತರರೊಂದಿಗೆ ಅವಳ ಬಗ್ಗೆ ನೆನೆಸಿಕೊಂಡೆ. ಎಲ್ಲಿ ಹೋಗಿದ್ಲು? ಓಹ್! ಅಂದ್ರೆ... ಅಯ್ಯೋ ದೇವ್ರೇ! ಎಲ್ಲ ಗೊತ್ತಾಗಿ ಹೋಯ್ತು. ಒಂದು ವಿಕೃತ ಕಾಮಕ್ಕೆ ಸಿಕ್ಕು ನಲುಗಿ ಸತ್ತೇ ಹೋಗಿತ್ತು ಒಂದು ಮಗುವಿನಂಥ ಮನಸ್ಸು ಮತ್ತು ದೇಹ. ತನ್ನಂಥದ್ದೇ ಮಗುವನ್ನು ಜಗತ್ತಿಗೆ ಕಾಣಿಕೆಯಾಗಿ ಕೊಟ್ಟು! ಅಂದ ಮೇಲೆ ಮುಂದೊಂದು ದಿನ ಇದೂ ಲಚ್ಚಿಯಂತಾಗುತ್ತಾ? ಮುಂದೆ ಇದೂ ಹೀಗೇ ರಕ್ತದ ಮಡುವಿನಲ್ಲಿ ಒದ್ದಾಡಿ... ಛೇ! ಛೇ! ಮುಂದೆ ಆ ಬಗ್ಗೆ ವಿಚಾರ ಮಾಡೋಕೇ ಆಗ್ಲಿಲ್ಲ. ಅಷ್ಟೊತ್ತಿಗಾಗಲೇ ಸೇರಿದ್ದ ಜನ ಇಳಿಮುಖವಾಗತೊಡಗಿತ್ತು. ನನ್ನ ತಲೆಯಲ್ಲಿ ನುಗ್ಗಿ ಬರ್ತಾ ಇದ್ದ ಆಲೋಚನೆಗಳ ಮಹಾಪೂರ. ಎದ್ದು ನಿಂತೆ. ಆ ಮಹಾಪೂರದ ಒಂದು ಸಣ್ಣ ಬಿಂದು ಮಾತ್ರ ಜೀವಸೆಲೆಯಾಗಿ ನಿಂತುಬಿಡ್ತು.

***

ನಾಳೆ, ಅಕ್ಟೋಬರ್ ಇಪ್ಪತ್ಮೂರು ಬಂದರೆ ನನ್ನ ಪುಟ್ಟ ಲಕ್ಷ್ಮಿಗೆ ಮೂರು ವರ್ಷ ತುಂಬುತ್ತೆ. ಮುದ್ದು ಮೊಗದ ಮಗು, ಸವಿ ಸವಿ ನಗು, ಜೇನಿನಂಥ ಜೊಲ್ಲು, ಪುಟ್ಟ ಪಾದದ ಒದೆತ ಎಲ್ಲವೂ ಅಪ್ಯಾಯಮಾನ. ತಾಯ್ತನದ ಸಾರ್ಥಕ್ಯತೆ. ಆಗಾಗ ನನ್ನನ್ನು ಕಾಡುತ್ತಿದ್ದ ಆ ವಿಷಣ್ಣತೆ, ಅಸಮಾಧಾನ ಈ ವರ್ಷಗಳಲ್ಲಿ ಸುಳಿದೇ ಇಲ್ಲ. ಮಗೂನ ನೋಡಿಕೊಳ್ಳೋದಕ್ಕೆ ಅಂತ ಕೆಲಸ ಬಿಟ್ಟಿದ್ದಕ್ಕೆ ಎಂದೂ ಪಶ್ಚಾತ್ತಾಪದ ನೆರಳು ಸೋಕಿಲ್ಲ. ಆಗ ಸಿಗ್ತಾ ಇದ್ದ ಸಂಬಳಕ್ಕಿಂತ ಈಗ ಮಗೂನ ಕರ್ಕೊಂಡೇ, ಮನೇಲೆ ಇದ್ದು ಮಾಡ್ತಿರೋ ಸಂಗೀತ ಪಾಠ, ಟ್ಯೂಷನ್, ಹೊಲಿಗೆ ಎಲ್ಲಾ ಸೇರಿದ್ರೂ ಬರೋ ಹಣ ಕಡಿಮೇನೆ. ಆದರೂ ಸಿಕ್ಕ ಅಗಾಧ ನೆಮ್ಮದಿಯೆದುರು ಅದೆಂದೂ ದೊಡ್ಡ ಕೊರತೆ ಅಂತ ಅನಿಸಲೇ ಇಲ್ಲ. ಕಳೆದುಕೊಂಡದ್ದಕ್ಕಿಂತ ಪಡೆದುಕೊಂಡದ್ದು ಹೆಚ್ಚು ಎಂಬ ಸಾರ್ಥಕತೆ. ನಾಳೆ ದೇವಸ್ಥಾನಕ್ಕೆ ಹೋಗಿಬಂದು ಅನಾಥಾಶ್ರಮಕ್ಕೆ ಹೋಗಿ ಅಲ್ಲಿನ ನೂರಾರು ಮಕ್ಕಳೊಂದಿಗೆ ನಕ್ಕುನಲಿಯುತ್ತಾ ಲಕ್ಷ್ಮಿಯ ಜನ್ಮದಿನ ಆಚರಿಸಬೇಕು.

ಮದುವೆಯಾದ ಒಂದು ವರ್ಷದೊಳಗೇ ಪ್ರಾಣದಂತೆ ಪ್ರೀತಿಸುತ್ತಿದ್ದ ಪರಶು ಅಪಘಾತವೊಂದರಲ್ಲಿ ತೀರಿಹೋದಾಗ ಆದ ಆಘಾತ, ದು:ಖ, ವಿಷಾದಕ್ಕೊಂದಷ್ಟು ವಿರಾಮ ಅಂತ ಸಿಕ್ಕದ್ದೇ ಈ ಮಗು ಬಂದ ಮೇಲೆ. ಆ ಮೊದಲು ಕಾಡುತ್ತಿದ್ದ ಪರಶು ಸಾವಿನ ನಂತರದ ಭೀಕರ ಒಂಟಿತನ ಕೊನೆಗೊಂಡದ್ದೇ ಇವಳಿಂದ. ಈ ಮಗುವಿನ ಪ್ರತಿ ನಗುವಿನಲ್ಲೂ ಪರಶು ಆಗಾಗ ಹೇಳ್ತಿದ್ದ ಮಾತು ಮಾತ್ರ ಸದಾ ನೆನಪಾಗುತ್ತೆ. 'ನಂದಾ, ನಾವು ಯಾವುದಾದ್ರೂ ಒಂದು ಅನಾಥ ಮಗೂನ ದತ್ತು ತೆಗೆದುಕೊಳ್ಳೋಣ ಕಣೇ. ಅದಕ್ಕೆ ನಮ್ಮ ಪ್ರೀತಿಯನ್ನು ಧಾರೆಯೆರೆದು ನಲಿಯೋಣ. ನಿಂಗೆ ಒಪ್ಪಿಗೆನಾ?' ಅಂತ ಕೇಳಿದ್ದ. ಅವನ ಮನದ ಶ್ರೀಮಂತಿಕೆಗೆ ತಲೆಬಾಗಿ 'ಖಂಡಿತ ಪರಶು. ನಂಗೂ ತುಂಬಾ ಸಂತೋಷ. ಮಗು ಯಾರದೇ ಆಗಲಿ, ಪ್ರೀತಿ ನಮ್ಮದಾಗಲಿ' ಅಂದಾಗ ತೃಪ್ತಿಯಿಂದ ನನ್ನ ತಲೆಯನ್ನು ನೇವರಿಸಿ ತನ್ನೆದೆಗೆ ಒರಗಿಸಿಕೊಂಡ ನೆನಪಾಗಿ ಕಣ್ಣು ತೇವವಾಗ್ತಿದೆ.

ಮಮತೆ ನೀಡೋಕೆ ನಾವು ಹೆತ್ತ ಮಕ್ಕಳೇ ಆಗಬೇಕಾ? ಹಾಗೇನೂ ಇಲ್ಲವಲ್ಲ ಎಂದು ತೆಗೆದುಕೊಂಡ ನಿರ್ಧಾರಕ್ಕೆ ಜೀವ ಕೊಡುವ ಮೊದಲೇ ಜೀವನಸಂಗಾತಿಯ ಜೀವ ಹೊರಟುಹೋಗಿತ್ತು. ಆದರೆ ಇವತ್ತು ತೃಪ್ತಿ ಇದೆ. ಆನಂದವಿದೆ. ಈ ಮಗುವಿನ ಸಾಮಿಪ್ಯದಲ್ಲಿ ನಾವಿಬ್ಬರೊಂದಾಗಿ ಕಂಡ ಕನಸಿನ ಬೆಳಕಿದೆ. ಅಂತೆಯೇ ಲಕ್ಷ್ಮಿಯ ಹುಟ್ಟಿಗೆ ಕಾರಣ ಯಾರೆಂಬ ಪ್ರಶ್ನೆ ಎಂದೂ ಕಾಡಿಲ್ಲ. ಆದರೆ ಹೆತ್ತುಕೊಟ್ಟವಳು ಮಾತ್ರ ಲಚ್ಚಿಯೆಂಬ ಇನ್ನೊಂದು ಮಗು. ಅಲ್ಲವೇ?

2

ರಂಗೋಲಿಯ ಚಿತ್ತಾರ

ತನ್ನ ಬೀವಿಗೆಂದು ಮಾಡಿದ ಗಂಜಿ ಕುಡಿಸಿಯಾದ ಮೇಲೆ, ಪಾತ್ರೆ ತೊಳೆದು ನೀರು ಚೆಲ್ಲಲು ಹೊರಬಂದ ಸಲೀಂ ಚಾಚಾಗೆ ಕಂಡದ್ದು ಮುದ್ದು ಮೊಮ್ಮಗಳು ಶಬನಮ್. ಎದುರು ಮನೆಯ ವೆಂಕಟರಾಯರ ಹಿರಿಯ ಮಗಳು ರಾಧಾ ಹಾಕ್ತಾ ಇದ್ದ ರಂಗೋಲಿ ನೋಡ್ತಾ ತಾನೂ ಚುಕ್ಕೆ ಇಡ್ತಾ ಮೈಮರೆತಿದ್ದಳು ಆಕೆ. ಚಿತ್ತಾರದ ಬಣ್ಣಗಳನ್ನು ನೋಡಿ ಖುಷಿಪಡ್ತಾ ಇದ್ದಳು. ಯಾವಾಗ್ಲೂ ಹಾಗೇನೆ. ಪ್ರತಿದಿನ ರಾಧಾ ರಂಗೋಲಿ ಹಾಕೋದನ್ನ ನೋಡ್ಲೇಬೇಕು ಅನ್ನೋ ಹಠ. ಎಲ್ಲೋ ಒಂದ್ಕಡೆ ಅವಳಲ್ಲಿ ಹರಿಯೋ ರಕ್ತದ ಸೆಳೆತವಿರಬಹುದೆ ಅನಿಸ್ತಾ ಇತ್ತು.

ಇದ್ದಕ್ಕಿಂದಂತೆ ಸ್ವಲ್ಪ ದೂರದಿಂದ 'ಇಸ್ಲಾಂ ಜಿಂದಾಬಾದ್' ಎಂಬ ಗುಂಪು ಧ್ವನಿ ಕೇಳಿಸಿತು. ತಮ್ಮ ಮಸೀದಿಯನ್ನು ಬೀಳಿಸಿದ್ದಾರೆ ಅಂತ ಮುಸ್ಲಿಂರು ದಂಗೆಯೆದ್ದಿದ್ದರು. ಕೈಲಿದ್ದ ಪಾತ್ರೇನ ಜೋರಾಗಿ ಮನೆಯೊಳಗೆ ಬೀಸಾಡಿದ ಸಲೀಂಚಾಚಾ ಶಬನಮ್ ಬಳಿ ಧಾವಿಸಿ ಅವಳನ್ನಪ್ಪಿಕೊಂಡು ಮನೆಹೊಕ್ಕರು. ಹೋಗುವ ಮುನ್ನ "ರಾಧಾ ಭೇಟಿ, ಅವ್ರು ಬಂದರಮ್ಮ. ಒಳಗೆ ಹೋಗಿ ದರ್‌ವಾಜಾ ಹಾಕ್ಕೋ" ಅಂತ ಹೇಳೋದನ್ನ ಮರೀಲಿಲ್ಲ.

ಒಳಬಂದವರೇ ಕುಲ್‌ಸುಮ್ ಮಲಗಿದ್ದ ಮಂಚದ ಕಡೆಗೆ ನೋಡಿದರು. ಪಾಪ ಕೆಮ್ಮಿ ಕೆಮ್ಮಿ ಸುಸ್ತಾಗಿ ಮಲಗಿದ್ದಾಳೆ. ಅದೇ ಐವತ್ತೇಳು ವರ್ಷಗಳ ಹಿಂದಿನ ಮಾಸೂಮ್ ಮುಖ. ತುಂಬಾ ಸೊರಗಿದ್ದರೂ ಅವತ್ತಿನಷ್ಟೇ ಖೂಬ್‌ಸೂರತ್ ಅನಿಸ್ತಾಳೆ. ಅವತ್ತು ಮಾನ ಪ್ರಾಣ ಉಳಿಸ್ಕೊಳ್ಳೋಕೆ ಅಂತ ಓಡಿ ಬಂದು ನನ್ನ ತೆಕ್ಕೆಗೆ ಸೇರಿದ್ದಳು. ಮಗ್ಗಲು ಬದಲಾಯಿಸಿದಳು. ಆಗಲೇ

ಕೇಳಿದ್ದು ಅವಳ ಕಾಲಗೆಜ್ಜೆಯ ಶಬ್ದ. ತಕ್ಷಣ ಸಲೀಂ ಚಾಚಾನ ಮನಸ್ಸು ಆ ದಿನಕ್ಕೆ ಸರಿಯಿತು.

ಅದೊಂದು ಇಳಿಸಂಜೆ. ಹಿಂದೂಗಳ ಮೇಲಿನ ಮುಸಲ್ಮಾನರ ರೋಷ, ಅಸಮಾಧಾನ ಹೊತ್ತಿ ಉರಿಯುತ್ತಿತ್ತು. ಅವರನ್ನು ಕಂಡರೆ ಹಿಂಸಾಮನಸ್ಸು ಸಿಡಿದೇಳುತ್ತಿತ್ತು. ಹಿಂದೂಸ್ಥಾನದ ಯಾವುದೋ ಸ್ಥಳದ ಒಂದು ಮಸೀದಿಯಲ್ಲಿ ಹಿಂದುಗಳ್ಯಾರೋ ಮಾಡಬಾರದ್ದನ್ನು ಮಾಡಿ ಅಪವಿತ್ರಗೊಳಿಸಿದ್ದರು ಅನ್ನೋದೇ ಈ ದಾಂಧಲೆಗೆ ಕಾರಣ. ಆ ಕಿಡಿ ದೇಶದ ಮುಸಲ್ಮಾನರ ಮನದಲ್ಲಿ ಹೊತ್ತಿ ಉರಿಯುತ್ತಿತ್ತು. ಅವರು ಬಂಡೆದ್ದಿದ್ದರು. ಗುಂಪುಗುಂಪಾಗಿ ಕೂಡಿಕೊಂಡು ಹಿಂದೂಗಳತ್ತ ನುಗ್ಗುತ್ತಿದ್ದರು. ಕಂಡಲ್ಲಿ ಅವರ ಮೇಲೆ ಹರಿಹಾಯುತ್ತಿದ್ದರು.

ಮಕ್ಕಳು, ಹೆಂಗಸರು, ಮುದುಕರೆನ್ನದೇ ಹಿಂಸೆ ನಿರಾತರಕವಾಗಿ ಸಾಗಿತ್ತು. ಅದರಲ್ಲೂ ಮುಸಲ್ಮಾನರೇ ಹೆಚ್ಚಾಗಿದ್ದ ಊರುಗಳಲ್ಲಂತೂ ಇದ್ದ ಕೆಲವೇ ಹಿಂದೂಗಳ ಪಾಡು ಹೇಳತೀರದು. ಏಕಾಏಕೀ ಶುರುವಾದ ಈ ಗದ್ದಲದ ಬಗ್ಗೆ ಅಷ್ಟೊಂದು ಗೊತ್ತಿರಲಿಲ್ಲ ಸಲೀಂಗೆ. ತನ್ನ ಪಾಡಿಗೆ ತಾನು ಟಾಂಗಾ ಓಡಿಸ್ತಾ ಯಾರೊಬ್ಬರ ಉಸಾಬರಿಯೂ ಇಲ್ಲದೇ ಬದುಕ್ತಿದ್ದ ಜೀವವದು. ತುಂಬಾ ಮುಗ್ಧ. ಸರ್ಕಲ್ ಹತ್ರ ಇದ್ದ 'ಭಾರತ್ ಪಾನ್ ಬೀಡಾ' ಅಂಗಡಿಯ ಮುಂದೆ ನಿಂತು ಬೀಡಿ ಸೇದ್ತಾ ಇದ್ದ. ಓಡಿ ಬಂದ ಗುಂಪು ಅತ್ತಿತ್ತ ನೋಡಿ ಮುಂದೆ ಸಾಗಿತು. ಗುಂಪಿನಲ್ಲಿದ್ದ ಒಬ್ಬ 'ಓಯ್ ಸಲೀಂ ಊರಾಗೆಲ್ಲ ಬೇಜಾನ್ ಗದ್ಲ ಐತಿ. ಸಾಲಾ ಹಿಂದೂಗಳನ್ನ ಹಿಡಿತಿದೀವಿ ಬಾ' ಎನ್ನುತ್ತಾ ಓಡಿದ. ಬೀಡಿ ಬಾಯಲ್ಲಿಟ್ಕೊಂಡು ಗೋಣಾಡಿಸಿದ. ಆದ್ರೆ ಹೋಗಲಿಲ್ಲ.

ತನ್ನ ಟಾಂಗಾದ ಬಳಿ ಬಂದ. ಮೊದಲಿನಿಂದಲೂ ಅಷ್ಟೇ ಜಾತಿಗಳ ಬಗ್ಗೆ ಎಂದಿಗೂ ತಲೆಕೆಡಿಸಿಕೊಳ್ಳದ ಸಲೀಂ ಇವತ್ತೂ ಈ ಗಲಾಟೆಯ ಗೋಜಿಗೆ ಹೋಗದೇ ಮೊದ್ಲು ಮನೆಗೆ ಹೋಗಿ ಸೇರಬೇಕು ಅಂದ್ಕೊಂಡು ಟಾಂಗಾ ಹತ್ತಿದ. ತನ್ನ ಪ್ರೀತಿಯ ಕುದುರೆ 'ಜಹಾಂಗೀರ್'ಗೆ ಆಜ್ಞೆ ಕೊಟ್ಟ. ತಂದೆ-ತಾಯೀನ ಕಳ್ಕೊಂಡ ಮೇಲೆ ಬೇರ್‍ಯಾರೂ ಇರದೇ ತನ್ನೂರು ಬಿಟ್ಟು ಈ ಊರು ಸೇರ್ಕೊಂಡ ಸಲೀಂಗೆ ಜೀವನ ನಡೆಸೋಕೆ ಆಧಾರ ಆಗಿದ್ದೇ ಈ ಟಾಂಗಾ.

ತನ್ನ ಪುಟ್ಟ ಮನೆಯೆಡೆಗೆ ನಡೆಸಿದ. ಸ್ವಲ್ಪ ಇಕ್ಕಟ್ಟಾಗಿದ್ದರೂ ಟಾಂಗಾ ಹೋಗಲು ಅನುವಾಗುತ್ತಿದ್ದ ಆ ದಾರಿ ಹೊಕ್ಕು ಮನೆ ಮುಂದೆ ನಿಂತು ಕೆಳಗಿಳಿದು ಜಹಾಂಗೀರನಿಗೆ 'ಶಭಾಷ್' ಅಂತ ಬೆನ್ನು ನೇವರಿಸಿದ. ಅದನ್ನು ಬಿಚ್ಚಬೇಕು ಅಂದ್ಕೊಂಡ. ಅದೇ ಹೊತ್ತಿಗೆ ತುಂಬಾ ಸಮೀಪದಿಂದ ಗೆಜ್ಜೆ ಶಬ್ಧ ಕೇಳಿಸ್ತು. ಸುತ್ತಲೂ ನೋಡಿದ. ಯಾರೂ ಕಾಣಿಸ್ಲಿಲ್ಲ. ಮತ್ತದೇ ಶಬ್ದ. ಈ ಸಲ ಅದು ಕೇಳಿದ್ದು ತನ್ನ ಟಾಂಗಾದೊಳಗಿಂದ ಅನಿಸಿತು. ಕತ್ತಲಿದ್ದರಿಂದ ಏನೂ

ಕಾಣಲಿಲ್ಲ. ಜಹಾಂಗೀರ್‌ನ ಬೆನ್ನ ಮೇಲಿಂದ ಕೈತೆಗೆದು ಟಾಂಗಾ ಹಿಂದೆ ಹಾಕಿದ್ದ ಪರದೆ ಸರಿಸಿದ. ನಿಚ್ಚಳವಾಗಿ ಕಾಣಿಸದೇ ಹೋದ್ರೂ ಯಾರೋ ಇದಾರೆ ಅಂತ ಗೊತ್ತಾಯ್ತು. ಆಶ್ಚರ್ಯ, 'ಕೌನ್, ಕೌನ್ ಹೋ' ಅಂತ ಕೇಳಿದ. ಪೈಜಾಮಾದ ಜೇಬಿನಿಂದ ಕಡ್ಡಿಪೆಟ್ಟಿಗೆ ತೆಗೆದು ಕಡ್ಡಿಗೀರಿದ. ಒಂದು ಹೆಂಗಸು ಮಲಗಿದ್ದು ನೋಡಿ ತಬ್ಬಿಬ್ಬಾದ. ಯಾರು? ಅಂದ ಸ್ವಲ್ಪ ಜೋರಾಗಿ. ಧಡಕ್ಕನೆ ಎದ್ದು ಕುಳಿತಳು. ಕೈಲಿದ್ದ ಕಡ್ಡಿ ಆರಿತು. ಮತ್ತೊಂದು ಗೀರಿದ, ಹಣೆಯಲ್ಲಿ ಕುಂಕುಮ ಇಟ್ಟಿದ್ದ ಯುವತಿ. ಥಟ್ಟನೆ ನೆನಪಾಗಿದ್ದು 'ಇಸ್ಲಾಂ ಜಿಂದಾಬಾದ್' ಕೂಗಿನೊಂದಿಗೆ ಹಿಂದೂಗಳನ್ನು ಅಟ್ಟಿಸಿಕೊಂಡು ಓಡುತ್ತಿದ್ದವರ ಗುಂಪು. ಇವಳ್ಯಾರೋ ಇಲ್ಲಿ ಮಲಗಿದ್ದು ಸ್ವಲ್ಪ ಕಸಿವಿಸಿ. ದಿಟ್ಟಿಸಿ ನೋಡಿದರೆ ಸ್ವಲ್ಪ ನಿದ್ದೆ ಮಾಡಿ ಎದ್ದಂತೆ ಕಂಡಳು. 'ಕೌನ್ ಹೋ ತುಮ್? ಇಲ್ಯಾಕೆ ಮಲಗಿದೀರಾ?'ಅಂದ. ಭಯದಿಂದ ನಡುಗ್ತಿದ್ಲು, ಯಾಕೋ ಮಾತಾಡುವ ವೇಳೆ ಅಲ್ಲ ಅನಿಸಿ, ಕೈಹಿಡಿದು ಕೆಳಗಿಳಿಸಿದವನೇ ಅವಸರವಸರವಾಗಿ ಬೀಗ ತೆಗೆದು ಮನೆಯೊಳಗೆ ಕರೆದೊಯ್ದು, 'ಢರೋ ಮತ್' ಅಂದು ಅವಳ ಮುಂಗೈ ಒತ್ತಿದ. 'ಒಂದ್ನಿಮಿಷ ಬಂದೆ' ಅಂದು ಹೊರಹೋಗಿ ಜಹಾಂಗೀರ್‌ನ ಅವನ ಜಾಗಕ್ಕೆ ಕಟ್ಟಿ ಹುಲ್ಲು ತಿನಿಸಿ ಬಂದ. 'ಯಾರು ನೀವು?' ಕೇಳಿದ. 'ನೀವೂ ಮುಸ್ಲೀಮಾ?' ಹೆದರಿಕೆಯಿತ್ತು ಕೇಳಿದವಳ ಧ್ವನಿಯಲ್ಲಿ. 'ಹೌದು, ಆದರೆ ಭಯ ಬೇಡ' ಭರವಸೆಯಿತ್ತ. ಅವಳ ಮಂಜಾದ ಕಣ್ಣಿಂದ ಒಂದು ಹನಿ ಫಳಕ್ಕನೆ ಉರುಳಿತು. 'ನಾನು ಕುಸುಮ ಅಂತ. ನಂಗ್ಯಾರೂ ಇಲ್ಲ' ದು:ಖದಿಂದ ಉಮ್ಮಳಿಸಿದಳು. ಮುಂದೆ ಹೇಳಿ ಎಂಬ ಅವನ ಕಣ್ಣನ್ನೆ ನೋಡಿ ಮುಂದುವರೆಸಿದಳು "ಸಣ್ಣವಳಿದ್ದಾಗಲೇ ಅಪ್ಪಅಪ್ಪನ್ನ ಕಳ್ಕೊಂಡು ಅನಾಥೆಯಾಗಿ ಬೀದಿಗೆ ಬಂದವಳು ನಾನು. ದೊಡ್ಡವಳಾಗ್ತಾ ಮನೆ ತಿರುಗಿ ಬೇಡಿ ತಿನ್ನೋದನ್ನ ಬಿಟ್ಟು ಅವರಿವರ ಮನೆಯ ಕೆಲ್ಸ ಮಾಡಿ ಬದುಕ್ತಾ ಇದೀನಿ. ನಂದು ಅಂತ ಸಣ್ಣ ಗುಡಿಸಲು ಮಾಡ್ಕೊಂಡು, ಪ್ರತಿದಿನದಂತೆ ಇವತ್ತೂ ಕೆಲಸ ಮುಗಿಸಿ ಬಂದು ಗೂಡು ಸೇರಿದೆ. ಗಲಾಟೆ ಕೇಳಿ ಹೊರಗೆ ಬಂದೆ ದೊಡ್ಡ ಗುಂಪಿನಲ್ಲಿ ಬಂದ ಮುಸ್ಲಿಮರು ಕಂಡ ಕಂಡ ಹಿಂದೂಗಳನ್ನ ಚಚ್ತಾ ಇದ್ರು. ಹೆದ್ರಿಕೆ ಬಂದು ಹೋಗಿ ಬಾಗ್ಲು ಹಾಕ್ಕೋಬೇಕು ಅನ್ನೋವಷ್ಟರಲ್ಲಿ ಒಬ್ಬ ನನ್ನನ್ನು ತಳ್ಕೊಂಡೇ ಒಳಗೆ ಬಂದ" ಎಂದವಳ ಮುಖದಲ್ಲಿ ದು:ಖ ಉಮ್ಮಳಿಸುತ್ತಿತ್ತು. ನುಗ್ಗಿದವ ಬಲವಂತವಾಗಿ ಮೇಲೆ ಬೀಳಲು ಯತ್ನಿಸಿದ್ದು, ತಾನು ಹೇಗೋ ತಪ್ಪಿಸ್ಕೊಂಡು ಓಡಿ ಬಂದು, ಮರದ ಕೆಳಗೆ ನಿಂತಿದ್ದ ಟಾಂಗಾ ಹತ್ತಿ ಕುಳಿತಿದ್ದು, ಆದ ಸುಸ್ತಿಗೆ ಕೆಳಗೆ ಒರಗಿದಾಗ ಜೊಂಪು ಹತ್ತಿದ್ದು... ಎಲ್ಲ ಹೇಳಿದಳು. ಸಲೀಂನ ಮನಸಿನಲ್ಲಿ ಹೇಳೋಕೆ ಆಗದಂತಹ ನೋವು. ಯಾರೋ ಒಬ್ಬ ಹಿಂದೂ ತಪ್ಪು ಮಾಡಿದ ಅಂತ ಎಲ್ಲಾ ಹಿಂದುಗಳಿಗೂ ಹಿಂಸೆ ಮಾಡೋದು ಎಷ್ಟು

ಸರಿ? ಛೇ! ಜಾತಿ, ಧರ್ಮ ಅಂತ ಹೀಗೆ ಮಾಡೋದಾ? ಅನಿಸಿ ವ್ಯಥೆಪಟ್ಟ. ಬೇಸರಗೊಂಡ.

'ನೀವು ಕೂತಿರಿ. ನಾ ಅಡಿಗೆ ಮಾಡ್ತೀನಿ' ಅಂದ. ಆಮೇಲೆ ಇಬ್ಬರೂ ಉಂಡರು. ಅವಳನ್ನು ಒಳಗೆ ಮಲಗಲು ಹೇಳಿ ಬಾಗಿಲು ಭದ್ರಪಡಿಸಿ ತಾನು ಹೊರಗೆ ಹೋದ. ಮಲಗಿದ ಅವನ ತಲೆಯಲ್ಲಿ ನೂರಾರು ಯೋಚನೆಗಳ ಸುಳಿಗಳು. ಮಧ್ಯರಾತ್ರಿ ಕಳೆದ್ರೂ ನಿದ್ದೆ ಹತ್ತಲಿಲ್ಲ. ಅವಳಿಗೆ ಹೇಗೆ ರಕ್ಷಣೆ ಕೊಡಬೇಕೆಂದು ತಲೆ ಕೆಡಿಸಿಕೊಂಡ. ತಮ್ಮವರಿಗೆ ಗೊತ್ತಾದ್ರೆ ಸುಮ್ನೆ ಬಿಡ್ತಾರಾ? ನಂತರ ನಿದ್ದೆ ಹತ್ತಿದ್ದು ಗೊತ್ತಾಗಲಿಲ್ಲ. ಎಚ್ಚರಾದಾಗ ಇನ್ನೂ ಮಬ್ಬುಗತ್ತಲು. ಆದರೆ ನಿರ್ಧಾರ ಅತಿಸ್ಪಷ್ಟ. ಸೀದಾ ಜಹಾಂಗೀರ್‌ನ ಬಳಿ ಹೋಗಿ ಮನೆ ನೋಡ್ಕೊಳ್ಳೋಕೆ ಹೇಳಿದ. ಅರ್ಥ ಆದಂತೆ ತಲೆ ಅಲ್ಲಾಡಿಸಿತು. ಒಳಗೆ ಹೋಗಿ ಅವಳನ್ನು ಎಬ್ಬಿಸಿ, ಜನ ಎಚ್ಚರವಾಗೋಕೆ ಮುಂಚೆ ಅವಳೊಂದಿಗೆ ಬೇರೆ ಊರಿಗೆ ಹೋದ.

ಮೂರು ದಿನ ಕಳೆದ ಮೇಲೆ ಬಂದ ಸಲೀಂ ಜೊತೆ ಒಂದು ಹೆಣ್ಣು ಇರೋದು ನೋಡಿ ಎಲ್ರಿಗೂ ಆಶ್ಚರ್ಯ. ಅವಳು ತನ್ನ ಬೀವಿ, ಹೆಸರು ಕುಲ್‌ಸಮ್ ಅಂತಲೂ ಹೇಳಿದ. ಯಾವುದೋ ಕೆಲಸಕ್ಕೆ ತಮ್ಮ ಸಂಬಂಧಿಯೊಬ್ಬರ ಊರಿಗೆ ಹೋದಾಗ ಆಕಸ್ಮಿಕವಾಗಿ ಶಾದಿ ಆಗ್ಬೇಕಾಯ್ತು ಅಂದ. ಗೆಳೆಯರೆಲ್ಲಾ ಚುಡಾಯಿಸಿದರು. 'ಏನೋ ಹೈವಾನ್, ನಮ್ಮನ್ನು ಶಾದಿಗೆ ಕರೀಲಿಲ್ಲ' ಅಂತ ಆರೋಪಿಸಿದರು. ಅವಳು ಹಾಕಿದ್ದ ಬುರಖಾ, ಹಿಂದಿನ ಕಥೆಯನ್ನು, ಜೀವನದ ವ್ಯಥೆಯನ್ನು ಮರೆಮಾಚಿತು.

ಬೀವಿಯ ಧ್ವನಿ ಕೇಳಿ ವಾಸ್ತವಕ್ಕೆ ಬಂದ ಸಲೀಂ ಚಾಚಾ. ಕೈಗೆಲ್ಲಾ ರಂಗೋಲಿ ಪುಡಿ, ಬಣ್ಣ ಹಚ್ಕೊಂಡಿದ್ದ ಮೊಮ್ಮಗಳು ದಾದಿ ಹತ್ರ ಕೂತು ಹಠ ಮಾಡ್ತಿದ್ಲು. ದೇಶದ ಸೇವೆಯಲ್ಲಿ ಪ್ರಾಣ ಬಿಟ್ಟ ಮಗ ಅಕ್ಬರ್ ಮತ್ತು ಅದೇ ನೋವಲ್ಲಿ ನಾಲ್ಕು ತಿಂಗಳ ಶಬನಮ್‌ಳನ್ನು ಕೈಗಿತ್ತು ತೀರಿ ಹೋದ ಸೊಸೆ ಫರೀದಾಳ ನೆನಪು ಬಂದು ಕಣ್ಣೀರಾದ ಸಲೀಂ ಚಾಚಾ ಮಗುವಿನ ಹಠಕ್ಕೆ ಕಾರಣ ತಿಳಿಯಲು ಪ್ರಯಾಸಪಡುತ್ತಿದ್ದ ಬೀವಿಗೆ ತಲೆನೇವರಿಸಿ, ಶಬನಮ್‌ಗೆ ರಮಿಸಲು ಹೋದರು. 'ರಾಧಾ ರಂಗೋಲಿ ಹಾಕ್ತಿದ್ದಳಲ್ಲ, ಅಲ್ಲಿಂದ ಒಳಗೆ ಕರೆದುಕೊಂಡು ಬಂದದ್ದಕ್ಕೆ ಹಠ'. ಇದನ್ನು ಕೇಳಿದ ದಾದಿಯ ಮುಖದಲ್ಲಿ ಕಿರುನಗೆ.

ಮೇಲೆ ಏಳಲು ತ್ರಾಸುಪಟ್ಟರು. ಸಲೀಂ ಚಾಚಾ ಹೆಗಲಿಗೆ ಕೈಹಾಕಿ ಎಬ್ಬಿಸಿ ಕೂಡಿಸಿದರು. "ಮೇಲೆ ಮೆಕ್ಕಾ ಮದೀನಾ ಚಿತ್ರ ಇರೋ ಕ್ಯಾಲೆಂಡರ್ ಹಿಂದೆ ಆ ಕಪಾಟು ತೆಗೀರಿ" ಅಂದ್ಲು, ಚಾಚಾಗೆ ಯಾಕೇಂತ ಗೊತ್ತಾಗ್ಲಿಲ್ಲ. 'ಕಪಾಟು ತೆಗೆದಾಗ ಅದ್ರಲ್ಲಿ ಒಂದು ಬಿಳಿಡಬ್ಬಿ ಇದೆ. ಕೊಡ್ತಿರಾ?' ಅಂದ್ಲು.

ಹುಡುಕಾಡಿದಾಗ ಚಾಚಾ ಕೈಗೆ ಸಿಕ್ಕಿದ್ದು ಒಂದು ಪುಟ್ಟ ಡಬ್ಬಿ. 'ಏನಿದೆ ಕುಲ್‌ಸಮ್ ಇದರಲ್ಲಿ?' ಕೇಳುತ್ತಾ ಅದನ್ನು ಹೆಂಡತಿಯ ಕೈಗೆ ಕೊಟ್ಟರು.. ಸ್ವಲ್ಪ ಕಷ್ಟದಿಂದ ಅದನ್ನು ತೆಗೀತಾ ಇರೋ ದಾದಿಯನ್ನು ಕುತೂಹಲದಿಂದ ನೋಡಿದಳು ಶಬನಮ್. ಅದರೊಳಗೆ ಕೈಹಾಕಿ, ತನ್ನ ಮುಂದೆ ರಂಗೋಲಿ ಪುಡಿ ಸುರಿವಿದ್ದು ಕಂಡು ಖುಷ್ ಆದ್ಲು. ಸಲೀಂ ಚಾಚಾಗೆ ಆಶ್ಚರ್ಯ.

ಮೆಕ್ಕಾದ ಫೋಟೋ ಇರೋ ಕ್ಯಾಲೆಂಡರ್ ಹಿಂದೆ ರಂಗೋಲಿ ಇದೇಂತ ಗೊತ್ತಿರಲಿಲ್ಲ. ಆದರೆ ಹೇಳಲಾಗದ ಸಂತಸ. ದಾದಾ, ದಾದಿಯ ಕಣ್ಣುಗಳಲ್ಲಿ ಒಂದು ನೆಮ್ಮದಿಯ ನಗೆ ಮೂಡಿದ್ದು ಮಗೂಗೆ ತಿಳೀಲಿಲ್ಲ. ರಂಗೋಲಿ ತೆಗೆದುಕೊಂಡು ತನಗೆ ತಿಳಿದಂತೆ ಚಿತ್ರ ಬಿಡಿಸಿದಾಗ ಇವರಿಬ್ಬರ ಕಣ್ಣಲ್ಲಿ ರಂಗೋಲಿಯ ಬಣ್ಣದ ಚಿತ್ತಾರಗಳ ಚೆಲ್ಲಾಟ.

3

ಹೆದ್ದಾರಿಯ ಹೆಣಗಳು

'ಸಾವೂರು' ಎಂಬ ಹೆಸರಿನ ಈ ಸಣ್ಣ ಊರಿಗೆ ಒಂದು ಕಥೆಯಿದೆ. ವ್ಯವಸಾಯ ಮಾಡಿಕೊಂಡು ನಗರಗಳ ಅರಿವಿಲ್ಲದೇ ತಮ್ಮದೇ ಆದ ನೆಮ್ಮದಿಯಲ್ಲಿ ಹಾಯಾಗಿದ್ದರು ಸಾವೂರಿನ ಜನ. ಅದರೆ ಒಮ್ಮೆ ಹೆದ್ದಾರಿ ಆಯಿತು ಈ ಊರಿಗುಂಟ. ಎಂಥೆಂಥಾ ಭಾರೀ ವಾಹನಗಳನ್ನು ನೋಡಬೇಕಾಯಿತು ಇಲ್ಲಿ ಜನ. ಹೆದ್ದಾರಿಗುಂಟ ಹೋಟೆಲು, ಡಾಬಾ, ಟೀ ಸ್ಟಾಲು... ಅಂತ ಶುರು ಮಾಡಿಕೊಂಡರು. ಊರಿನ ದಿಕ್ಕೇ ಬದಲಾಯಿತು. ಹಣದ ರುಚಿ ನೋಡಿದ ಜನರ ಬದುಕು ಬದಲಾಯಿತು. ಸಂಪರ್ಕ ಹೆಚ್ಚಾದ ಹಾಗೆ ಜೀವನದ ಶೈಲಿಯೂ ಬದಲಾಯಿತು. ಕೃಷಿ ಬೇಡವಾಯಿತು. ಎಲ್ಲರೂ ಹೆದ್ದಾರಿಗುಂಟ ಒಂದಲ್ಲ ಒಂದು ಅಂಗಡಿ ಇಟ್ಟು ವ್ಯಾಪಾರ ಮಾಡತೊಡಗಿದರು. ಸಂತೋಷ, ಆಡಂಬರ ಎರಡೂ ಹೆಚ್ಚಾದವು.

ಇಂತಿಪ್ಪ ಸಾವೂರಿನಲ್ಲಿ ಎಲ್ಲರೂ ಸಂತೋಷವಾಗಿ ಇರಬೇಕಾದರೆ, ಈ ಹೆದ್ದಾರಿಯೆಂಬ ಹೆದ್ದಾರಿ ಮಾತ್ರ ನಿರಂತರ ದುಃಖದಲ್ಲಿ ಮುಳುಗಿರುತ್ತಿತ್ತು. ಸದಾ ಶೋಕತಪ್ತ ಮುಖ. ಮನದಲ್ಲಿ ಆತಂಕದ ಮಡುವು. ಇನ್ನೇನು ಕೆಳಗೆ ಧುಮುಕಲು ತಯಾರು ಎಂಬಂತೆ ಕಣ್ಣುತುಂಬ ನೀರು. ಯಾಕೋ ನೀ ಹೀಗೆ? ಅಂತ ಕೇಳೋಕೂ ಯಾರೂ ಇಲ್ಲ. ಏನು ಬೇಕಾಗಿದೆ ಅಂತನಾದರೂ ಯಾರು ಕೇಳಬೇಕು ಅದಕ್ಕೆ?. ಕೊನೆಗೂ ಒಮ್ಮೆ ಸಹನೆ ಕಳೆದುಕೊಂಡು ಮೌನವನ್ನು ಮುರಿಯಲೇಬೇಕು ಅಂತ ನಿರ್ಧರಿಸಿತು. ಈ ಸಾವೂರಿನ ಜನರಂತೂ ತನ್ನ ಋಣ, ಉಪಕಾರವನ್ನೇ ಮರೆತಿದ್ದಾರೆ. ಈ ಊರಿಗುಂಟ ಮಲಗಿರುವ ನನ್ನ ಮೇಲೆ ಬಿದ್ದು, ರಕ್ತ ಹರಿಸಿ, ಜೀವ ಕೊಟ್ಟವರೊಂದಿಗಾದರೂ ಮಾತನಾಡಬೇಕು

ಇಲ್ಲವಾದರೆ ತಾನೂ ಉಸಿರುಗಟ್ಟಿ ಸತ್ತೇನು ಅನಿಸಿ ಬಾಯಿ ಬಿಟ್ಟೇಬಿಟ್ಟಿತು ಕೊನೆಗೆ.

'ಅಯ್ಯಾ ನನ್ನ ಮೇಲೆ ಪ್ರಾಣಬಿಟ್ಟ ಹೆಣಗಳಿರಾ, ನೋಡಿರಿ ನನ್ನ ಕಥೆ. ಯಾರು ಕೇಳುತ್ತಿದ್ದಾರೆ ನನ್ನ ವ್ಯಥೆ? ಈ ಸಾವೂರಿನ ಜನಕ್ಕಂತೂ ನನ್ನ ಉಪಕಾರದ ನೆನಪೇ ಇಲ್ಲ. ಹಣದ ಮದದಲ್ಲಿ ಮೈಮರೆತಿದ್ದಾರೆ. ಒಮ್ಮೆಯಾದರೂ ಯಾರೊಬ್ಬರೂ ಬಂದು ನಿನಗೇನು ಬೇಕು ಅಂತ ಕೇಳಲ್ಲ. ಬಂದು ಕುಳಿತು ಎರಡು ಮಾತಾಡಲ್ಲ. ನಾನೂ ಎಷ್ಟು ಅಂತ ಒಬ್ಬನೇ ಕೊರಗಬೇಕು? ಸಾಕಾಗಿ ಹೋಗಿದೆ ಒಬ್ಬನೇ ಇದ್ದು. ನನಗೇನು ಬಂಧುಗಳೇ, ಸಂಬಂಧಿಗಳೇ! ಅದಕ್ಕೆ ಇವತ್ತು ಮಾತ್ರ ಯಾರೂ ಮಾತಾಡದಿದ್ದರೆ ನಾನು ಸತ್ತೇ ಹೋಗುತ್ತೇನೆ ಕಣ್ರೋ. ನೀವೆಲ್ಲ ಎಲ್ಲಿಯವರೋ ಏನೋ? ಬಂದು ಇಲ್ಲಿ ನನ್ನ ಮೇಲೆ ಪ್ರಾಣ ಬಿಟ್ಟೀರಿ. ನೀವೆ ನನ್ನವರು ಅಂದುಕೋತೀನಿ. ನಿಮ್ಮ ಕಥೆ ಹೇಳ್ರೋ. ಯಾಕೆ ಇಲ್ಲಿ ಬಂದಿರಿ? ಹೇಗೆ ಸತ್ತಿರಿ ಅಂತ ಹೇಳ್ರಪಾ, ಮಾತಾಡ್ರಪಾ. ನನ್ನ ಜೊತೆ ಮಾತಾಡ್ರಿ. ನಾನೂ ಬದುಕಬೇಕು. ಹೇಳ್ರೋ, ನಿಮ್ಮ ಬಗ್ಗೆ ಹೇಳಿ' ಹೀಗೆಂದು ಕರುಳು ಹರಿದಂತೆ ಚೀರಿದ ಹೆದ್ದಾರಿಯ ಕಿರುಚಾಟಕ್ಕೆ, ಅಲ್ಲಿ ಜೀವಬಿಟ್ಟ ಹೆಣಗಳೆಲ್ಲ, 'ಏನಪಾ ಇದು ಇಷ್ಟು ಗಲಾಟೆ? ಯಾರಿಷ್ಟು ರಂಪ ಮಾಡತಾ ಇರೋದು' ಅಂತ ಕಣ್ತೆರೆದವು. ನೋಡಿದರೆ ಹೆದ್ದಾರಿ. ಇವರ ಮಾತಿಗೆ ಬಾಯಿಬಿಟ್ಕೊಂಡು ಕಾಯ್ತಾ ಇದೆ. ಎಲ್ಲ ಹೆಣಗಳು ಮುಖಮುಖ ನೋಡಿಕೊಂಡವು. 'ಪಾಪ ಹೆದ್ದಾರಿ' ಅನಿಸಿರಬೇಕು. ಅದರ ಬೇಸರ ನೀಗಿಸಲು ತಾವೇ ಎಲ್ಲರೂ ಸರದಿ ಪ್ರಕಾರ ತಮ್ಮ ಕಥೆ ಹೇಳಬೇಕು ಅಂತ ಎಲ್ಲ ಸೇರಿ ಮಾತಾಡಿ ನಿರ್ಧರಿಸಿದವು.

ಗಂಟಲು ಸರಿ ಮಾಡಿಕೊಂಡಿತು ಒಬ್ಬ ಯುವಕನ ಹೆಣ. 'ಏನು ನಿನ್ನ ಹೆಸರು' ಕೇಳಿದ ಹೆದ್ದಾರಿಗೆ 'ನಿಮಗೆ ಹೆಸರು ಬೇಕಿದ್ದರೆ ಹೆಣ ನಂಬರ್ ಒನ್ ಎಂದೇ ಕರೀರಿ. ಜೀವಂತ ಇರುವಾಗಿನ ಹೆಸರು ತಿಳಿದು ನಿಮಗೇನು ಮಾಡೋಕಿದೆ?' ಎಂದು ಅಸಮಾಧಾನ ವ್ಯಕ್ತಪಡಿಸಿದ ಯುವಕನ ಹೆಣದ ಮಾತಿನ ಧಾಟಿಗೆ ಹೆದ್ದಾರಿಗೆ ಇರಿಸುಮುರಿಸಾಯಿತು. ತನ್ನ ಕಥೆಯನ್ನು ಹೇಳಲು ತಯಾರಿದ್ದಾನೆ ಹೆಸರು ಹೇಳಿದರೆ ಏನಾಗುತ್ತೋ ಅನಿಸಿದರೂ ಸುಮ್ಮನೆ ತಲೆತಗ್ಗಿಸಿ, ಕಥೆ ಹೇಳು ಎನ್ನುವ ಧಾಟಿಯಲ್ಲಿ ಕೈಸನ್ನೆ ಮಾಡಿತು ಹೆದ್ದಾರಿ. 'ಹಾಗೆ ಬಾ ದಾರಿಗೆ' ಎನ್ನುವಂತೆ ಕಥೆ ಹೇಳಲು ಆರಂಭಿಸಿತು ಯುವಕನ ಹೆಣ.

ನಾನು ನಮ್ಮ ಅಪ್ಪ-ಅಮ್ಮನಿಗೆ ಒಬ್ಬನೇ ಮಗ. ಅಪ್ಪ ಸರಕಾರಿ ಕಚೇರಿಯಲ್ಲಿ ಆಫೀಸರ್. ಅಮ್ಮ ಹೈಸ್ಕೂಲ್ ಟೀಚರ್. ಇಬ್ಬರೂ ನೌಕರಿ

ಮಾಡುವುದರಿಂದ ಜೋಪಾನ ಮಾಡೋಕಾಗಲ್ಲ ಅಂತ ನಾನೊಬ್ಬನೇ ಮಗ ಸಾಕು ಅಂತ ನಿರ್ಧಾರ ಮಾಡಿದರಂತೆ. ನಾವು ಕಷ್ಟಪಟ್ಟು ದುಡೀತೀವಿ, ಮಗ ಚೆನ್ನಾಗಿ ಇರಲಿ ಅನ್ನೋದು ಒಂದೇ ಅವರ ಆಸೆ, ಗುರಿ ಎಲ್ಲನೂ. ನನಗೆ ಏನೂ ಕಡಿಮೆ ಮಾಡಲಿಲ್ಲ. ಕೇಳುವುದಕ್ಕಿಂತ ಮೊದಲೇ ಎಲ್ಲ ಸಿಗುತ್ತಿತ್ತು. ಗೆಳೆಯರ ಎದುರಿನಲ್ಲಿ ನಾನೇ ಭಾರಿ ಜೋರು. ಅಪ್ಪ ಕೊಡುತ್ತಿದ್ದ ಪಾಕೆಟ್ ಮನಿ ಯಾವಾಗಲೂ ಜೇಬಿನಲ್ಲಿ ಇರುತ್ತಿತ್ತು. ಹೀಗಾಗಿ ಗೆಳೆಯರು ಸದಾ ಹಿಂದೆಮುಂದೆ ಇರುತ್ತಿದ್ದರು. ಕಾಲೇಜಿಗೆ ಹೋದ ಮೇಲಂತೂ ಗೆಳೆಯರೊಂದಿಗೆ ಪಾರ್ಟಿ, ಮೋಜು, ಮಸ್ತಿ ಹೆಚ್ಚೇ ಆದವು. ಇವು ಹೆಚ್ಚಾದಂತೆ ಪುಸ್ತಕ, ಕಾಸುಗಳೆಲ್ಲ ಸಖತ್ ಬೋರಿಂಗ್ ಅನಿಸಿದವು. ಮನೆಯಲ್ಲಿ ಬೇಡ ಅಂದಿದ್ದನ್ನೇ ಮಾಡೋದು, ಮಾಡು ಅಂದಿದ್ದನ್ನು ಬಿಡೋದೆ ನನ್ನ ಸ್ಟೈಲ್ ಅನ್ನುವ ಹಾಗಾಯ್ತು, ಏನೂ ಕಡಿಮೆ ಮಾಡಿಲ್ಲ, ಮಗ ಯಾಕೆ ಹೀಗಾದ ಎಂದು ಅಪ್ಪ ಅಮ್ಮನ ಚಿಂತೆ. ನನಗೆ ಮಾತ್ರ ಆಫೀಸಿನ ಒತ್ತಡ ತಲೆಮೇಲೆ ಹೊತ್ತುಕೊಂಡು ಬಂದ ಅಪ್ಪ, ಸದಾ ತನ್ನದೇ ಲೋಕದಲ್ಲಿದ್ದು ನನಗೆ ಆಸ್ತಿ ಮಾಡುವ ಹವಣಿಕೆಯಲ್ಲಿದ್ದ ಅಮ್ಮ, ಹೀಗೇಕೆ ಇದ್ದಾರೆ ಅನಿಸುತ್ತಿತ್ತು. ಯುವಕನ ಮಾತನ್ನು ಕೇಳಿಸಿಕೊಳ್ಳುತ್ತಿದ್ದ ಹೆದ್ದಾರಿಗೆ ಇವನು ಹೇಗೆ ಸತ್ತ ಎಂದು ತಿಳಿಯುವ ಕುತೂಹಲ. 'ಅದೆಲ್ಲ ಇರಲಿ ನೀನು ಸತ್ತದ್ದು ಹೇಗೆ?'ಕೇಳಿತು. 'ಸಮಾಧಾನ ಅಂದ್ರೆ ಏನು ಗೊತ್ತಿಲ್ಲವಾ ನಿನಗೆ' ಸಿಡಿಮಿಡಿಗೊಂಡ ಹುಡುಗ. 'ಈ ಸಲ ನ್ಯೂ ಇಯರ್ ಪಾರ್ಟಿನ ಗೋವಾದಲ್ಲಿ ಮಾಡಬೇಕು ಅಂತ ಫ್ರೆಂಡ್ಸೆಲ್ಲಾ ಆಸೆಪಟ್ಟರು. ಅದಕ್ಕೆ ನಿಮ್ಮ ಸಾವೂರಿನ ಮೇಲೆ ಹೊರಟಿದ್ದೆವು. ಇಲ್ಲಿ ಬಂದಾಗ ಫ್ರೆಂಡ್ಸೆಲ್ಲರೂ ಸ್ಪೀಡಾಗಿ ಹೊಡಿಯೋ ಅಂತ ಹುರುಪು ಮಾಡಿದರು. ನಾನೂ ಕಾರು ಹೊಸದು ಅನ್ನೋ ಉತ್ಸಾಹದಲ್ಲಿ ಸ್ಪೀಡ್ ಹೆಚ್ಚು ಮಾಡಿದೆ. ಕಂಟ್ರೋಲ್‌ಗೆ ಸಿಗದೆ ಡಿವೈಡರ್‌ಗೆ ಜೋರಾಗಿ ಗುದ್ದಿದೆ. ಅಷ್ಟೇ ಗೊತ್ತು. ಈಗ ಹೆಣವಾಗಿ ನಿನಗೆ ಕಥೆ ಹೇಳುತ್ತಿರುವೆ'. ಹೇಳುವುದು ಮುಗಿಸಿದ ಯುವಕ ತಲೆತಗ್ಗಿಸಿದ. 'ಅಯ್ಯೋ ನಿನ್ನ, ಅತೀ ವೇಗ, ತಿಥಿ ಬೇಗ ಅಂತ ಕೇಳಿಲ್ಲವಾ ನೀನು? ನಿಧಾನವಾಗಿ ಹೋಗೋಕೇನೋ ನಿನಗೆ?' ಹೆದ್ದಾರಿಯ ಜೋರು ದನಿಗೆ ಯುವಕನಿಗೆ ರೇಗಿಹೋಯ್ತು. 'ಏಯ್, ಸುಮ್ನಿರಪ್ಪ ಸಾಕು. ನನ್ನದೇ ನನಗೆ. ನಿಂದು ಬೇರೆ? ನನ್ ಗೆಳೆಯರು ಗೋವಾಕ್ಕೆ ಹೋಗಿರಬಹುದಾ? ಪಾರ್ಟಿ ಮಾಡಿರಬಹುದಾ? ಗೊತ್ತಾಗಲಿಲ್ಲ. ನೀನು ನೋಡಿದರೆ ಬುದ್ಧಿ ಹೇಳುತ್ತಿರುವೆ. ನಿನ್ನ ಈ ಬೋರಿಂಗ್ ಭಾಷಣ ಯಾರು ಕೇಳುತ್ತಾರೆ. ಹೋಗು' ದಬಾಯಿಸಿದ ಯುವಕ. 'ಅಯ್ಯೋ ಇವನ, ಅಪ್ಪ-ಅಮ್ಮ ಹೇಗಿದ್ದಾರೋ ಎಂಬ ಚಿಂತೆಯಿಲ್ಲ ಇವನಿಗೆ. ಇದ್ದ ಒಬ್ಬ ಮಗನನ್ನು ಕಳೆದುಕೊಂಡು ಅವರು ಅದೆಷ್ಟು ನೊಂದಿರುವರೆಂಬ ಆಲೋಚನೆಯಿಲ್ಲ. ಫ್ರೆಂಡ್ಸನ ಪಾರ್ಟಿ ಬಗ್ಗೆ ತಲೆ

ಕೆಡೆಸಿಕೊಂಡಿದ್ದಾನೆ. ಮೂರ್ಖ, ಶತಮೂರ್ಖ' ಕೋಪದಿಂದ ಅವನಿಂದ ವಿಮುಖವಾಗಿ ಬೇರೆಯವರತ್ತ ಹೋಯಿತು ಹೆದ್ದಾರಿ.

***

'ಓಹೋ! ಬನ್ನಿ ಬನ್ನಿ. ನಂ ಕಥೆ ಕೇಳೋಕೆ ಬಂದ್ರಾ' ಎಲ್ಲ ಸೇರಿ ಒಂದೇ ಧ್ವನಿಯಲ್ಲಿ ಸ್ವಾಗತ ಮಾಡಿತು ಒಂದು ಗುಂಪು. 'ಇಷ್ಟು ಜನ ಒಟ್ಟಿಗೇ ಸತ್ತರಾ? ಪಾಪ!' ಅಂದುಕೊಂಡ ಹೆದ್ದಾರಿ ಅವರನ್ನು ಸಮೀಪಿಸಿ 'ನಿಮ್ಮದೇನು ಕಥೆನಪಾ? ಒಂದೇ ಮನೆಯವರೇನು ಎಲ್ಲರೂ? ತುಂಬಾ ಸಂಕಟವಿರಬಹುದು ನಿಮ್ಮ ಕಥೆಯಲ್ಲಿ. ಇಷ್ಟು ಜೀವಗಳ ರಕ್ತ ನನ್ನ ಮೇಲೆ ಚೆಲ್ಲಿತೇ? ಎಂಥ ಭಯಾನಕ!' ಒಮ್ಮೆ ನಡುಗಿತು ಹೆದ್ದಾರಿ. ಆರು ಹೆಣಗಳ ಗುಂಪು. ಉತ್ಸಾಹದಿಂದ ಎಲ್ಲರೂ ತಮ್ಮ ಕಥೆ ಹೇಳಲು ಮುಂದೆ ಬಂದರು. 'ನಾನು ಮನೆಯ ಯಜಮಾನ. ನಾನು ಹೇಳುತ್ತೇನೆ ನಮ್ಮ ಕಥೆ. ಈ ಸಾವೂರಿನ ಹೆದ್ದಾರಿಯಲ್ಲಿ ನಾವೆಲ್ಲ ಸತ್ತದ್ದು ಹೇಗೆಂದು ನಾ ಹೇಳುವೆ' ಎದೆ ಬಡಿದುಕೊಂಡು ಮತ್ತಷ್ಟು ಮುಂದೆ ಬಂದ ಐವತ್ತು ಐವತ್ತೈದರ ಆಸುಪಾಸಿನ ಗಂಡಸು. ಪಕ್ಕದಲ್ಲಿದ್ದ ಹೆಂಗಸು ಅವನ ಕೈ ಹಿಡಿದು ಹಿಂದಕ್ಕೆಳೆದು 'ಅಯ್ಯೋ ಸುಮ್ಮನಿರಿ ನೀವು. ನಿಮಗೇನು ಗೊತ್ತಾಗುತ್ತೆ? ಯಾರೂ ಹೇಳೋರು ಬೇಡ. ನಾನಿದೀನಿಲಾ ನಾನೇ ಹೇಳ್ತೀನಿ' ಸ್ವಲ್ಪ ಜೋರಾದ ಧ್ವನಿಯಲ್ಲಿ ಹೇಳಿತು ಹೆಣ್ಣು ದನಿ. ಅವನ ಹೆಂಡತಿ ಆಕೆ. ಅಬ್ಬಾ! ಎಂಥಾ ಘಾಟಿ ಹೆಂಗಸು! ಅಂದುಕೊಂಡಿತು ಹೆದ್ದಾರಿ. 'ನೋಡಿ ಹೆದ್ದಾರಿಯಪ್ಪ, ಇವರನ್ನೆಲ್ಲ ನಾನೇ ಪರಿಚಯ ಮಾಡಿಕೊಡ್ತೀನಿ. ಈಗ ಮಾತಾಡಿದಿರಲ್ಲ ಇವರು ನಮ್ಮ ಯಜಮಾನರು. ಅವನು ನನ್ನ ದೊಡ್ಡ ಮಗ. ಅವನ ಕೈಹಿಡಿದುಕೊಂಡಿದೆಯಲ್ಲ ಅದು ಅವನ ಮಗ. ನನ್ನ ಮೊಮ್ಮಗ. ಈ ಕಡೆ ಇರುವುದು ಸಣ್ಣ ಮಗ. ಅಲ್ಲಿರುವುದು ಮಗಳು ಕಣಪ್ಪಾ. ನಮ್ಮ ಊರು ಇಲ್ಲಿಂದ ನೂರೆಂಟು ಕಿಲೊಮೀಟರು ದೂರ ಇದೆ. ನೋವೂರು ಅಂತ. ಯಜಮಾನರು ಕಿರಾಣಿ ಅಂಗಡಿ ನಡೆಸುತ್ತಿದ್ದರು. ಹಿರಿಯ ಮಗ ಪೋಲಿಸು. ಕಿರಿಯವನು ಅಪ್ಪನ ಜೊತೆ ಕಿರಾಣಿ ಅಂಗಡಿ ನೋಡಿಕೊಳ್ತಿದ್ದ. ಅವನದೇ ಈಗ ಜೀವನ ರಗಳೆ ಆಗಿದೆ. ಮಗಳಿಗೆ ಮದುವೆ ಕೂಡಿಬರಲಿಲ್ಲ. ಒಬ್ಬಳೇ ಮಗಳು ಅಂತ ಬೇಗ ಮಾಡಿಕೊಡಲಿಲ್ಲ. ಈಗ ನೋಡು ಸಣ್ಣ ಸೊಸೆ ಜಗಳ ಮಾಡಿಕೊಂಡು ಹೋಗಿ ತವರು ಮನೆ ಸೇರಿಕೊಂಡಿದ್ದಾಳೆ. ಅವಳಿಗೆ ನಮ್ಮೆಲ್ಲರ ಜೊತೆ ಇರೋದಿಕ್ಕಾಗಲ್ಲವಂತೆ. ನನ್ನ ಮಗಳದೇ ಕಿರಿಕಿರಿ ಅಂತ ಕಂಪ್ಲೆಂಟು ಮಾಡ್ತಾಳೆ. ತಾನಾದರೂ ಏನೂ ಸೂಕ್ಷ್ಮ ಇಲ್ಲ ಬಿಡು. ಮಾಡಿದ ಅಡುಗೇಲೀ ತಾನೇ ಅರ್ಧ ತಿಂದು ಬಿಡ್ತಾಳೆ' ಎಂದು ಮೂಗು ಮುರಿದಳು ಹೆಂಗಸು.

ಹೆದ್ದಾರಿ ಪಕ್ಕದ ಅವಳ ಮಗಳೆಡೆ ನೋಡಿತು. ಮತ್ತೆ ಗಮನವಿಟ್ಟು ನೋಡಿತು. ತಾಯಿ ಹೇಳುವಷ್ಟು ಸಂಭಾವಿತಳಲ್ಲ ಎನಿಸಿತು. ತಾಯಿಯನ್ನೇ ಹಿಂದಕ್ಕೆ ಸರಿಸಿ ಮುಂದೆ ಬಂದಳು ಮಗಳು. 'ಹೆದ್ದಾರಿ ಅಣ್ಣ, ಏನು ಗೊತ್ತಾ! ನನ್ನ ಸಣ್ಣ ಅತ್ತಿಗೇದು ಭಾರೀ ಧಿಮಾಕು. ಜಗತ್ತಲ್ಲೇ ಬೇರೆ ಯಾರಿಗೂ ಆಗದೇ ಇರೋ ಮದುವೆ ಇವಳಿಗಷ್ಟೇ ಆಗಿದೆ ಅನ್ನೋ ಥರ ಆಡೋಳು. ನೀವೇನೇ ಅನ್ನಿ. ನನಗೆ ಅವಳನ್ನು ನೋಡಿದರೆ ಹೊಟ್ಟೆಕಿಚ್ಚಾಗೋದು. ತನಗೆ ಬೇಕಾದ್ದನ್ನೆಲ್ಲ ಅಣ್ಣನಿಂದ ಕೊಡಿಸಿಕೊಂಡು ಸುಳ್ಳು ಸುಳ್ಳೆ ತವರುಮನೇಲಿ ಕೊಡಿಸಿದಾರೆ ಅನ್ತಾ ಇದ್ಲು". ಅವಳ ಮಾತಿನ ಮಧ್ಯೆ ಸಣ್ಣಮಗನ ಕಡೆ ನೋಡಿತು ಹೆದ್ದಾರಿ. ಯಾಕೋ ಪಾಪದವನು ಅನಿಸಿತು. ಹಿರಿಯ ಮಗ ಹತ್ತಿರ ಬಂದ 'ಅವಳಿಂದ ದಿನಾ ಮನೇಲಿ ಜಗಳನೇ ಜಗಳ ಹೆದ್ದಾರಿ ಸರ್. ಅದಕೆ ನನ್ನ ತಮ್ಮನಿಗೆ ಡಿವೋರ್ಸ್ ಕೊಡೊಕೆ ಒತ್ತಾಯ ಮಾಡಿ ಒಪ್ಸಿದೀವಿ. ಅವತ್ತು ಕೋರ್ಟಿಗೆ ಹೊರಟಿದ್ವಿ ಅದಕ್ಕೇಂತ. ಕೇಸ್‌ನ ಕೊನೆಯ ದಿನ ಅದು. ತಮ್ಮನಿಗೆ ಡಿವೋರ್ಸ್ ಸಿಗ್ತಾ ಇತ್ತು. ಕಾರ್ ಬಾಡಿಗೆ ತಗೊಂಡು ಹೋಗ್ತಾ ಇದ್ವಿ. ಇಲ್ಲಿ ಸಾವೂರು ಹತ್ತಿರ ಬಂದಾಗ ಎದುರಿಗೆ ಬಂದ ಲಾರಿಯವನು ಕಂಠಪೂರ್ತಿ ಕುಡಿದಿದ್ದನೇನೋ! ನಮ್ಮ ಡ್ರೈವರ್ ಎಷ್ಟು ಪ್ರಯತ್ನಪಟ್ಟರೂ ಅಪಘಾತ ಮಾಡೇಬಿಟ್ಟ. ಅವನ ಲಾರಿಯೊಳಗೆ ಸಿಕ್ಕಿಹಾಕ್ಕೊಂತು ನಮ್ಮ ಕಾರು. ಅಷ್ಟೇ! ಎಲ್ಲರೂ ಖಲಾಸ್ ಆದ್ವಿ' ಅಂತ ಕಥೆ ಮುಗಿಸಿದ. ಆದರೂ ಒಂದೇ ಸಲ ಒಂದೇ ಮನೆಯ ಇಷ್ಟು ಜನ ಒಮ್ಮೆಲೆ ಸಾಯುವುದು ಅನ್ಯಾಯ ಅನಿಸಿತು ಹೆದ್ದಾರಿಗೆ.

'ಸರ್...ಸರ್' ಅಂದ ದನಿ ಬಂದ ಕಡೆ ನೋಡಿದರೆ ಅಲ್ಲಿ ಸಣ್ಣ ಮಗ ನಿಂತಿದ್ದ. ಮುಖ ಸಣ್ಣದಾಗಿತ್ತು. ಏನೆಂಬಂತೆ ನೋಡಿದಾಗ 'ಸರ್ ನನ್ನ ಹೆಂಡತಿ ತುಂಬಾ ಒಳ್ಳೆಯವಳು ಸರ್. ನಮ್ಮಮ್ಮನೇ ಜೋರು. ಅಕ್ಕನ ಜೊತೆ ಸೇರಿಕೊಂಡು ಅವಳಿಗೆ ತುಂಬಾ ಹಿಂಸೆ ಮಾಡತಿದ್ರು. ಅವಳಿಗೆ ನನ್ನ ಬಗ್ಗೆ ಏನೂ ತಕರಾರಿಲ್ಲ. ಸಣ್ಣ ಸಣ್ಣ ನೆಪ ಮಾಡ್ಕೊಂಡು ಆವಾಗಾವಾಗ ಅವಳ ಮೇಲೆ ಕೈ ಮಾಡಿದ್ದಾರೆ. ನಾನು ಮನೆಯಲ್ಲಿ ಇಲ್ದೇ ಇರುವಾಗ ಅವಳು ತವರು ಮನೆಗೆ ಹೋದವಳು ಇವರ ಕಾಟಕ್ಕೆ ಬೇಸತ್ತು ಬರಲ್ಲ ಅಂದ್ಬಿಟ್ಲು. ಇವರೆಲ್ಲ ಸೇರಿ ನನಗೆ ಒತ್ತಾಯ ಮಾಡಿ ಡೈವೋರ್ಸ್ ಕೊಡಸ್ತಿದ್ರು. ಅಷ್ಟರಲ್ಲಿ ಹಿಂಗಾತು. ನನಗೆ ಹೆಂಡ್ತಿ ಅಂದ್ರೆ ಪ್ರಾಣ. ಅವಳನ್ನು ಬಿಟ್ಟು ಇರೋದೆ ಹಿಂಸೆ'. ಕಣ್ಣಲ್ಲಿ ನೀರು ತುಂಬಿಕೊಂಡ. 'ಅಲ್ಲೋ ಮಾರಾಯ, ಒಂದು ಬೇರೆ ಮನೆ ಮಾಡಿ ಇರೋದಲ್ವೇ ಹೆಂಡ್ತಿ ಜೊತೆ' ಅಂದ ಹೆದ್ದಾರಿಯ ಮಾತಿಗೆ, 'ಅಯ್ಯೋ! ಅದೆಲ್ಲ ಸಾಧ್ಯವೇ ಇಲ್ಲ ಸರ್. ನಮ್ಮಮ್ಮ ಬಿಡಲ್ಲ' ಉತ್ತರಿಸಿದ. 'ಇರೋ ನಾಲ್ಕು ದಿನದ ಜೀವನದಲ್ಲಿ ಮನೆಯವರೆಲ್ಲ ಹೊಂದಿಕೊಂಡು ಖುಷಿಖುಷಿಯಾಗಿ ಇರೋಕ್

ಏನು ಇವರಿಗೆ? ನನ್ನಂಗೆ ಜೀವನಪೂರ್ತಿ ಒಂಟಿಯಾಗಿ ಇರೋದಾಗಿದ್ರೆ ಗೊತ್ತಾಗ್ತಿತ್ತು ಇವರಿಗೆ' ಅಂತ ತನ್ನೊಳಗೆ ತಾನೇ ಮಾತಾಡುತ್ತಾ ಮುಂದೆ ಸಾಗಿತು ಹೆದ್ದಾರಿ.

***

ಈ ದೊಡ್ಡವರ ಕಥೆ ಕೇಳಿ ಬೇಜಾರಾದ ಹೆದ್ದಾರಿ ಸ್ವಲ್ಪ ದೂರದಲ್ಲಿ ಒಂದು ಆರೇಳು ವರ್ಷದ ಮಗುವಿನ ಹೆಣ ಕಂಡಂತಾಗಿ ಆ ಕಡೆ ಹೊರಟಿತು. ಸಮೀಪಿಸಿದಾಗ ಸ್ಕೂಲ್ ಯುನಿಫಾರ್ಮ್ ಹಾಕ್ಕೊಂಡೇ ಪ್ರಾಣಬಿಟ್ಟಿದ್ದ ಒಬ್ಬ ಹುಡುಗ ಅವನು. 'ಅಯ್ಯೋ ಕೂಸೇ ಏನಾಗಿತ್ತೋ ನಿನಗೆ? ಶಾಲೆ ಡ್ರೆಸ್ ಹಾಕ್ಕೊಂಡು ಶಾಲೆಯಲ್ಲಿ ಇರೋದು ಬಿಟ್ಟು ಇಲ್ಲಿ ಹೀಗೆ ನನ್ನ ಮೇಲೆ ರಕ್ತ ಸುರಿಸಿ ಪ್ರಾಣ ಕಳೆದುಕೊಂಡಿರುವೆಯಲ್ಲ?' ಮುಂದೆ ಮಾತನಾಡಲಾಗದೇ ಗಂಟಲುಬ್ಬಿ ಬಂತು ಹೆದ್ದಾರಿಗೆ. ಮಕ್ಕಳನ್ನು ಇಂಥಹ ಸ್ಥಿತಿಯಲ್ಲಿ ನೋಡಿದರೆ ಯಾರಿಗೆ ತಾನೇ ನೋವಾಗಲ್ಲ? ಕರುಳು ಕಿತ್ತು ಬಂದ ಹಾಗಾಯ್ತು. ಅಮಾಯಕ ಮಗುವಿನ ಮುಖ ನೋಡಿ ಹೆದ್ದಾರಿಯ ಈ ಸಂಕಟ ನೋಡಲಾಗದೇ, ಮಗೂನೇ ಮುಂದೆ ಬಂದ. ಅದರ ಕೈ ಹಿಡಿದು 'ಅಂಕಲ್, ಅಂಕಲ್ ಯಾಕೆ ನೀವು ಇಷ್ಟು ಬೇಜಾರಾಗಿದ್ದಿರಾ? ನನ್ನ ನೋಡಿ ನಿಮಗೂ ದುಃಖ ಆಯ್ತಾ? ಇಲ್ಲಿ ಹೋಗೋ ಬರೋ ಎಲ್ರೂ ಹಾಗೆ ನನ್ನ ನೋಡಿ ಅಯ್ಯೋ ಪಾಪ ಅಂತಾರೆ' ಅಂದಿತು ಮಗು. 'ಅದ್ಸರಿ, ನಿನಗೇನಾಯಿತು ಮಗ? ಆ ಶಾಲೆ ಕಂಪೌಂಡ ದಾಟಿ ನೀ ಇಲ್ಲಿ ಹೇಗ್ಬಂದೆ' ಕೇಳಿತು ಹೆದ್ದಾರಿ. 'ಅದೇ ಅಂಕಲ್ ಅವತ್ತು ನಂ ಸ್ಕೂಲಲ್ಲಿ ಆಟಕ್ಕೆ ಬಿಟ್ಟಿದ್ರು ಟೀಚರು. ನಾನೂ ನನ್ನ ಫ್ರೆಂಡ್ಸು ಕ್ರಿಕೆಟ್ ಆಡ್ತಾ ಇದ್ವಿ. ನನ್ ಫ್ರೆಂಡ್ ಲೋಕಿ ಇದಾನಲ್ಲ ಅವನು ಔಟ್ ಆದರೂ ತಾನೇ ಬ್ಯಾಟಿಂಗ್ ಮಾಡ್ತೀನಿ ಅಂತ ಹಠ ಮಾಡಿದ್ದೇ ಮಾಡಿದ್ದು, ನನಗೂ ಕೋಪ ಬಂತು. ಯಾರಿಗೂ ಬ್ಯಾಟ್ ಕೊಡಲಿಲ್ಲ ಅವನು. ಅದಕ್ಕೆ ನಾನು ಒಂದು ಕಲ್ಲು ತಗೊಂಡು ಬೀಸಿ ಎಸೆದೆ. ತಲೆ ಒಡೀತು ಅನ್ಸುತ್ತೆ. ರಕ್ತ ಸೋರತಾ ಇತ್ತು. ಹುಡುಗರೆಲ್ಲ 'ಲೋಕಿ ತಲೆ ಒಡೀತು ಕಣ್ರೋ' ಅಂತ ಕೂಗು ಹಾಕಿದರು. ಗ್ರೌಂಡ್‌ನಲ್ಲಿ ಹುಡುಗಿಯರಿಗೆ ಲಗೋರಿ ಆಡಿಸಿಕೊಂಡು ದೂರ ಇದ್ದ ಆಟದ ಸರ್ ಕೋಲು ಹಿಡಕೊಂಡು ಓಡಿ ನಮ್ಮ ಕಡೆ ಬರೋಕೆ ಶುರು ಮಾಡಿದ್ರು. ನನಗೇನು ಗ್ರಹಚಾರ ಕಾದಿದೆಯೋ ಅಂತ ಹಂಗೆ ಓಡಿ ಓಡಿ ಗೇಟ್ ಮುಚ್ಚಿದ್ರೂ ಕಂಪೌಂಡ ಹಾರಿ ರೋಡಿಗೆ ಬಂದೇ ಬಿಟ್ಟೆ, ಸರ್ ನನ್ನ ಹಿಂದೆ ಬರ್ತಾರೆನೋ ಅನ್ನೋ ಭಯಕ್ಕೆ ನಾನು ಜೋರಾಗಿ ಓಡಿದ್ದೇ ಓಡಿದ್ದು. ಹೆಂಗಾದರೂ ಮಾಡಿ ತಪ್ಪಿಸಿಕೊಂಡು ಬೇರೆ ಜಾಗ ಸೇರಬೇಕು ಅಂದುಕೊಂಡವನಿಗೆ ಸಾವೂರಿನ ಹೊರಗಿರುವ ಹನುಮಂತ ದೇವರ ಗುಡಿ ನೆನಪಾಯ್ತು. ಆ ಕಡೆ ಹೋಗೋಕೆ

ಅಂತ ಹಿಂದೆ ಮುಂದೆ ನೋಡದೇ ನಿನ್ನ ದಾಟೋಕೆ ಹೆಜ್ಜೆ ಇಟ್ಟೆ ಹೆದ್ದಾರಿ ಅಂಕಲ್. ಒಂದೇ ಕ್ಷಣಕ್ಕೆ ಸ್ಪೀಡಾಗಿ ಬಂದ ಕಾರೊಂದು ಸೀದಾ ನನ್ನ ಮೇಲೆ ಹಾಯಿಸಿಕೊಂಡು ಹೋಗಿಯೇ ಬಿಡ್ತು'. ಮೌನವಾದ ಹುಡುಗ. ಹೆದ್ದಾರಿಯ ಕಣ್ತುಂಬಿದ ನೀರು ನೆಲಕ್ಕುದುರಿತು. 'ಎಂಥಾ ತಪ್ಪು ಮಾಡಿದೆಯೋ ಕಂದ ಆಡ್ತಾ ಇದ್ದದ್ದು ನಿನ್ನ ಗೆಳೆಯ ತಾನೇ? ಸ್ವಲ್ಪ ಸಮಾಧಾನ ಇರಬೇಕಿತ್ತು ಕಣೋ ನೀನು. ಹೋಗಲಿ, ನಿಧಾನವಾಗಿಯಾದರೂ ಆ ಕಡೆ ಈ ಕಡೆ ನೋಡಿಕೊಂಡು ರಸ್ತೆ ದಾಟೋದಲ್ಲವಾ? ಪಾಪ, ನಿನ್ನ ತಂದೆತಾಯಿ, ಶಾಲೆಯಲ್ಲಿ ಶಿಕ್ಷಕರು, ನಿನ್ನ ಗೆಳೆಯರು ಎಷ್ಟು ನೊಂದ್ಕೊಂಡ್ರೋ ಏನೋ!' ನಿಟ್ಟುಸಿರಿಟ್ಟಿತು ಹೆದ್ದಾರಿ. 'ಹಾಂ ಅಂಕಲ್, ನಾನು ಸತ್ತೆ ಅಂತ ಸುದ್ದಿ ಕೇಳಿ ಅಪ್ಪ ಎದೆಯೊಡೆದುಕೊಂಡರಂತೆ. ಅಮ್ಮನಂತೂ ಹುಚ್ಚೀನೆ ಆಗಿಬಿಟ್ಟಿದ್ದಾಳೆ. ಎಲ್ಲಾ ಟೀಚರ್ಸೂ, ಗೆಳೆಯರೂ ಬಂದಿದ್ರಂತೆ ನನ್ನ ನೋಡೋಕೆಂತ, ಆದರೆ ನನ್ನ ಮುಖ ಪೂರ್ತಿ ಜಜ್ಜಿ ಹೋಗಿತ್ತಂತೆ. ಏನು ಗೊತ್ತಾ ಅಂಕಲ್, ನನ್ನ ಶಾಲೆ ಮುಂದೆ ನಂದೊಂದು ದೊಡ್ಡ ಫೋಟೊ ಹಾಕಿ ಹಾರನೂ ಹಾಕಿದ್ರಂತೆ. ಸೂಪರ್ ಅಲ್ವ? ಅದನ್ನು ನೋಡಿ ಲೋಕಿಯಂತೂ ಕೆಳಗೆ ಬಿದ್ದು ಅತ್ತನಂತೆ. ಒಂದಿನ ಶಾಲೇನೂ ರಜೆನೂ ಕೊಟ್ಟರಂತೆ ಗೊತ್ತಾ?' ಹುಡುಗನ ಅಮಾಯಕತೆಗೆ ಹೆದ್ದಾರಿ ಮೌನವಾಯ್ತು. ಎದೆ ಮಾತ್ರ ಭಾರವಾದಂತೆನಿಸಿತು.

***

'ಸಾಕಪ್ಪ, ಸಾಕು ಎಂಥ ಮನ ಕಲುಕುವ ಸಾವಿನ ಕಥೆ ಇದು' ಅನಿಸಿತು ಹೆದ್ದಾರಿಗೆ. ಈ ಹೆಣಗಳನ್ನು ಭೇಟಿಯಾಗಿ ವ್ಯಥೆ ಪಡೋದಕ್ಕಿಂತ ಸುಮ್ಮನಿರೋದು ವಾಸಿ ಅನಿಸಿತು. 'ನಮಸ್ಕಾರ ಸರ್' ದನಿ ಕೇಳಿ ಹಿಂತಿರುಗಿತು. "ಏನು ಸರ್, ನೀವೇ ಹೀಗೆ ಬೇಜಾರಾಗಿ ಹೊರಟರೇ ಹೇಗೆ? ನಮ್ಮ ನೋವು ಏನು? ಸಾವು ಹೇಗಾಯ್ತು ಅಂತ ನಾವಾದರೂ ಯಾರೆದುರು ಹೇಳಬೇಕು ಹೇಳಿ? ನಮಗೂ ಯಾರ ಜೊತೆನಾದರೂ ಮಾತಾಡಬೇಕು ಅನಿಸಲ್ವಾ? ಹೇಳಿ?" ಕೈ ಮುಗಿದೇ ಹೇಳಿದವರು ಜೋಡಿಜೀವಗಳು. 'ಮದುವೆ ಆಗಿದೆಯೋ?' ಕೇಳಿತು. 'ಹೂಂ ಸರ್, ಒಂದು ವಾರಾಯ್ತು ಮದುವೆಯಾಗಿ' ಪರಸ್ಪರ ಮುಖ ನೋಡಿಕೊಂಡರು. ಗಂಡನ ಭುಜಕ್ಕೊರಗಿದಳು ಆ ನವವಿವಾಹಿತ ಹೆಣ್ಣುಮಗಳು. 'ನಿಮಗೇನಾಯ್ತು? ಯಾಕೆ ಜೀವ ಕಳಕೊಂಡಿರಿ?' ಹೆದ್ದಾರಿಯ ದನಿ ನಿಸ್ತೇಜವಾಗಿತ್ತು. ಗಂಡ ಶುರು ಮಾಡಿದ, 'ಸರ್ ನಾನೂ ಇರುವುದು 'ಬೆಂದೂರು'ಅನ್ನೋ ಹಳ್ಳಿಯಲ್ಲಿ. ಇವಳು ಅಲ್ಲೇ ಪಕ್ಕದ ಊರಿನವಳು. ಬಟ್ಟೆ ಹೊಲಿದು ಜೀವನ ಮಾಡ್ತಿದ್ವಿ ಸರ್. ಇವಳು ತುಂಬಾ ಒಳ್ಳೆಯವಳು'. ಹೆಂಡತಿ ಕಡೆ ನೋಡಿದ. ನಾಚಿಕೆಯಿಂದ

ತಲೆತಗ್ಗಿಸಿದಳಾಕೆ. 'ಮದುವೆ ಆದಮೇಲೆ ಗಂಡ-ಹೆಂಡತಿ ಕೂಡಿ ಜಾತ್ರೆಗೆ ಹೋಗಿ ತೇರು ಎಳೆಯುವುದನ್ನು ನೋಡಬೇಕಂತೆ ಒಳ್ಳೆದಾಗುತ್ತೆ ಅಂತ ನಮ್ಮ ಗಂಗವ್ವಜ್ಜಿ ಹೇಳಿದ್ಲು ಸರ್. ಅಪ್ಪಅವ್ವನೂ ಹೋಗಿ ಬರ್ರೆಪಾ. ಒಳ್ಳೇದಾಗಲಿ. ನೂರು ವರ್ಷ ಜೊತೆಯಾಗಿ ಸುಖವಾಗಿರಿ ಅಂತ ಬಾಯ್ತುಂಬ ಹರಸಿ ಆಶೀರ್ವದಿಸಿ ಕಳಿಸಿದ್ರು. ಅದಕ್ಕೆ ಖುಷಿಯೂರಿನ ಜಾತ್ರೆಗೆ ಹೊರಟಿದ್ವಿ. ಹೊಸ ಬುಲೆಟ್ ಗಾಡಿ ನಮ್ಮಪ್ಪ ಕೊಡಿಸಿದ್ರು. ದಾರಿಗುಂಟ ಪ್ರೀತಿಯ ಮಾತುಗಳು' ಸುಮ್ಮನಾದ ಆತ. "ಏಳೇಳು ಜನ್ಮ ನಾವೇ ಗಂಡ ಹೆಂಡತಿ ಆಗಬೇಕು ಅಂತ ಮಾತಾಡ್ತಿದ್ವಿ ಸರ್. ಅಷ್ಟೊತ್ತಿಗೆ ಪಕ್ಕದಲ್ಲಿ ಓವರಟೇಕ್ ಮಾಡೋ ಅವಸರದಲ್ಲಿದ್ದ ಟಿಪ್ಪರ್ ನಮಗೆ ಗುದ್ದಿ ಮುಂದೆ ಹೋಯಿತು. ಅದರ ವೇಗದ ರಭಸಕ್ಕೆ ನಮ್ಮ ಗಾಡಿ ಸಮೇತ ನಾವು ದೂರ ಹೋಗಿ ಬಿದ್ವಿ. ತಲೆಗೆ ಪೆಟ್ಟು ಬಿದ್ದ ಇವರು ಆ ಕ್ಷಣನೇ ಪ್ರಾಣಬಿಟ್ಟರು ಬಹುಶ: ಇದೇ ನಮ್ಮ ಏಳನೇ ಜನ್ಮ ಇತ್ತೇನೋ! ಇವರ ಪ್ರಾಣ ಹೋಗಿದ್ದು ನೋಡಿ ನನಗೆ ಆಕಾಶನೇ ತಲೆ ಮೇಲೆ ಬಿದ್ದಂಗಾಗಿ ಅವರೆದೆ ಮೇಲೆ ಬಿದ್ದೆ. ಇಬ್ಬರೂ ಸಾವಿನಲ್ಲೂ ಒಂದಾಗಿದೀವಿ ನೋಡಿ" ನಿಟ್ಟುಸಿರಾದಳಾಕೆ. 'ನಮ್ಮನ್ನು ನೋಡಿ ಇಡೀ ಊರೇ ದು:ಖದಲ್ಲಿ ಮುಳುಗಿತಂತೆ. ಒಳ್ಳೇದಾಗಲಿ ಅಂತ ಮಾಡಿದ ಹಿರಿಯರ ಆಶೀರ್ವಾದಕ್ಕೇನು ಅರ್ಥವಿದೆ ಹೇಳಿ. ಒಂದು ವಾರ ದೇಹಮನಸುಗಳೊಂದಾಗಿ ಬದುಕಿದ ನಮಗೆ ಸಾವೂ ಕೂಡ ಒಂದುಗೂಡಿಸಿತು. ಜಾತ್ರೆಗೆ ಹೋದರು, ಪಾಪ ಇವತ್ತು ಊರತುಂಬ ಇವರದೇ ಜಾತ್ರೆ ಅಂತ ಕಣ್ಣೀರು ಹಾಕಿದರಂತೆ ಊರ ಜನರೆಲ್ಲ. ಇಡೀದಿನ ಊರಲ್ಲಿ ಒಬ್ಬರ ಮನೇಲೂ ಒಲೆ ಹೊತ್ತಿಸಲಿಲ್ಲವಂತೆ ವಾರದ ಹಿಂದೆ ನಮ್ಮ ಮದುವೆ ಊಟ ಮಾಡಿದ್ದು ನೆನಪಾಗಿ' ಹೇಳಿದ ಅವನ ಮಾತು ಕೇಳಿ ಹೆದ್ದಾರಿ ಕಣ್ಮುಚ್ಚಿತು. ಮದುವೆ ದಿಬ್ಬಣದ ಸಂಭ್ರಮದ ಮೆರವಣಿಗೆ ಕಣ್ಣಮುಂದೆ ಹೋದಂತಾಗಿ ಅದರ ಮನವೊಮ್ಮೆ ಮ್ಲಾನಗೊಂಡಿತು. ಕತ್ತಲಾವರಿಸಿದಂತೆ ಹೆದ್ದಾರಿಗೂ ಸಾಕಾಯಿತು ಮಲಗಿಬಿಡಬೇಕೆನಿಸಿ ನೆಲಕ್ಕೊರಗಿತು.

***

ಅಬ್ಬಬ್ಬಾ! ಎಷ್ಟು ಜನ ಸೇರಿದ್ದಾರೆ? ಏನಿದು ಗದ್ದಲ? ಏನಾದರೂ ಅಗಿರಬಹುದಾ? ಸ್ವಲ್ಪ ಸರೀರಿ ಮಾರಾಯ್ರೆ, ಜಾಗ ಬಿಡಿ ಅಯ್ಯೋ ಪಾಪ ಸತ್ತೇ ಹೋಗಿದಾರೆ...'ಹೀಗೆ ಏನೇನೋ ಮಾತಾಡ್ತಿದ್ದಾರೆ. ಅಯ್ಯೋ ಇದೇನಪಾ, ಬರೀ ಸಾವು-ನೋವು ಅನಕೊಂಡು' ತಲೆ ಕೊಡವಿದಾಗ ಗೊತ್ತಾಗಿದ್ದು ಇದೊಂದು ಕನಸು ಅಂತ. 'ಸಧ್ಯ ನಿಜ ಅಲ್ವಲ್ಲ' ಅಂದು ಕಣ್ಮುಚ್ಚಿತು. ಕನಸು ಮುಂದುವರೆಯಿತು. ಸತ್ತಿರುವುದು ಒಂದು ಯುವಜೋಡಿ. 'ಹುಡುಗ ಕೆಳಜಾತಿಯವನಂತೆ, ಮೇಲ್ಜಾತಿ ಹುಡುಗಿ. ಪ್ರೀತಿಸುತ್ತಿದ್ದ ಜೋಡಿಯನ್ನು

ಅಗಲಿಸುವ ಧಾವಂತದಲ್ಲಿ ಹುಡುಗಿಯ ಮನೆಯವರು ಅವರನ್ನು ಕೊಲ್ಲೋಕೆ ಬಂದರಂತೆ. ಈ ವಿಷಯ ಹೇಗೋ ಗೊತ್ತಾಗಿ ತಪ್ಪಿಸಿಕೊಂಡು ಹೊರಟಿದ್ದರಂತೆ'. ಜನರ ಮಾತು ಕೇಳಿದ ಮೇಲೆ ಇಷ್ಟು ವಿಷಯ ತಿಳಿಯಿತು. ಬಗ್ಗಿ ನೋಡಿತು ಹೆದ್ದಾರಿ. ಇಬ್ಬರ ದೇಹದಿಂದಲೂ ಹರಿದ ರಕ್ತ ಕೂಡಿಕೊಂಡಿತ್ತು. ದಿಟ್ಟಿಸಿ ನೋಡಿದ ಹೆದ್ದಾರಿಗೆ ಕಂಡದ್ದು ಇಬ್ಬರ ರಕ್ತದ ಬಣ್ಣ ಒಂದೇ ಆಗಿತ್ತು. ಅದಕ್ಕೊಂದೇ ಧರ್ಮ ಅಲ್ಲವೇ? ಅನಿಸಿದ್ದು ನಿಜ. ಅಂತ್ಯಸಂಸ್ಕಾರ ಹೇಗೆ ಮಾಡುವರೆಂಬ ತಲೆನೋವೇ ಇರಲಿಲ್ಲ. ಉದ್ದಕ್ಕೂ ಚಾಚಿಕೊಂಡ ದೆವ್ವದಂಥ ಕಾಂಕ್ರೀಟ್ ರೋಡಿಗೆ ಇಬ್ಬರ ಇಡೀ ದೇಹಗಳು ನಜ್ಜುಗುಜ್ಜಾಗಿ ಅಂಟಿಕೊಂಡಿದ್ದು, ಸಲಿಕೆಯಿಂದ ಬಳಿದದ್ದನ್ನು ಮನೆಯವರು ಪಡೆಯಲು ನಿರಾಕರಿಸಿದ್ದರಿಂದ ಪೋಲಿಸರೇ ಅವಕ್ಕೆ ಜವಾಬ್ದಾರಿ ವಹಿಸಿಕೊಳ್ಳಬೇಕಾಯಿತು. ಒಂದು ಸಲ ಕೈ ಜೋಡಿಸಿ ಪೋಲಿಸರಿಗೆ ನಮಸ್ಕರಿಸಿತು ಹೆದ್ದಾರಿ. ನಾಯಿ ಬೊಗಳಿದ ಶಬ್ದಕ್ಕೆ ಎಚ್ಚರಗೊಂಡಿತು.

ಎದ್ದು ಕಣ್ಬಿಟ್ಟರೆ ಕಂಡದ್ದು ನಾಯಿಯೊಂದರ ಬೇವರ್ಸಿ ಹೆಣ. 'ಎಷ್ಟು ಹೇಳಿದೆ ಕೇಳಿದ್ರಾ? ನೌನ ನಾಯಿಗಳ, ಈಗರ ಸಮಾಧಾನ ಆತಿಲ್ಲ ನಿಮಗ. ಸುಮ್ನೇ ಬಿದ್ಕೋಳಾಕ ಬರಲ್ಲ ನಿಮಗ? ಇಡೀ ರಾತ್ರಿ ಬೊಗಳ್ತೀರಿ ನಿಂ ಕಾಟಕ್ಕ ರಾತ್ರಿಡೀ ನಿದ್ದಿ ಬರ್ತಿದಿಲ್ಲ, ನಿಂಗ ಗುದ್ದಿ ಹೋದರಿಗೆ ಪುಣ್ಯ ಬರ್ಲಿ' ಅಂತ ಸತ್ತ ನಾಯಿಗೆ ಬಯ್ತಿದ್ದ ಒಬ್ಬ ದಾರಿಹೋಕ. 'ತಾನು ಮನೆಕಾಯೋದು, ಕಳ್ಳರನ್ನ ಓಡಿಸೋದು ಗೊತ್ತಿಲ್ವ ಮೊಬೈಲ್ ನೋಡಕೊಂಡು ಹೊಡೆದುಹೋದ ಮನುಷ್ರಿಗೆ' ಅನಿಸಿ ನೊಂದುಕೊಂಡಿತು ನಾಯಿ. ನೋಡುನೋಡುತ್ತಿದ್ದಂತೆ ದೊಡ್ಡ ಲಾರಿ ಬಂದದ್ದೇ ಸೀದಾ ಸತ್ತ ನಾಯಿ ಮೇಲೆ ಭರ್‍ರಂತ ಹೊರಟೇ ಹೋಯಿತು.

'ಮನುಷ್ಯನಾದರೆ ಸಲಿಕೇಲಿ ಬಳಿದು ಚೀಲದಲ್ಲಿ ತುಂಬಿಕೊಂಡಾದರೂ ಹೋಗ್ತಾರೆ ಪಾಪ ನಾಯಿ ಅಲ್ವಾ? ಯಾರು ದಿಕ್ಕು ಪಾಪ' ಅನಿಸಿ ವೇಚಾಡಿತು ಹೆದ್ದಾರಿ.

4

ದುರಂತ ನಾಯಕಿ

ಸ್ನಿಗ್ಧ ಸುಂದರಿ. ಹಣೆಯಲ್ಲಿ ಬೆವರ ಮುತ್ತಿನ ಸಾಲು. ಹಂಸ ಬಿಳುಪಿನ ಮೈಬಣ್ಣ. ನಡೆದರೆ ಲಾವಣ್ಯ. ಕಣ್ಣರಳಿಸಿದರೆ ವಾಂಛಲ್ಯ. ಮೊಗದಲ್ಲಿ ಪ್ರೇಮನಿಶೆಯ ಮಾರ್ದ್ರವತೆ. ಇನಿಯನ ಬರುವಿಕೆಗೆ ಕಾತರಿಸಿ ಕಾದಿರುವ ಕಂಗಳು. ಅವನಿಡುವ ಸವಿಮುತ್ತಿನ ನೆನಪಿನಿಂದ ತುಟಿಯಂಚಲಿ ಜೇನ್ಬಣ್ಣದ ಮಿಣುಕು. ಒಂದು ಕಿರುನಗೆ ಚೆಲ್ಲಿದರೂ ಸಾರ್ಥಕ್ಯ ಎನಿಸುವಂತಿದ್ದಳು. ನಾಯಕಿಯಾಗಲೆಂದೇ ಸೃಷ್ಟಿಸಲ್ಪಟ್ಟವಳೇನೋ! 'ಸುಂದರಿ'ಯಂತೆ ಅವಳು. ಹುಟ್ಟಿದ ಮೇಲೆಯೇ ಆ ಪದವನ್ನು ಶಬ್ದಕೋಶಕ್ಕೆ ಸೇರಿಸಿರಬೇಕೆಂದು ನಾನಂತೂ ಅಂದ್ಕೊಂಡೆ.

ನಾಟಕದ ಕೊನೆಯ ದೃಶ್ಯ. ಇದ್ದಕ್ಕಿದ್ದಂತೆ ವೇದಿಕೆಯ ಮೇಲೆ ಕತ್ತಲು. ಗವ್ವೆನ್ನುವ ನೀರವತೆ. ದೂರದಿಂದೇನೋ ಎಂಬಂತೆ ಬಿಕ್ಕಳಿಸುವಿಕೆಯ ಧ್ವನಿ. ಆಂತರ್ಯದ ಆಳದಿಂದ ಉಕ್ಕುಕ್ಕಿ ಬರುತ್ತಿದ್ದ ನೋವಧಾರೆ. ವೇದಿಕೆಯ ಬಲಭಾಗದಿಂದ ತೂರಿ ಬಂತು ಸಣ್ಣ ಬೆಳಕು. ಯಾರೋ ನೆಲದ ಮೇಲೆ ಮೈಯೊರಗಿಸಿ ಮಲಗಿದ್ದು ಕಾಣಿಸಿತು. ತೂರಿಬಂದ ದು:ಖದ ಚೀತ್ಕಾರ ನೋಡುತ್ತಿದ್ದ ಎಲ್ಲರಲ್ಲೂ ಎದೆನಡುಕ ಹುಟ್ಟಿಸುವಂತಿತ್ತು. ನಿಧಾನವಾಗಿ ಮುಖ ಎತ್ತಿದ್ದು ಯಾರೋ ಹೆಂಗಸು. ಅವಳು ಮಲಗಿದ ಜಾಗದಿಂದ ಸರಿಯಾಗಿ ಮೇಲೆ ಹೊತ್ತಿಕೊಂಡಿತು ಪ್ರಜ್ವಲಿಸುವ ದೀಪ. ಇಡೀ ರಂಗಮಂದಿರದಲ್ಲಿ ಭಯಾನಕ ಮೌನ. ಈ ದು:ಖ, ಈ ನಿರಾಸೆ, ಇಷ್ಟು ಭಾರದ ನೋವಿನ ಬೆಟ್ಟವನ್ನು ಅದೆಲ್ಲಿಂದ ಹೊತ್ತು ತಂದಳು ಈಕೆ! ಅವಳಲ್ಲಿನ ಆತಂಕದ ಛಾಯೆ ನೊಡುತ್ತಿದ್ದ ಎಲ್ಲರಲ್ಲೂ ಆವರಿಸಿಕೊಂಡಿತಾ? ಒಂದು ಕ್ಷಣ ಗಮನಿಸಿದೆ.

ಪ್ರತಿಯೊಬ್ಬರೂ ಉಸಿರು ಬಿಗಿ ಹಿಡಿದುಕೊಂಡಿದ್ದರು. ಗೊಂದಲದ ಗೂಡಾಗಿದ್ದರು.

ಅವಳ ಎದೆಯಾಳದ ಆರ್ತನಾದ ಕೇಳಿ ವಾಸ್ತವಕ್ಕೆ ಬಂದೆ. ರಂಗವೇದಿಕೆಯನ್ನು ದಿಟ್ಟಿಸಿದೆ. ಹೇಗೆ ಸಾಧ್ಯ? ಇವಳು ಅವಳೇನಾ? ಗಲಿಬಿಲಿಗೊಂಡೆ. ಆ ಸ್ನಿಗ್ಧ ಸುಂದರಿಯ ಮೋಹಕ ಕಣ್ಣುಗಳಲ್ಲಿ ಈ ನಿರಾಸೆಯ ನೆರಳು ಎಲ್ಲಿಂದ ಬಂತು? ಕಣ್ಣ ಕೆಳಗಿನ ಕಪ್ಪು ಅವಳದೇನಾ?.

ತನ್ನೊಳಗಿನ ಆ ಹೆಪ್ಪುಗಟ್ಟಿದ ನೋವಿನ ಭಾರ ತಾನಿನ್ನು ಹೊರಲಾರೆ ಎಂಬಂತೆ ಮಾತು ಶುರುಮಾಡಿದಳು. ಇನಿಯನ ವಂಚನೆಯ ಆಘಾತಕ್ಕೆ ಶಬ್ದರೂಪವಾದಳು. ನೋಡುಗರಿಗೆ ನಾಟಕವೆಂಬುದೆ ಮರೆತು ಹೋಗಿ ಕಣ್ಣಂಚಲ್ಲಿ ಮಡುಗಟ್ಟಿದ ನೋವು. ಮನದಲ್ಲಿ ವ್ಯಥೆ. 'ಅಯ್ಯೊ ಪಾಪ'ಎಂಬ ಮರುಕ. ಎಲ್ಲರ ಬಾಯಲ್ಲೂ ಮಾತುಗಳೇ ಮುಗಿದು ಮೌನ ಭಾರವಾದಾಗ ಕುಸಿದು ಬಿದ್ದಳು. ತೆರೆಯ ಮೇಲೆ ಪರದೆ.

'ದುರಂತ ನಾಯಕಿ' ನಾಟಕ ನೋಡಿ ಭಾರವಾದ ಎದೆಯಿಂದ ಹೊರಬಂದೆ. ಎಲ್ಲರೂ ನಾಟಕದ ಬಗ್ಗೆ, ಕೊನೆಯ ದೃಶ್ಯದಲ್ಲಿನ ಅವಳ ಅದ್ಭುತವಾದ ಅಭಿಯನದ ಬಗ್ಗೆ ಮಾತಾಡ್ತಾ ನಿಂತಾಗ, ನಾಟಕ ಥೇಟರಿನ ಬಾಗಿಲ ಬಳಿ ಜನರ ಗುಂಪು ಕಾಣಿಸಿತು. ಹತ್ತಿರ ಹೋದಾಗ ಆಶ್ಚರ್ಯ. ಕೆಲಹೊತ್ತು ಮುಂಚೆ ನೋಡುಗರ ಮನದಲ್ಲಿ ನೋವಿನ ಅಲೆ ಮೂಡಿಸಿದ್ದ ಅವಳು ಮಂದಸ್ಮಿತಳಾಗಿ ಅಭಿಮಾನಿಗಳಿಗೆ ಅಟೋಗ್ರಾಫ್ ಕೊಡ್ತಿದ್ದಳು. ಆ ತದ್ವಿರುಧ್ಧ ದೃಶ್ಯಗಳೆರಡರಲ್ಲೂ ಪಾತ್ರಕ್ಕೆ ಸಮರ್ಥವಾಗಿ ಜೀವ ತುಂಬಿದಾಕೆ ಹುಟ್ಟು ಕಲಾವಿದೆಯೇ ಆಗಿರಬೇಕು ಅನಿಸದಿರಲಿಲ್ಲ. ಅವಳನ್ನು 'ದುರಂತ ನಾಯಕಿ'ಯೆನ್ನಲು ಮನಸೊಪ್ಪಲಿಲ್ಲ.

***

ಸುಮಾರು ಹದಿನೆಂಟೋ, ಇಪ್ಪತ್ತೋ ವರ್ಷಗಳ ನಂತರ, ಅವತ್ತು ನನ್ನ ಕೆಲಸ ಮುಗಿಸ್ಕೊಂಡು ಮನೆಗೆ ಹೋಗಲು ಬಸ್ಸು ಹತ್ತಿ ಕುಳಿತೆ. ಇನ್ನೇನು ಬಸ್ಸು ಹೊರಡುತ್ತೆ ಅನ್ನೋ ಕ್ಷಣ, ಖಾಲಿಯಿದ್ದ ನನ್ನ ಪಕ್ಕದ ಜಾಗದಲ್ಲಿ ಒಬ್ಬ ಹೆಂಗಸು ಬಂದು ಕೂತಳು. ಟಿಕೇಟ್ ಪಡೆಯುವಾಗ ಅಕಸ್ಮಾತ್ತಾಗಿ ಅವಳ ಮುಖ ನೋಡಬೇಕಾಯ್ತು. ಪರಿಚಿತ ಮುಖ ಅನಿಸ್ತು. ಯಾರು ಅಂತ ಗೊತ್ತಾಗದೇ ಮತ್ತೊಮ್ಮೆ ದಿಟ್ಟಿಸಿದೆ. ಸಂಶಯವೇ ಇಲ್ಲ. ಅದು ಅವಳೇ! ಕುತೂಹಲ ಜಾಸ್ತಿ ಆಯ್ತು. ಒಂದು ಸಾಧಾರಣ ಕಾಟನ್ ಸೀರೆಯುಟ್ಟಿದ್ದ ಆಕೆಯ ಮುಖ ಬಹುಶಃ ಮೇಕಪ್ಪು ಹಾಕಿ, ಹಾಕಿ ಮೊದಲಿನ ಕಾಂತಿ ಕಳೆದುಕೊಂಡು ಮುದುಡಿತ್ತು. ಅಲ್ಲಲ್ಲಿ ಒಂದೊಂದು ಬೆಳ್ಳಿಕೂದಲು ಇಣುಕುತ್ತಿತ್ತು. ಅಂದಿನ ಅದ್ಭುತ

ಕಲಾವಿದೆ ಇಂದು ಇಷ್ಟು ಸರಳವಾಗಿ ಕಂಡದ್ದು ಅಚ್ಚರಿ. 'ಮೇಡಂ. ಅಂದಿನ ದುರಂತನಾಯಕಿ ನಾಟಕದಲ್ಲಿ ನಿಮ್ಮ ಅಭಿನಯದಿಂದ ನೀವು ಅಪರೂಪದ ನಟಿಯಾದ್ರಿ. ನಿಮ್ಮ ಕಲೆಯ ಅಭಿಮಾನಿ ನಾನು' ಅನಿಯಂತ್ರಿತವಾಗಿ ಮಾತಾಡ್ತಾ ಹೋದೆ, ಅವಳು ಧನ್ಯತೆ ಸೂಚಿಸಬಹುದೆಂದು ಕಾದೆ. ಆದರೆ ತುಟಿಯಲ್ಲಿ ಸುಳಿದದ್ದು ವಿಷಾದದ ನಗೆ. ಅನಿರಿಕ್ಷೀತ ಪ್ರತಿಕ್ರಿಯೆಯಿಂದ ವಿಚಲಿತನಾದೆ. ಮಾತು ಬೇಡವೆನಿಸಿ ಮೌನವಾದೆ. ಆಕೆಯೂ ಅಷ್ಟೇ, ತೀರಾ ಸುಮ್ಮನಾಗಿ ಹಿಂದಕ್ಕೊರಗಿ ಕಣ್ಮುಚ್ಚಿದಳು. ನಾನು ಮಾತನಾಡಬಾರದಿತ್ತಾ ಅನಿಸಿ, ತಪ್ಪಿತಸ್ಥ ಭಾವದಿಂದ ನೊಂದುಕೊಂಡೆ. ಇಳಿಯುವ ಸ್ಥಳ ಬಂದಿರಬಹುದು ಇನ್ನೂ ಬಹಳ ಜನ ಇಳೀತಾ ಇದ್ದರು. ಇದ್ದಕ್ಕಿದ್ದಂತೆ ನನ್ನಿಂದ ಪೆನ್ನು ಪಡೆದು ಟಿಕೇಟ್ ಮೇಲೆ ಏನೋ ಗೀಚಿ ನನ್ನ ಅಂಗೈಲಿ ತುರುಕಿ ಇಳಿದು ಹೋದಳು. ತುಂಬಾ ಹೊತ್ತಾದ ಮೇಲೆ ವಾಸ್ತವಕ್ಕೆ ಬಂದೆ. ಅಂಗೈ ಬಿಚ್ಚಿ ನೋಡಿದೆ. ಅದರಲ್ಲೊಂದು ಫೋನ್ ನಂಬರಿತ್ತು. ಅಯೋಮಯ ಅನಿಸಿದ್ದು ಸುಳ್ಳಲ್ಲ.

***

ಅಂದು ರವಿವಾರವಾದ್ದರಿಂದ ಕೆಲಸಕ್ಕೆ ಹೋಗುವ ಧಾವಂತವಿರಲಿಲ್ಲ. ಹೆಂಡತಿ, ಮಕ್ಕಳು ಅವಳ ತವರಿಗೆ ಹೋಗಿದ್ದರಿಂದ ಮನೆಗೆ ಹೊರಡಬೇಕಾದ ಅವಸರವೂ ಇರಲಿಲ್ಲ. ಏನೋ ನೆನಪಾದಂತಾಗಿ ಪರ್ಸು ತೆಗೆದೆ. ಅದರ ಮೂಲೆಯಲ್ಲಿ ಭದ್ರವಾಗಿ ಕುಳಿತಿತ್ತು ಆ ಟಿಕೇಟು. ಕುಳಿತಿದ್ದ ಪಾರ್ಕಿನ ಆ ಜಾಗದಿಂದ ಎದ್ದು, ರಸ್ತೆಯ ಆಚೆ ಬದಿಯ 'ರುಚಿ ರೆಸ್ಟೋರೆಂಟ್'ನ ಪಕ್ಕದ ಎಸ್.ಟಿ.ಡಿ.ಗೆ ಹೋಗಿ ಆ ನಂಬರಿಗೆ ಫೋನಾಯಿಸಿದೆ. ಫೋನ್ ತೆಗೆದುಕೊಂಡವರು ಯಾರೆಂದು ಕೂಡಾ ವಿಚಾರಿಸದೇ 'ಮೇಡಂ, ನಾನು ಅವತ್ತು ಬಸ್ಸಲ್ಲಿ____' ನನ್ನ ಮಾತು ಮುಗಿಯುವ ಮುನ್ನವೇ, 'ಹಾಂ, ಗೊತ್ತಾಯ್ತು ಮನೆಗೆ ಬನ್ನಿ ಬೇಕಾದರೆ' ಅಂದು ವಿಳಾಸ ಹೇಳಿದಳು. ಅದೇ ಟಿಕೇಟಿನಲ್ಲಿ ಸಣ್ಣಗೆ ಬರೆದುಕೊಂಡೆ.

***

ಅದೊಂದು ವಠಾರ. ಶಿಥಿಲ ಸ್ಥಿತಿಯಲ್ಲಿತ್ತು. ದಾರಿ ತಪ್ಪಿದೆನಾ? ಒಳಗೆ ಹೋಗಿ ವಿಚಾರಿಸಿದೆ. ಸರಿಯಾಗೇ ಇತ್ತು. ಮುಂದೆ ಕೈ ಮಾಡಿ 'ಅದೇ ಮನೆ' ಅಂತ ತೋರಿಸಿದರು. ಆದರೆ ಆ ಹೆಂಗಸಿನ ಮುಖದಲ್ಲೇನೋ ಅನುಮಾನದ ಸುಳಿ. ಒಂಥರಾ ತಾತ್ಸಾರ. ಯಾಕೇಂತ ಗೊತ್ತಾಗಲಿಲ್ಲ.

ಸ್ವಾಗತಿಸಿದ್ದು ಮನೆಯ ಮುಂದಿನ 'ಶಾಂತಿನಿವಾಸ' ಎಂಬ ಫಲಕ. ಸಾಮಾನ್ಯ ಮನೆ ಅದಾಗಿತ್ತು. ಬಾಗಿಲು ಮುಚ್ಚಲಾಗಿತ್ತು. ಸ್ವಲ್ಪ ಕ್ಷಣ

ಆಲೋಚಿಸಿ ಬಾಗಿಲು ಬಡಿದೆ. ಯಾರೋ ನಡೆದುಕೊಂಡು ಬಾಗಿಲ ಬಳಿ ಬಂದ ಶಬ್ದ. ತೆರೆದ ಬಾಗಿಲೊಳಗೆ ನಿಂತದ್ದು ಅವಳೇ. ನನ್ನ ನೋಡಿ 'ಬನ್ನಿ' ಎಂದು ಒಳನಡೆದಳು. ಅಂದಿನ ಸೌಂದರ್ಯದ ಗುರುತುಗಳೇ ತುಂಬಾ ಕಡಿಮೆಯಾಗಿದ್ದವು. ಆದರೆ ಜೀವನದ ಅನುಭವ ಮಾತ್ರ ಹೆಚ್ಚಾಗಿರುವದು ಗೊತ್ತಾಗುತ್ತಿತ್ತು. ಅಲ್ಲೇ ಇದ್ದ ಕುರ್ಚಿಯೊಂದರಲ್ಲಿ ಕೂತೆ.

ಅಷ್ಟರಲ್ಲಿ ವಠಾರದ ಯಾರ್‍ಯಾರೋ ಮನೆಯ ಮುಂದೆ ಬರೋದು, ಇಣುಕಿ ಹಾಕಿ ನೋಡಿ ಹೋಗೋದು ಮಾಡಿದರು. ಒಮ್ಮೆ ಅವಳ ಮುಖ ನೋಡಿದೆ. ನಕ್ಕಳು. 'ಬಿಡಿ, ನಾನದರಲ್ಲೇ ಜೀವನ ಸಾಗಿಸ್ತಾ ಇದೀನಿ. ನನ್ನ ಬಗೆಗಿನ ಸಂಶಯ, ಕೊಂಕು ಮಾತುಗಳಲ್ಲೇ ಅವರಿಗೆ ತೃಪ್ತಿ.' ಆ ಮಾತು ಕೇಳಿ ಒಂದು ಅಪರಿಚಿತ ಲೋಕದ ಪರಿಚಯ ನನಗೆ ಆದಂತೆನಿಸಿತು. ಇವಳ ಬಗ್ಗೆ ಅನುಮಾನ! ಇಡೀ ಜಗತ್ತು ಹೆಮ್ಮೆಯಿಂದ ಪೂಜ್ಯನೀಯ ದೃಷ್ಟಿಯಿಂದ ನೋಡಬೇಕಾದ ಕಲಾವಿದೆಯಲ್ಲವೇ? ಖೇದವೆನಿಸಿತು. ತೂರಿ ಬಂದ ಪ್ರಶ್ನೆಗಳಿಗೆ ಆ ಕ್ಷಣಕ್ಕಂತೂ ಉತ್ತರ ಸಿಗದೇ ಗಲಿಬಿಲಿಗೊಂಡೆ. ಉತ್ತರಕ್ಕೆಂಬಂತೆ ಅವಳತ್ತ ನೋಡಿದೆ. ಅಲ್ಲಿರಲಿಲ್ಲ. ಒಳಗೆ ಹೋಗಿರಬಹುದು. ಎದ್ದು ಕಿಟಕಿಯೆಡೆಗೆ ನಡೆದೆ. ಹೊರಗೆ ನೋಡಿದಾಗ ಮತ್ತವೇ ಕೌತುಕದ ಕಣ್ಣುಗಳು. ನನ್ನ ಬಗೆಗಿನ ಸಂಶಯ ಹೊತ್ತ ಮುಖಗಳು. ಬೇಸರವೆನಿಸಿ ಮತ್ತೆ ಬಂದು ಕುರ್ಚಿಯಲ್ಲಿ ಕೂತೆ. ಹೆಸರಿಗೆ ತಕ್ಕ ಮನೆ. ಏನೇನೂ ಗದ್ದಲವಿಲ್ಲ. ಆ ಕೋಣೆಯ ಗೋಡೆಗಳತ್ತ ಕಣ್ಣಾಡಿಸಿದೆ. ಸಂತಸದಿಂದ ಹೃದಯ ತುಂಬಿ ಬಂದದ್ದು 'ದುರಂತ ನಾಯಕಿ' ನಾಟಕದ ದೃಶ್ಯವೊಂದರ ಭಾವಚಿತ್ರ ನೋಡಿ. ಆ ಅದ್ಭುತ ಕಲಾವಿದೆಯ ಮನೆಯಲ್ಲಿ ನಾನಿರುವದು ಅದೆಂಥ ಭಾಗ್ಯ!

'ತಗೊಳ್ಳಿ' ಎಂಬ ಧ್ವನಿ ಕೇಳಿ ಭಾವಪರವಶತೆಯಿಂದ ಹೊರಬಂದೆ. ಒಂದು ಕೈಯಲ್ಲಿ ನೀರು. ಮತ್ತೊಂದರಲ್ಲಿ ಚಾ. ಅವಳ ಕೈಯಿಂದ ಚಾ ಪಡೆಯುವಾಗ ಧನ್ಯತೆಯ ಭಾವ. ಅನಿರೀಕ್ಷಿತ ಅನುಭವವದು. 'ನಿಮಗೆ ನನ್ನ ಮನೆ ನೋಡಿ ಆಶ್ಚರ್ಯ ಆಯ್ತಾ ಮಿಸ್ಟರ್...'ಎಂದಾಗ, 'ವಸಂತ' ಅಂದೆ. 'ವಸಂತ, ನನಗಿಂತ ಚಿಕ್ಕವನಾಗಿರೋದರಿಂದ ನಾನು ಏಕವಚನದಲ್ಲೇ ಮಾತಾಡ್ತೀನಿ. ನನ್ನ ಬಗ್ಗೆ, ನನ್ನ ಕಲೆ, ಜೀವನದ ಬಗ್ಗೆ ತಿಳಿದುಕೊಳ್ಳೋ ಆಸಕ್ತಿ ಇದೆ ಅಲ್ವಾ?' ಕೇಳಿದ್ದಕ್ಕೆ ಗೋಣಾಡಿಸಿದೆ.

'ನಂಗೊತ್ತಾಯ್ತು. ಅದಕ್ಕೆ ಬರಲು ಹೇಳಿದೆ. ನನ್ನ ಬದುಕಿನ ಕಥೆ ಕೇಳೋಕೆ ನಿನಗ್ಯಾಕೆ ಆಸಕ್ತಿ ಅಂತ ಗೊತ್ತಿಲ್ಲ. ಆದರೆ ನನ್ನ ವ್ಯಥೆ ಹೇಳಿಕೊಳ್ಳೋಕೆ ಒಬ್ಬ ವ್ಯಕ್ತಿ ಇದಾನಲ್ಲ ಅನ್ನೋ ಸಮಾಧಾನ ನಂಗೆ' ನಿಟ್ಟುಸಿರಿಟ್ಟಳಾಕೆ. 'ನಿನಗೆ ತಿಳಿದಿದೆಯಾ ವಸಂತ? ನಾನು, ನನ್ನಂತಹ ನಾಟಕ ಕಲಾವಿದರ ಬಹುಪಾಲು ಜೀವನ ವ್ಯಥೆಯಲ್ಲೇ ಕಳೆದುಹೋಗುತ್ತೆ. ಕಲಾವಿದರಾಗಿ ಕಲಾಸೇವೆ ಮಾಡಿದ

ನಮ್ಮ ಬದುಕಿನ ಒಳನೋವಿನ ಬಗ್ಗೆ ನಾಟಕದಲ್ಲಿ ಚಪ್ಪಾಳೆ ಹಾಕೋ ಈ ಜನಕ್ಕೆ ಕನಿಷ್ಟ ಗೌರವವೂ ಇಲ್ಲ. ನೀನೀಗ ನೋಡಿದೆಯಲ್ವ ಅವರ ಸಂಶಯದ ನೋಟವನ್ನು?' ಹೇಳ್ತಿದ್ದ ಹಾಗೇ ನೋವು ನೀರಾಗಿ ಕಣ್ತುಂಬಿತ್ತು. ಸೆರಗಂಚಲಿ ಕಣ್ಣೊರೆಸಿ ಮುಂದುವರಿಸಿದಳಾಕೆ.

'ವಸಂತ, ಯಾಕೇಂತ ನಾ ಕಾಣೆ. ಆದರೆ ಇವತ್ತು ನಿನ್ಮುಂದೆ ನೋವು ಹಂಚಿಕೊಳ್ಳುವ ತುಡಿತ. ನೀನೊಬ್ಬ ಕಲೆಯ ಅಭಿಮಾನಿ ಆಗಿರೋದರಿಂದ ಕಲಾವಿದರ ನೋವು ನಿನ್ನೆದೆಗೆ ಮುಟ್ಟಬಹುದೆಂಬ ವಿಶ್ವಾಸ ನನಗಿದೆ'. ವಿಷಯ ತಿಳಿಯಲು ನನಗಾಗುತ್ತಿದ್ದ ಚಡಪಡಿಕೆ ಕಂಡು ಮುಂದುವರೆಸಿದಳಾಕೆ. 'ನನ್ನ ತಾಯಿ ಕೂಡಾ ಒಬ್ಬ ಕಲಾವಿದೆ. ಅಲ್ನೋಡು. ಆ ಫೋಟೋದಲ್ಲಿ, ಕಿತ್ತೂರು ಚೆನ್ನಮ್ಮ ಪಾತ್ರದಲ್ಲಿದಾರಲ್ಲ, ಆಕೆ ನನ್ನ ಹೆತ್ತಮ್ಮ. ಅವಳ ಹೂಂಕರಿಸುವಿಕೆಗೆ ಇಡೀ ನಾಟಕ ಮಂದಿರವೇ ನಡುಗುತ್ತಿತ್ತಂತೆ. ಥೇಟರಿನಲ್ಲಿ ಅವಳ ಅಬ್ಬರ ಕಂಡು ನಾನೂ ಸೇರಿದಂತೆ ಮಕ್ಕಳು ಅಳುತ್ತಿದ್ದದ್ದು ನನಗಿನ್ನೂ ಹಸಿ ಹಸಿ ನೆನಪು. ನನ್ನ ಬಾಲ್ಯವೆಲ್ಲವೂ ಅಮ್ಮನೊಂದಿಗೆ, ಆಕೆಯ ನಾಟಕದ ರಿಹರ್ಸಲ್, ಮೇಕಪ್, ಪ್ರದರ್ಶನಗಳಲ್ಲಿ ಕಳೆದುಹೋಯಿತು. ಯಾಕೇಂದ್ರೆ ನನಗೆ ಅಪ್ಪ ಅಂತ ಯಾರನ್ನೂ ಕರೆದು ನೆನಪಿಲ್ಲ. ಮೊದಮೊದಲು ಅಮ್ಮನಿಗೆ ಅಪ್ಪನ ಬಗ್ಗೆ ಕೇಳಿ ಪೀಡಿಸ್ತಾ ಇದ್ದೆ. ಆದರೆ ಅದು ಉತ್ತರ ಸಿಗದ ಪ್ರಶ್ನೆ ಅಂತ ಗೊತ್ತಾದ ಮೇಲೆ, ನನಗೇ ಪ್ರಶ್ನೆ ಮರೆತುಹೋಯ್ತು. ಮುಂದಂತೂ ಅಮ್ಮನ ತುಂಬು ಪ್ರೀತಿಯ ಎದುರು ಯಾವ ಕೊರತೆಯೂ ದೊಡ್ಡದೆನಿಸಲಿಲ್ಲ. ಆದರೆ ಅಮ್ಮ ಮಾತ್ರ ಹೆಚ್ಚಿನ ರಾತ್ರಿಗಳನ್ನು ಅಳ್ತಾನೇ ಕಳೀತಿದ್ದಳು. ನನಗೆ ಏನು ಮಾಡೋಕೂ ಗೊತ್ತಾಗದೇ ಅವಳನ್ನು ಜೋರಾಗಿ ತಬ್ಬಿಕೊಂಡು ಮಲಗಿಬಿಡ್ತಿದ್ದೆ. ನಂಗೆ ಹದಿನಾಲ್ಕು ತುಂಬಿದಾಗ ಅಮ್ಮ ಕ್ಯಾನ್ಸರಿನಿಂದ ದೂರವಾದಳು. ಅವಳ ಹೊರತಾಗಿ ಬೇರೆನೂ ಗೊತ್ತಿರದ ನನ್ನ ಕೈ ಹಿಡಿದದ್ದು ನಾಟಕವೇ. ಕಂಪನಿಯ ಮಾಲೀಕರು ಹಿರಿಯರು. ಅಮ್ಮನನ್ನೂ ಕಂಡವರು. ನನ್ನ ಕಲೆ ಗುರ್ತಿಸಿ ಸಂಭ್ರಮಿಸಿದರು. ಎಲ್ಲರೂ ನೋಡ್ತಿದ್ದ ಹಾಗೆ ನಟಿಯಾಗಿ ಬೆಳೆದೆ. ವಯೋಸಹಜ ಬೆಳವಣಿಗೆಗಳಿಗೆ ನಾನೂ ಹೊರತಾಗಲಿಲ್ಲ. ಭಾವನೆಗಳು ಮೈತುಂಬಿದವು. ಮಾಲೀಕರಾದ ವೆಂಕಣ್ಣನವರ ಮಗ ಮನೋಹರನಿಗೆ ಮನಸೋತೆ. ಪರಸ್ಪರ ಪ್ರೀತಿಯ ಹಂಚಿಕೆಯಾಯಿತು. ಪ್ರೇಮದ ಸಾರ್ಥಕತೆಯ ತುಟ್ಟತುದಿ ಇನ್ನೇನು ಮುಟ್ಟಿತು ಅನ್ನೋ ಹೊತ್ತಿಗೆ ಮತ್ತೊಂದು ಆಘಾತ. ಅವತ್ತೊಂದಿನ ನಮ್ಮಿಬ್ಬರ ಪ್ರೀತಿಯ ಬಗ್ಗೆ ಅಪ್ಪನೊಂದಿಗೆ ಮಾತಾಡ್ತೇನೆ ಅಂತ ಹೇಳಿ ಹೋದ ಮನೋಹರ ಅಪಘಾತಕ್ಕೆ ಬಲಿಯಾಗಿ, ಆಸ್ಪತ್ರೆಯಲ್ಲಿ ನನ್ನ ಕೈಹಿಡಿದು ತಮ್ಮ ಕಣ್ಣಿಗೊತ್ತಿಕೊಂಡು ಪ್ರಾಣಬಿಟ್ಟರು. ಆ ಕ್ಷಣದಿಂದ ನಾನು ಅಕ್ಷರಶ: ಒಂಟಿಯಾಗಿ ಹೋದೆ. ನಾಟಕದ ಎಲ್ಲ ಹಿತೈಷಿಗಳು ಸಮಾಧಾನಿಸಿದರು. 'ನಾನೇ ನಿಂಗೆ ಒಳ್ಳೆ

ಗಂಡು ನೋಡಿ ಮದ್ವೆ ಮಾಡ್ತೇನೆ' ಅಂತ ಸ್ವತ: ವೆಂಕಣ್ಣ ಮುಂದೆ ಬಂದರು. 'ಆದ್ರೆ ವಸಂತ...'ಮಾತು ನಿಲ್ಲಿಸಿದರು. ಕಂಗಳಲ್ಲಿ ಆಳವಾದ ನೋವಭಾವ.

ನನಗಾಗಿ ತಂದಿರಿಸಿದ್ದ ನೀರು ಕೊಟ್ರೆ, ನಿಂತು ಸಾಕಾಗಿರಬಹುದೇನೋ ಅನಿಸಿ 'ಕೂತ್ಕೊಳ್ಳಿ, ಕೂತು ಹೇಳಿ' ಅಂದೆ. 'ಬೇಡ' ಅಂತ ತಲೆಯಾಡಿಸಿ. ಕಂಬಕ್ಕೊರಗಿ ನಿಂತು ಮಾತು ಮುಂದುವರೆಸಿದರು 'ವಸಂತ, ಸತ್ತು ಹೋದದ್ದು ಒಬ್ಬ ವ್ಯಕ್ತಿಯೇ ಹೊರತು, ಆ ವ್ಯಕ್ತಿಯ ಮೇಲಿನ ನನ್ನ ಪ್ರೀತಿಯಲ್ಲ. ಹೀಗಾಗಿ ನನಗೆ ಯಾವ ಸಂಗಾತಿಯೂ ಬೇಕೆನಿಸಲಿಲ್ಲ. ಅಂದಿನಿಂದ ನಾಟಕವೇ ನನಗೆಲ್ಲ. ಪಾತ್ರಗಳಿಗೆ ಜೀವತುಂಬುವುದೇ ನನ್ನ ಬದುಕಾಯಿತು. ಕಳೆದುಕೊಂಡ ಇನಿಯನನ್ನು ಕಲಾರಾಧನೆಯಲ್ಲಿ ಮರೆತೆ. ಯಾವಾಗ ವೆಂಕಣ್ಣನವರು ತೀರಿಹೋದರೋ ಕಂಪನಿ ನಡೆಸೋಕೆ ಯಾರೂ ಇಲ್ಲದಂತಾಯ್ತು. ಮಧ್ಯ ವಯಸ್ಸು ಮೀರಿದ್ದರಿಂದ ನಾನೂ ನಾಟಕ ಬಿಟ್ಟೆ' ಅಂದು ಮಾತು ನಿಲ್ಲಿಸಿ, ಕೆಳಗೆ ಕೂತರು.

'ಹಾಗಾದರೆ, ಅಮೇಲಿಂದ ಚೆನ್ನಾಗಿದ್ದೀರಾ ಅಲ್ವಾ?' ಕೇಳಿದೆ. 'ಆದರೆ ನಿಜವಾದ ದುರಂತ ಆರಂಭವಾದದ್ದೇ ಆವಾಗಿನಿಂದ' ಅಂದು ಮೌನವಾದರು ಕೆಲಹೊತ್ತು. ನನಗೋ ಆಶ್ಚರ್ಯ. ಅದನ್ನರಿತು ಮತ್ತೆ ಹೇಳತೊಡಗಿದರು. 'ಅಲ್ಲಿಯವರೆಗೂ ನಾಟಕದ ಹೊರತಾದ ಸಮಾಜದ ಯಾವ ಮುಖದ ಪರಿಚಯವೂ ಇರದಿದ್ದ ನನಗೆ ಹೊಸ ಜಗತ್ತು ಎದುರಾಯ್ತು. ಬಾಡಿಗೆ ಮನೆ ಕೊಟ್ಟವರು ನಾನು ನಾಟಕ ಮಾಡಿದವಳು ಅಂತ ಗೊತ್ತಾದ ತಕ್ಷಣ ಮನೆ ಬಿಡಿಸುತ್ತಿದ್ದರು. 'ಪಾತ್ರದವಳು' ಅನ್ನೋ ಅವರ ವಿಷಪೂರಿತ ಮಾತು, ನೋಟಕ್ಕೆ ನಾನೀಗಲೂ ನಿರಂತರ ಬಲಿಯಾಗುತ್ತಿರುವೆ. ನೀನು ಹೇಳಪ್ಪಾ. ಯಾರು ಪಾತ್ರಧಾರಿಗಳಲ್ಲ ಈ ಜಗತ್ತಲ್ಲಿ? ಎಲ್ಲರೂ ಬಂದಿರೋದು ಅದಕ್ಕೆ ತಾನೇ?' ಪ್ರಶ್ನೆಗೆ ಉತ್ತರಿಸುವ ಸ್ಥಿತಿಯಲ್ಲಿ ನಾನಿರಲಿಲ್ಲ. ಸುಮ್ಮನೆ ಮುಂದೆ ಎಂಬಂತೆ ಮುಖ ನೋಡಿದೆ. 'ನಾಟಕವೇ ಸಂಗಾತಿಯಾಗಿದ್ದ ನನಗೆ ಅದನ್ನು ಬಿಟ್ಟ ಮೇಲೆ ಮತ್ತೊಮ್ಮೆ ಒಂಟಿತನ. ಈ ಜನ ನನ್ನ ಭಾವನೆಗಳಿಗೆ ಸ್ಪಂದಿಸುವದಿರಲಿ, ಇತರರಂತೆ ನಾನೂ ಸಾಮಾನ್ಯಳೆಂದು ನೋಡುವದೂ ಇಲ್ಲ. ಕೊನೆಗೆ ನಾನೇ ಈ ಮನೆ ಕೊಂಡುಕೊಂಡೆ. ಇಲ್ಲಿ ನೀನೇ ನೋಡಿದಂತೆ ನನ್ನ ಮೇಲೆ, ನನ್ನ ಮನೆಯ ಮೇಲೆ ಯಾವಾಗಲೂ ಒಂದು ಅನುಮಾನದ ಕಣ್ಣು. ಮನೆಗೆ ಬರುವವರ ಬಗ್ಗೆ ಕೆಟ್ಟ ಕುತೂಹಲ. ಈಗ ನಿನ್ನ ನೋಡಿ ಅವರ ಅನುಮಾನಕ್ಕೆ ಕೋಡು ಬಂದಿರುತ್ವೆ' ಹೇಳಿ ವ್ಯಂಗ್ಯ ನಗೆ ಬೀರಿದರಾಕೆ.

"ಯಾಕೆ ಹೀಗೆ ವಸಂತ? ಒಂದು ನಿಷ್ಕಲ್ಮಶ ಪ್ರೀತಿ ಕಳೆದುಕೊಂಡು, ಬದುಕೇ ಆಗಿ ಹೋಗಿದ್ದ ವೃತ್ತಿಯಿಂದ ದೂರ ಸರಿದ ಮೇಲೆ ಒಬ್ಬಂಟಿಯಾಗಿ ಬದುಕ್ತಿರೋ ನನ್ನ ಬಗ್ಗೆ ಸಂಶಯಕ್ಕೇನರ್ಥ? ಕಲಾವಿದನಿಗೆ ಕನಿಷ್ಠ ಗೌರವ

ಕೊಡದ ಇವರಿಗೆ ಕಲೆಯ ಬೆಲೆ ಗೊತ್ತಾಗೋದು ಯಾವಾಗ? ಈಗ ಅನಿಸ್ತಿದೆ ಅಮ್ಮನ ಆಗಿನ ಅಳುವಿಗೆ ಇದೇ ಕಾರಣ ಇರಬಹುದು ಅಂತ. ಅವಳಿಗೆ ಯಾರು ವಂಚನೆ ಮಾಡಿದರೋ ಗೊತ್ತಿಲ್ಲ. ಆದರೆ ಈ ಸಮಾಜವಂತೂ ನನ್ನನ್ನು ವಂಚಿಸ್ತಿದೆ' ಹೇಳಿ ಅಂತರ್ಮುಖಿಯಾದರಾಕೆ.

ಏನೂ ಮಾತನಾಡಲಾಗದೇ ಮೌನಕ್ಕೆ ಶರಣಾದೆ. ಕಲೆಯ ಔನ್ನತ್ಯ ಕಂಡು ಬಂದ ಆಕೆ ನಿಜವಾಗಿಯೂ ದುರಂತ ನಾಯಕಿಯಾ? ನಿರ್ಧರಿಸದಾದೆ ನಾನು. ನೀವು?

5

ಪರಸ್ಪರ

"ಜನನಿ ಜನ್ಮಭೂಮಿಶ್ಚ ಸ್ವರ್ಗಾದಪಿ ಗರಿಯಸಿ. ಇಂತಹ ಸ್ವರ್ಗಕ್ಕಿಂತಲೂ ಶ್ರೇಷ್ಠರಾದ ಹೆತ್ತತಾಯಿ, ಹೊತ್ತ ಭೂಮಾತೆಯರಿಗೆ ಚರಣಸ್ಪರ್ಶಿ ನಮನಗಳನ್ನು ನನ್ನ ಹೃದಯಾಂತರಾಳದಿಂದ ಹಣೆಮಣಿದು ಅರ್ಪಿಸುತ್ತ, ರಾಜ್ಯಮಟ್ಟದ 'ಜನನಿ' ಪುರಸ್ಕಾರ ಸಮಾರಂಭದ ಈ ಅಮೃತ ಘಳಿಗೆಯಲ್ಲಿ, ಪ್ರಶಸ್ತಿಯನ್ನು ಮನಸಾರೆ ಸ್ವೀಕರಿಸುತ್ತ, ನಿಮ್ಮೊಂದಿಗೆ ಒಂದಷ್ಟು ವಿಚಾರಗಳನ್ನು ಹಂಚಿಕೊಳ್ಳಲು ನನಗೆ ಅತೀವ ಹರ್ಷವೆನಿಸುತ್ತಿದೆ.

ಬಂಧುಗಳೇ, ಈ ನಾಡಿನ ಪ್ರತಿಷ್ಠಿತ ಸಾಹಿತ್ಯಿಕ ಸಂಘಟನೆಯಾಗಿರುವ 'ಸೃಷ್ಟಿ ಸಾಹಿತ್ಯ ಬಳಗ'ದ ವತಿಯಿಂದ ತಾಯಿಯ ಬಗೆಗೆ ಬರೆಯಲಾದ ಅತ್ಯುತ್ತಮ ಕೃತಿಗೆ ಕೊಡಲಾಗುವ 'ಜನನಿ' ಪುರಸ್ಕಾರಕ್ಕೆ ನಾನು ಬರೆದ 'ಮಹಾಮಾತೆ' ಕೃತಿಯನ್ನು ಆಯ್ಕೆ ಮಾಡಿದ ಬಳಗದ ನೇತೃತ್ವ ವಹಿಸಿರುವ ಶಶಿ ಜಾಲಿಗಿಡದ, ಮತ್ತವರ ಬಳಗದ ಸದಸ್ಯರಿಗೂ, ಆಯ್ಕೆ ಮಂಡಳಿಯಲ್ಲಿದ್ದ ತೀರ್ಪುಗಾರರೆಲ್ಲರಿಗೂ ನನ್ನ ಹೃದಯಾಂತರಾಳದ ಕೃತಜ್ಞತೆಗಳನ್ನು ಅರ್ಪಿಸುತ್ತೇನೆ.

'ಮಹಾಮಾತೆ' ಈ ಪುಸ್ತಕದ ಮೂಲ ಪ್ರೇರಣೆ ನಿಮಗೆಲ್ಲ ಗೊತ್ತಿರುವ ಹಾಗೆ ನನ್ನ ಹೆತ್ತ ತಾಯಿ ಸರೋಜಮ್ಮ. ಇದು ಕೇವಲ ಶಬ್ದಗಳ ಜೋಡಣೆಯ ಪುಸ್ತಕವಲ್ಲ. ಇದೊಂದು ಭಾವಬಿಂದುಗಳ ಸಂಚಯ. ನನ್ನವ್ವನ ಒಡಲಗೀತ. ಎದೆಬಡಿತದ ಶ್ಲೋಕ. ಅವಳಿಟ್ಟ ಪ್ರತಿ ಹೆಜ್ಜೆಯ ಗೆಜ್ಜೆಗುರುತು. ಹಾಡಿದ ಜೋಗುಳದ ನಿನಾದ. ಅವಳಾಡಿದ ತಾಯ್ನುಡಿಯ ಪ್ರತಿಧ್ವನಿ. ಮನೆಯೊಳು ದೇವರೆದುರು ಹಚ್ಚಿಟ್ಟ ದೀಪದ ಬೆಳಕು. ನನಗೆ ದೃಷ್ಟಿಯಾಗದಿರಲೆಂದು ಪ್ರತಿ

ಬಾರಿ ಅವಳು ಮುರಿದ ನೆಟಿಕೆ. ಮಧುರ ನೆನಪುಗಳ ಮೆಲುಕು. ಅಂತೆಯೇ ಅವಳ ಪ್ರತಿ ಕಂಬನಿಹನಿಯ ಕಥೆಯೂ ಹೌದು. ಬಾಳಹಾದಿಯಲ್ಲಿ ಅವಳ ಪಾದಕೆ ನೆಟ್ಟ ಪ್ರತಿ ಮುಳ್ಳಿನ ಚುಚ್ಚುವಿಕೆ. ಬಳಿಬಂದವರ ತಿವಿತ. ಕ್ಷಣಕ್ಷಣದ ಯಾತನೆಯ ಚಿತ್ರಣ. ಬೆವರುಂಡ ಅವಳ ಬದುಕಿನ ದುಡಿತ.

ಇಂತಹ ನನ್ನ ತಾಯಿಯ ಬಗೆಗೆ ಬರೆದಿರುವುದೇ ನನ್ನ ಹೆಮ್ಮೆ. ಅವಳ ಸೇವೆಯ ಭಾಗ್ಯ ನನ್ನ ಜನ್ಮದ ಸಾರ್ಥಕ್ಯತೆ. ಅವಳ ಋಣ ತೀರಿಸುತ್ತೇವೆಂಬುದು ಖಂಡಿತ ಅಸಾಧ್ಯವೇ ಆದರೂ ಆ ನಿಟ್ಟಿನಲ್ಲಿ ಇದೊಂದು ಹೆಜ್ಜೆ ಇಟ್ಟಿರುವ ಸೌಭಾಗ್ಯ ನನ್ನದು. ಜನ್ಮ ಪಾವನದ ಕ್ಷಣವಿದು. ಈ 'ಮಹಾಮಾತೆ' ಪುಸ್ತಕವನ್ನು ಓದುಗರ ಉಡಿ ತುಂಬಿರುವೆ. ಓದಿ ಹರಸಿ–ಹಾರೈಸಿ.

'ಜನನಿ' ಪುರಸ್ಕಾರ ಕೊಡಮಾಡಿದ 'ಸೃಷ್ಟಿ ಸಾಹಿತ್ಯ ಬಳಗಕ್ಕೆ' ಮತ್ತೊಮ್ಮೆ ವಂದಿಸುತ್ತ ನನ್ನ ಮಾತುಗಳನ್ನು ಮುಗಿಸುವೆ. ಧನ್ಯವಾದಗಳು"

ಹೀಗೆಂದು ಮುತ್ತು ಪೋಣಿಸಿದಂತೆ ಶಬ್ದಗಳ ಜೋಡಿಸಿ ಭಾಷಣಮಾಡಿ, ವೇದಿಕೆಯಿಂದಿಳಿದು ಪ್ರೇಕ್ಷಕರ ಮೊದಲ ಸಾಲಿನಲ್ಲಿ ಕುಳಿತಿದ್ದ ತನ್ನ ತಾಯಿಯ ಪಾದಸ್ಪರ್ಶಿಸಿ ನಮಿಸಿದರು ಲೀಲಾಬಾಯಿಯವರು. ಎತ್ತರದ ನಿಲುವು. ರೇಶಿಮೆ ಸೀರೆ ಉಟ್ಟು ನೀಟಾಗಿ ತುರುಬು ಕಟ್ಟಿ, ಸುತ್ತ ದುಂಡು ಮಲ್ಲಿಗೆ ಮುಡಿದು ಕೆಳಬರುತ್ತಿದ್ದಂತೆ ಗಾಂಭೀರ್ಯವೇ ನಡೆದುಬಂದಂತೆ ಅನಿಸುತ್ತಿತ್ತು. ಖ್ಯಾತ ಸಾಹಿತಿಯೆಂದು ಹೆಸರಾದ ಲೀಲಾಬಾಯಿಯವರ ಮಾತೆಂದರೆ ಹಾಗೇ. ಬೆಣ್ಣೆಯಿಂದ ಕೂದಲು ತೆಗೆದಷ್ಟು ಮೃದು. ಎದುರು ಯಾರೇ ಇದ್ದರೂ ಹೊಟ್ಟೆಯಲ್ಲಿ ಹರಳಲ್ಲ, ಗಂಟೇ ಇದ್ದರೂ ಕರಗಬೇಕು. ಕೇಳಿದವರು ಅಕ್ಷರಶ: ಮೋಡಿಗೊಳಗಾಗಬೇಕು. ಮಾತಿಗೆ ತಕ್ಕಂತೆ ಸುಕೋಮಲವಾದ ದೇಹಾಭಿವ್ಯಕ್ತಿ. ಮುಖದ ಮೇಲೆ ಸದಾ ನಗುವಿನ ತೊಡುಗೆ. ಅವರ ಪ್ರಭಾವಕ್ಕೆ ಒಳಗಾಗದವರ ಸಂಖ್ಯೆ ವಿರಳ.

***

ಈ ಬಾರಿಯೂ ಹಾಗೇ. ಪ್ರೇಕ್ಷಕರು, ವೇದಿಕೆಯ ಮೇಲಿನ ಗಣ್ಯರು ಆನಂದದಿಂದ ಚಪ್ಪಾಳೆ ತಟ್ಟಿದರು. ಇಂತಹ ಮಗಳನ್ನು ಪಡೆದ ತಾಯಿ ಅದೆಷ್ಟು ಧನ್ಯ ಎಂದು ಉದ್ಘರಿಸಿದರು. ಒಂದಷ್ಟು ತಾಯಂದಿರಿಗಂತೂ ಇವಳೇ ನಮ್ಮ ಹೊಟ್ಟೆಯಲ್ಲಿ ಹುಟ್ಟಬಾರದಿತ್ತೇ ಎನಿಸಿದ್ದೂ ನಿಜ.

ವೇದಿಕೆಯ ಬಲಭಾಗದ ಪುರುಷರ ವಿಭಾಗದಲ್ಲಿ ಹದಿನಾಲ್ಕನೇ ಸಾಲಿನಲ್ಲಿ ಒಬ್ಬ ಯುವಸಾಹಿತಿಗೆ ಎರಡು ವರ್ಷಗಳ ಹಿಂದಿನ ಘಟನೆಯೊಂದು ನೆನಪಿನ ಪರದೆಯೆದುರು ಹಾದು ಹೋಯಿತು. ಖಾಸಗಿ ಕಾಲೇಜೊಂದರಲ್ಲಿ ಅತಿಥಿ ಉಪನ್ಯಾಸಕನಾಗಿ ಕೆಲಸ ನಿರ್ವಹಿಸುತ್ತಿದ್ದ ಆತ. ಎರಡನೇ ಪಿ.ಯು

ಕಲಾವಿಭಾಗದ ತರಗತಿ ಮುಗಿಸಿ ಸ್ಟಾಫರೂಮಿಗೆ ಬಂದಾಗ ಮೊಬೈಲ್ ಪರದೆ ಮೇಲೆ ಕರೆಯೊಂದು ಬಂದು ಹೋದ ಮಾಹಿತಿ.

ನಂಬರ್ ನೋಡಿದರೆ ಹೊಸದು. ತಾನೇ ಕರೆ ಮಾಡಿದ. ಅವನು ಬರೆದ ಮೊದಲ ಕವನಸಂಕಲನ 'ಭಾವಪಲ್ಲವಿ'ಗೆ ರಾಜ್ಯ ಮಟ್ಟದ 'ಸಾಹಿತ್ಯ ಸೌರಭ' ಸಂಘಟನೆಯಿಂದ ಕೊಡಮಾಡುವ 'ಭಾವಸಂಭ್ರಮ' ಪ್ರಶಸ್ತಿಗೆ ಅಂತಿಮವಾಗಿ ಆಯ್ಕೆಯಾಗಿದೆ ಎಂಬ ಮಾಹಿತಿ ದೊರೆಯಿತು. ಆಗಸವೇ ಕೈಗೆಟುಕಿದ ಅನುಭವ. ಮೊದಲ ಪ್ರಶಸ್ತಿಯ ಪುಳಕವೇ ಹಾಗೆ. ಸುದೀರ್ಘ ಓದಿನ ತಪಸ್ಸು ಫಲನೀಡಿದ ಸಂತಸ. ಕಾವ್ಯದ ಎದೆಯಲ್ಲೀಗ ಕುಸುಮವೊಂದು ಪಲ್ಲವಿಸಿದ ಸಂಭ್ರಮ. ಅವತ್ತಿಡೀ ದಿನ ರಾತ್ರಿ ಈ ಸುದ್ದಿಯನ್ನು ಎಲ್ಲರಿಗೂ ತಿಳಿಸುವುದೇ ಆಗಿಹೋಯ್ತು.

***

ಬೆಳಿಗ್ಗೆಯೆದ್ದು ಬಾಗಿಲ ಹೊರಗೆ ಬಿದ್ದ ದಿನಪತ್ರಿಕೆ ತೆಗೆದು ನೋಡಿದರೆ ತೀವ್ರ ಆಘಾತದ ಅನುಭವ. ಸಾಹಿತ್ಯ ಸೌರಭದಿಂದ ಭಾವಸಂಭ್ರಮ ಪ್ರಶಸ್ತಿ ಪ್ರಕಟ ಎಂಬ ಶೀರ್ಷಿಕೆಯಡಿಯಲ್ಲಿ ಇದ್ದದ್ದು ಇದೇ ಲೀಲಾವತಿಯವರ ಭಾವಚಿತ್ರ. ಅಚ್ಚರಿ ಆತಂಕದಿಂದ ಓದಿದರೆ, ಅವರ 'ಭಾವಾನುರಾಗ' ಕೃತಿಗೆ ಪ್ರಶಸ್ತಿ ದೊರೆತ ವಿವರ. ಜೊತೆಗೆ ಸುದೀರ್ಘ ಎನಿಸಬಹುದಾದ ಅವರ ಬಗೆಗಿನ ವರ್ಣನೆ.

ಬೆಂದು ಹೋದ ಯುವಕವಿಯ ಖುಷಿಯೊಂದು ಅರಳುವ ಮುನ್ನವೇ ಕಮರಿ ಹೋಯಿತೆನಿಸಿತು. ನಿರಾಶೆಯಿಂದ ಭೂಮಿಗಿಳಿದ. ರಾತ್ರಿಕಳೆದು ಹಗಲಾಗುವಷ್ಟರಲ್ಲಿ ಹೇಗೆ ಫಲಿತಾಂಶ ಬದಲಾಯಿತೆಂದು ತಿಳಿಯದಾಯಿತು. ಕಾಲೇಜಿನ ಸಹವರ್ತಿಗಳು, ಸ್ನೇಹಿತರು 'ಹೋಗಲಿ ಬಿಡೋ, ನಿನ್ನಲ್ಲಿ ಪ್ರತಿಭೆ ಇದೆ. ಒಂದಲ್ಲಿ ಒಂದು ದಿನ ನಿನ್ನ ಓದು, ಕಾವ್ಯಕೃಷಿಗೆ ಪ್ರತಿಫಲ ಸಿಕ್ಕೇ ಸಿಗುತ್ತದೆ' ಎಂದು ಸಮಾಧಾನಿಸಿದರು. ಮನೆಯಲ್ಲೂ ಸಹ ಇದೇ ಪ್ರತಿಕ್ರಿಯೆ ದೊರೆತಾಗ ಸುಮ್ಮನಾದ. ಆದರೂ ಕವಿಮನದಲ್ಲೊಂದು ಕೊರಗು ಉಳಿದೇ ಹೋಗಿತ್ತು.

ಇಂದವರ ಮಾತು ಕೇಳಿದ ಮೇಲೆ ಬಹುಶ: ಅವರ ಕಾವ್ಯ ನನ್ನದಕ್ಕಿಂತ ಶ್ರೇಷ್ಠವಾಗಿರಬಹುದೆಂದೂ ಅನಿಸಿದ್ದಂತೂ ನಿಜ. ಬಹುಶ: ಇವರ ಬರವಣಿಗೆ ಗಟ್ಟಿ ಇರಬಹುದೆಂದು ಕಲ್ಪಿಸಿಕೊಂಡು ಸಮಾಧಾನಿಯಾದ. ಜೊತೆಗೆ ನಾನೂ ಇವರಂತೆ ಆಗಬೇಕು ಎಂಬಾಸೆಯೂ ಚಿಗುರೊಡೆಯಿತು!

ಇದೇ ಹೊತ್ತಿಗೆ ಕಾರ್ಯಕ್ರಮದ ಸಭಾಂಗಣದ ಕಂಪೌಂಡಿನ ಹೊರಗೆ ಆಟೋದಲ್ಲಿ ಹೊರಟಿದ್ದ ಮಧ್ಯ ವಯಸ್ಸಿನ ಕವಯತ್ರಿಯೊಬ್ಬರಿಗೆ

'ಲೀಲಾದೇವಿ'ಯವರ ಭಾವಚಿತ್ರವಿದ್ದ ಕಾರ್ಯಕ್ರಮದ ಬ್ಯಾನರ್ ಕಾಣಿಸಿತು. ಅವರ ಮನದಲ್ಲೆನೋ ತುಮುಲ. ಕೆಳಗಿಳಿದು ಮತ್ತೇ ನೋಡಿದರು. 'ಓಹ್! ಇವರು ಅವರಲ್ಲವೇ?' ಎನಿಸಿತು. ಕುಟುಂಬದ ಕಾರ್ಯಕ್ರಮವೊಂದಕ್ಕೆ ಬಂದಿದ್ದರವರು. ವ್ಯಂಗ್ಯ ನಗು ಮುಖದ ಮೇಲೆ ಮೂಡಿ ಮಾಯವಾಯಿತು. ಕಳೆದೆರಡು ವರ್ಷಗಳ ಹಿಂದೆ 'ಮಾಯಾಪುರ'ದಲ್ಲಿ ನಡೆಯಲಿರುವ ರಾಷ್ಟ್ರಮಟ್ಟದ ಬಹುಭಾಷಾ ಸಂಕ್ರಮಣ ಕವಿಗೋಷ್ಠಿಗೆ ನೀವು ಆಯ್ಕೆಯಾಗಿದೀರಿ ಎಂದು ತಿಳಿಸಿದ್ದರು. ನಿಮ್ಮ ಕಾವ್ಯಕೃಷಿ ಬಗ್ಗೆ ಮಾಹಿತಿ ಪಡೆದು, ನುರಿತ ತಜ್ಞರ ಸಮಿತಿಯು ನಿಮ್ಮ ಹೆಸರು ಸೂಚಿಸಿದೆ ಎಂದೂ ಹೇಳಿದ್ದರು. ಪುಳಕಗೊಂಡು ಸಂಕ್ರಾಂತಿಯ ಬಗ್ಗೆ ಕವಿತೆ ರಚಿಸಿದ್ದೂ ಆಯಿತು. ಮಾಯಾಪುರದ ಹತ್ತಿರದಲ್ಲಿರುವ ಗೆಳೆಯ ಗೆಳತಿಯರನ್ನು ನೆನಪಿಸಿಕೊಂಡು ಎಲ್ಲರನ್ನು ಕಾರ್ಯಕ್ರಮಕ್ಕೆ ಆಹ್ವಾನಿಸಬೇಕೆಂದು ಪ್ಲ್ಯಾನ್ ಮಾಡಿದ್ದೂ ಆಯಿತು. ಗೋಷ್ಠಿಗೆ ಹಾಕಿಕೋ ಎಂದು ಅಮ್ಮ ಕೊಡಿಸಿದ ಹೊಸದೊಂದು ಕಾಟನ್ ಸೀರೆಯನ್ನು ಎದೆಗಪ್ಪಿಕೊಂಡು ಸಂತಸಗೊಂಡಿದ್ದರು.

ಒಂದು ವಾರದ ನಂತರ ಗೆಳತಿಯೊಬ್ಬಳು ಫೋನಾಯಿಸಿ, 'ಏನೇ ನೀನು? ಸುಳ್ಳು ಹೇಳಿದೆಯಾ ಹೇಗೆ? ಸಂಕ್ರಮಣ ಕವಿಗೋಷ್ಠಿಗೆ ಜಿಲ್ಲೆಯ ಪ್ರಾತಿನಿಧ್ಯವಹಿಸಿ ಕವಿತೆ ಓದುವ ಅವಕಾಶ ಸಿಕ್ಕಿರುವದಾಗಿ ಹೇಳಿದ್ದೆ ನೀನು. ಈಗ ವಾಟ್ಸಾಪ್, ಫೇಸ್‌ಬುಕ್‌ನಲ್ಲಿ ಹರಿದಾಡ್ತಿರುವ ಇನ್ವಿಟೇಷನ್ ನೋಡಿಲ್ವ? ಲೀಲಾಬಾಯಿ ಅವರ ಹೆಸರಿದೆ ನಿನ್ನ ಹೆಸರಿರಬೇಕಾದ ಜಾಗದಲ್ಲಿ. ನಿಜವಾಗಿಯೂ ನಿನಗೆ ಗೊತ್ತಿಲ್ವೇನೆ?' ಒಂದೇ ಸಮನೆ ಕೇಳಿದಳು.

ನಂಬಲಸಾಧ್ಯ ಅನಿಸಿದ್ದು ನಿಜ. ಅದು ಹೇಗೆ ಹೀಗೆ ಮಾಡುತ್ತಾರೆ? ಸಾಹಿತ್ಯವಲಯದಲ್ಲಿ ಈ ರೀತಿಯಾಗಿ ನಿಷ್ಠೆಯಿಲ್ಲದೇ ನಡೆದುಕೊಳ್ಳುತ್ತಾರಾ ಅನಿಸಿತು ಡಿಸ್ಟರ್ಬ್ ಆಗಿದ್ದೂ ಆಯಿತು. ಸಾಹಿತ್ಯ ಕ್ಷೇತ್ರಕ್ಕೂ ಭ್ರಷ್ಟತೆ ಕಾಲಿಟ್ಟಿತೆ? ಹೆಚ್ಚು ಕಡಿಮೆ ಎಲ್ಲ ಸಾಮಾಜಿಕ ಮಾಧ್ಯಮಗಳಲ್ಲೂ ಹೋಗಿ ನೋಡಿದರೆ ಗೆಳತಿ ವೀಣಾ ಹೇಳಿದ ವಿಷಯ ನಿಜ.

ಮುಗಿದು ಹೋದ ವಿಷಯ ಈಗ್ಯಾಕೆ ಅಂದುಕೊಂಡು ಮತ್ತೆ ಆಟೋ ಹತ್ತಿ ಹೊರಟು ಹೋದರಾಕೆ.

***

'ಉಫ್' ಎಂದು ಸೋಫಾಕ್ಕೆ ಒರಗಿದರು ಲೀಲಾಬಾಯಿ. ಬಂದ ಪುರಸ್ಕಾರ, ಶಾಲು, ಹಾರಗಳನ್ನೆಲ್ಲ ಟೀಪಾಯ್ ಮೇಲಿಟ್ಟರು. ಸಂತಸವೇ ತುಂಬಿದ್ದರೂ ಸ್ವಲ್ಪ ಆಯಾಸಗೊಂಡಂತಿತ್ತು. ಕಾರ್ಯಕ್ರಮ ಸಂಜೆಯೇ ಮುಗಿದಿದ್ದರೂ, ತಾಯಿಯನ್ನು ಡ್ರೈವರ್ ಜೊತೆ ಕಳಿಸಿ, ತಾವು ಹಿಂದೆಯೇ ಉಳಿದಿದ್ದರು.

ಇತ್ತ ಮನೆಗೆ ಬಂದ ಅವರಮ್ಮ ಮಗಳು ದಣಿದಿರುತ್ತಾಳೆ. ಬಂದ ಮೇಲೆ ದೃಷ್ಟಿ ತೆಗೆಯಬೇಕು ಎಂದು ಅದಕ್ಕೆ ಬೇಕಾದ ಸಾಮಾಗ್ರಿಗಳನ್ನು ರೆಡಿಮಾಡಿಟ್ಟರು. ಮನೆಗೆ ಬಂದ ಮೇಲೆ ಮಗಳಿಗೆ ಅವಳಿಷ್ಟದ ಮೊಸರನ್ನು ಕಲಿಸಿಟ್ಟು ಕೈ ತುತ್ತು ಕೊಡಬೇಕೆಂದುಕೊಂಡರು. ತಟ್ಟೆಗೆ ಹಾಕಿ ಡೈನಿಂಗ್ ಟೇಬಲ್ ಮೇಲಿಟ್ಟು ಕಾದೇ ಕಾದರು.

ಬೆಳಿಗ್ಗೆ ಮಗಳು ಮಾಡಿದ ಭಾಷಣದ ನೆನಪಾಯ್ತು. ನಾ ಸಂಸ್ಕಾರ ನೀಡಿದ ಮಗಳು ತುಂಬಾ ಬದಲಾಗಿದ್ದಾಳೆ ಅನಿಸಿತು. ಪ್ರತಿದಿನ ಹೀಗೆ ತಟ್ಟೆಗೆ ಊಟ ಹಾಕಿ ಕಾದರೂ ಬಹಳಷ್ಟು ಸಲ ಹೊರಗೆ ತಿಂದು ಬಂದಿರುತ್ತಾಳೆ. ಜಾಸ್ತಿ ಹೇಳಲು ಹೋದರೆ ಸಿಡುಕುತ್ತಾಳೆ. 'ಏನಮ್ಮ ನಿಂದು ಕಿರಿಕಿರಿ ಸುಮ್ಮನೆ ನನ್ನ ಪಾಡಿಗೆ ನನ್ನ ಬಿಡಬಾರದೇ?' ಎಂದು ಹರಿಹಾಯುತ್ತಾಳೆ. ಟೈಮಿಗೆ ಸರಿಯಾಗಿ ಆಸ್ಪತ್ರೆಗೆ ಕರೆದುಕೊಂಡು ಹೋಗಲ್ಲ. ಯಾವಾಗಲೂ ಆ ಕಾರ್ಯಕ್ರಮ, ಈ ಕಾರ್ಯಕ್ರಮ ಅಂತ ಮನೆಯಿಂದ ದೂರಾನೇ ಉಳೀತಾಳೆ. ಮನೆಯಲ್ಲಿ ಇರುವಾಗಲೂ ತಾನಾಯ್ತು ತನ್ನ ಓದು ಬರಹವಾಯ್ತು ಅಂತ ಇದ್ದುಬಿಡ್ತಾಳೆ. ಸದಾ ಮನೆಯಲ್ಲಿ ಇರೋ ತಾಯಿ ಜೊತೆ ಒಂದಷ್ಟು ಮಾತಾಡಬೇಕು, ಅವಳ ಬೇಜಾರು ಕಳೀಬೇಕು ಅಂತ ಯೋಚನೇನೆ ಮಾಡಲ್ಲ, ಗಂಡ ಹೋದ ಮೇಲೆ, ಇದ್ದ ಇಬ್ಬರೂ ಮಕ್ಕಳನ್ನೂ ಓದಿಸೋಕೆ ಅಂತ ದೂರದ ಮಂಗಳೂರು ಮತ್ತು ಮೈಸೂರಿನಲ್ಲಿ ಇಟ್ಟಿದ್ದಾಳೆ. ಅವರೋ ಬರುವದೇ ಅಪರೂಪ. ಬಂದರೂ ಕುಳಿತು ಮಾತಾಡಬೇಕು, ನಗಬೇಕು, ಒಟ್ಟಿಗೆ ಸಮಯ ಕಳೀಬೇಕು ಅನ್ನೋ ಪ್ರಶ್ನೆನೇ ಇಲ್ಲ ತಾವಾಯ್ತು ತಮ್ಮ ಮೊಬೈಲಾಯ್ತು ಅಂತ ಇದ್ದುಬಿಡ್ತಾರೆ. ಇವರೆಲ್ಲರಿಗೂ ನಾನು ಬೇಡವಾದೆನೇ ಎಂದು ಯೋಚನೆ ಮಾಡ್ತಾ ಮಾಡ್ತಾ ನಿದ್ದೆಗೆ ಜಾರಿದ್ದರು ಸರೋಜಮ್ಮ.

'ಸಧ್ಯ ಅಮ್ಮ ಮಲಗಿದ್ದೇ ಒಳ್ಳೆದಾಯ್ತು' ಎಂದು ನಿಟ್ಟುಸಿರಿಟ್ಟರು ಲೀಲಾಬಾಯಿ. ಅಷ್ಟೊತ್ತಿಗೆ ಫೋನ್ ರಿಂಗಣಿಸಿತು. ಬ್ಯಾಗಿನಿಂದ ಹೊರತೆಗೆದು ನೋಡಿದರೆ ಶಶಿ ಜಾಲಿಗಿಡದ ಕಾಲ್ ಮಾಡಿದ್ದರು. 'ಲೀಲಾ ಮೇಡಂ ಮತ್ತೊಮ್ಮೆ ತುಂಬು ಹೃದಯದ ಅಭಿನಂದನೆಗಳು ತಮಗೆ' ದೊಡ್ಡದಾಗಿ ನಕ್ಕರು ಶಶಿ. 'ಎಲ್ಲಾ ನಿಮ್ಮ ಕೃಪೆ ಸರ್. ನಿಮಗೆ ಎಷ್ಟು ಥ್ಯಾಂಕ್ಸ್ ಹೇಳಿದರೂ ಸಾಲದು' ಪ್ರತಿ ನಕ್ಕರು ಲೀಲಾಬಾಯಿ. 'ಹಾಗೇ ನಿಮ್ಮ ಕೃಪೆ ನಮ್ಮ ಮೇಲೂ ಇರಲಿ ಮೇಡಂ ನಿಮ್ಮ 'ಸೃಜನಶೀಲ ಬಳಗ' ದಿಂದ ಕೊಡಮಾಡುವ 'ಸೃಜನಶೀಲ–2024' ಪ್ರಶಸ್ತಿ ನನಗೆ ಸಿಗುವಂತೆ ಮಾಡುವ ಜವಾಬ್ದಾರಿ ತಮ್ಮದು'. ಅವರ ಮಾತು ಮುಗಿಯುವ ಮೊದಲೇ ಮಧ್ಯಪ್ರವೇಶಿಸಿ 'ಏನ್ ಸಾರ್ ಇದು, ನೀವು ಇದನ್ನೆಲ್ಲ ಬಾಯಿಬಿಟ್ಟು ಹೇಳಬೇಕೆ? ನೀವೇನೂ ಚಿಂತೆ ಮಾಡಬೇಡಿ. ನಮ್ಮ ಬಳಗದ ಪ್ರಶಸ್ತಿ ಏನಿದ್ರೂ ನಿಮಗೆ' ಎಂದರು. 'ಪಾರ್ಟಿ

ಜೋರಾಯ್ತ ಮೇಡಂ? ಮನೆಗೆ ಹೋದ್ರಾ?' ಈ ಪ್ರಶ್ನೆಗೆ ಬಂದ ಉತ್ತರ 'ಪಾರ್ಟಿ ಅಂತೇನಿಲ್ಲ ಸರ್ ಗೆಳತಿಯರೊಂದಿಗೆ ಊಟ ಮಾಡಿ ಈಗ ಮನೆಗೆ ಬಂದೆ' ಉತ್ತರಕ್ಕೆ ಅಮ್ಮ ಕಲಿಸಿಟ್ಟ ಮೊಸರನ್ನದ ಕಣ್ಣಲ್ಲಿ ನೀರು ತುಂಬಿತು.

ಶಶಿಯವರ ಜೊತೆಗೆ ಮಾತನಾಡಿದ ತಕ್ಷಣವೇ ಲೀಲಾಬಾಯಿ ಮಾಡಿದ ಮೊದಲ ಕೆಲಸವೆಂದರೆ 'ಸೃಜನಶೀಲ ಪ್ರಶಸ್ತಿ'ಗೆ ಸಾಹಿತಿಗಳ ಆಯ್ಕೆಯ ಮೂವರು ತೀರ್ಪುಗಾರರಿಗೆ ಫೋನ್ ಮಾಡಿದ್ದು. ಹಲ್ಕಿರಿದ ಅವರು "ಓಹೋ! ಅದಕ್ಕೇನಂತೆ ಮೇಡಂ ತಾವು ಹೇಳಿದಂಗೆ ಶಶಿ ಅವರಿಗೆ ಹೆಚ್ಚು ಅಂಕ ಕೊಟ್ಟು ಆಯ್ಕೆ ಮಾಡೋಣ ಬಿಡಿ" ಎಂದರು. ನಿರಾಳರಾದರು ಲೀಲಾಬಾಯಿ. 'ಸಧ್ಯ' ಈ ಪರಸ್ಪರ ಪ್ರಶಸ್ತಿ ಯೋಜನೆ ನಾವಂದುಕೊಂಡಂತೆ ಯಶಸ್ವಿಯಾಯ್ತು. ಶಶಿಯವರ ಉಪಕಾರಕ್ಕೆ ಪ್ರತ್ಯುಪಕಾರ ಮಾಡಿದಂತಾಯ್ತು ಎನಿಸಿ ನಿರಾಳವೆನಿಸಿತು. ಸೋಫಾದ ದಿಂಬಿಗೊರಗಿ ಕಣ್ಮುಚ್ಚಿದರು.

ಟೀಪಾಯಿ ಮೇಲಿಟ್ಟಿದ್ದ 'ಜನನಿ ಪುರಸ್ಕಾರ'ದ ಪ್ರಶಸ್ತಿ ಫಲಕ ನಾಚಿಕೆಯಿಂದ ತಲೆತಗ್ಗಿಸಿತು.

6

ಗುರುಬ್ರಹ್ಮ, ಗುರು...

'ಅಯ್ಯ, ಈ ಅವ್ವಂದು ಯವಾಗ ನೋಡಿದ್ರೂ ಅವಸರನ ಅವಸರ. ಇನಾ ಈಗ ಬಚ್ಚಲದಾಗ ಇಳ್ಯಾಕತ್ತೀನಿ ಜಳಕ ಆತನು ಅಂತ ಕೇಳ್ತಾಳು. ನಾ ಬಂದ ತಾಸೆರಡತಾಸಾದಂಗ ಮಾಡ್ತಾಳ. ಅಲ್ಲಾ, ಇಷ್ಟ್ಯಾಕ ಜಲ್ದಿ ಬಾ ಜಲ್ದಿ ಬಾ ಅಂತ ಗಂಟ ಬಿದ್ದಾಳಂತೀನಿ. ಸವಕಾಶ ಜಳಕ ಮಾಡಾಕ ಬಿಡಲ್ಲಂತಾಳ. ಸಾಲಿಗಿ ಹೋಗಕಿ ನಾ. ಸ್ವಚ್ಛಾಗಿ ಇರದು ಬ್ಯಾಡನು. ಮಗ್ಗಲ ಕುಂತ ನಂ ಗೆಳತೇರರ ಏನಂದಾರು? ಅರ್ಧಮರ್ಧ ಜಳಕ ಮಾಡಿದ್ರ ಮೈ ನಾರಂಗಿಲ್ಲನು? ಈ ಅವ್ವಗ ಅಷ್ಟರ ತಿಳೆಂಗಿಲ್ಲ? ಹಂಗ ವಟವಟ ಹಚ್ಚಿಬಿಡ್ತಾಳ' ಹಿಂಗ ತಾನತಾನ ಮಾತಾಡಕೋಂತ ನಿನ್ನೆರ ಅವರಪ್ಪ ತಂದಿದ್ದ ಡಾಬರ್ ಹಲ್ಲಿನ ಪುಡಿ ತಗೊಂಡು ಹಲ್ತಿಕ್ಕಾಕ ಚಲೂ ಮಾಡಿದ್ಲು ಶಂಕ್ರಿ.. ಬಾಯಿ ಒನ್ನಮೂನಿ ಒಗರೊಗರ ಅನಿಸಿದಂಗಾತು. 'ಜಳಕ ಮಾಡಿ ಸೋಮಾರ ಸಾಲ್ಯಾಗ ಮಾಡ್ಬೇಕಾಗಿರ ಭಾಷಣಾ ಬಾಯ್ಪಾಠ ಮಾಡಿದ್ರಾತು' ಅನಕೋಂತ ಪೆಟಿಕೋಟ್ ಬಟ್ಟಿ ತಗದು, ಇಟ್ಟಂಗಿ ಬಣ್ಣದ್ದು ಲೈಫ್‌ಬಾಯ್ ಸಾಬೂನು ಮೈಗೆ ಹಚ್ಕೊಂಡ್ಲು. ಎದಿಗೆ ಕೈ ಮುಟ್ಟಿದ ಕೂಡ್ಲೇ 'ಯವ್ವಾ...' ಅಂದು ಬ್ಯಾನಿಯಿಂದ ನರಳಿದ್ಲು. ಕಣ್ಣು ಆ ಕಡಿ ಹೋದ್ರ, ಎದಿ ಎಷ್ಟು ಕೆಂಪಾಗ್ಯಾವು. ನಿನ್ನೆ ಆಫೀಸಿನ್ಯಾಗ ಕಡುವ ತರಾಕಂತ ಹೋದಾಗ ಹೆಡ್ಮಾಸ್ತರ್ ಶಿವಪ್ಪ ಮಾಸ್ತರು ಒಬ್ರ ಇದ್ರು. ಕಡುವಿನ ಡಬ್ಬಿ ಅವರ ಮಗ್ಲ ಮಾಡದಾಗ ಇತ್ತು. 'ಸರ ನಂ ಟೀಚರ್‌ಗೆ ಕಡುವ ಕೊಡ್ಬೇಕಂತ್ರಿ' ಅಂದ್ರ ಮಾಸ್ತರು ನನ್ ಕೈ ಹಿಡದು ಎಳದು ತಂ ಕಡೆ ಜಕ್ಕೊಂಡ್ರು. ನನ್ ತುಟಿ ಹಿಂಡಿ, ಆ ಕಡಿ ಈ ಕಡಿ ನೋಡ್ಕೋಂತ ಜಂಪರಿನ್ಯಾಗ ಕೈ ಹಾಕಿ ಎದಿ ಒತ್ತೆಗಿ ಹಿಚಗ್ಯಾಡಿದ್ರು. ಎಷ್ಟ ಬ್ಯಾನಿ ಆದ್ರು, ನಾ ಚೀರಾಕ ಹೋದ್ರ, ಸುಮ್ನಿರಂತ ಸನ್ನಿ

ಮಾಡಿ ನನ್ ಬಾಯಿ ಮುಚ್ಚಿದ್ರು. ಬಾಯಿ ಮಾಡಿದ್ರ ಕಡುವ ಕೊಡಂಗಿಲ್ಲಂದ್ರು. ಹಂಗ ಹೋದ್ರ ನಂಗ ಕಳ್ಸಿದ್ದ ಗೀತಾ ಟೀಚರು ಬಯ್ತಿದ್ರಂತ ಸುಮ್ಮಾದೆ. 'ಸರ ಬಿಡ್ರೀ ಬ್ಯಾನಿ ಅಕ್ಕಾವ' ಅಂತ ಅಳಬೇಕನ್ಸಿತು. ಅಷ್ಟೊತ್ತಿಗೆ ಕಡುವ ಕೊಟ್ರು. ಸುಮ್ ತೊಗೊಂಡು ಹೋಗಿ ಕೊಟ್ಟೆ. ಟೀಚರು ಹೇಳ್ತಿದ್ದ ಕನ್ನಡ ಪಾಠದ ಗದ್ದಲದಾಗ ಈ ಬ್ಯಾನಿನ ಮರತ ಹೋಗಿತ್ತು.

ಅಲ್ಲಾ, ಆ ಹೆಡ್ಮಾಸ್ತರು ಯಾಕ ಹಂಗ ಮಾಡಿದ್ರು? ಅವ್ರ ಮಗಳು ನಂಜೋಡಿನ ಕಲೀತಾಳಲ ಸೀತಾ ಅಂತ. ಅಕಿಗೂ ಮನ್ಯಾಗ ಹಿಂಗ ಮಾಡ್ತಾರನು ಅಂತ ಕೇಳಬೇಕು ಇವತ್ತ. ಯಾವಾಗರ ಆಫೀಸಿಗೆ ಹೋದರೂ ಸರ್ ಹಿಂಗ ಏನೇನರ ಮಾಡ್ತಾರಲಾ? ನನ್ ಕೈಹಿಡದು ತಮ್ ತೊಡಿಸಂದಿ ಮುಟ್ಟಿಸ್ಕೊಳ್ಳದು, ಬೆನ್ನ ಮ್ಯಾಲೆ ಕೈ ಆಡ್ಸದು, ಹಂಗ ಕೆಳಗ ಮುಟ್ಟದು, ಸ್ಕರ್ಟ ಮ್ಯಾಲೆತ್ತಿ ನೋಡದು, ಉಪ್ಪ ಕೊಡದು... ಹಿಂಗ ಎದಕ ಮಾಡ್ತಾರ ಅಂತನ ತಿಳೆವಲ್ದು. ಇಡೀ ಮಯ್ಯೆಲ್ಲ ಬ್ಯಾನಿ ಮಾಡಿ ಕಳಸ್ತಾರ. ಇವತ್ತ ಅವ್ವಗ ಹೇಳ್ಬೇಕು. ಮಾಸ್ತರು ಹಿಂಗೆಲ್ಲ ಮಾಡತಾರಂತ. ಸಲ್ಪ ಸಾಲಿ ಕಲತಿದ್ದ ಅವ್ವ ನಂಗರ ಭಾಳ ಸಾಲಿ ಕಲಸಬೇಕು ಅಂತಿರತಾಳ. ಮಾಸ್ತರಂದ್ರ ದೇವರಿದ್ದಂಗ ಅಂತಿರತಾಳ. ದೇವರಂದ್ರ ಹಿಂಗ ಮೈಕೈ ಬ್ಯಾನಿ ಮಾಡ್ತಾವನು? ಅಪ್ಪಗ ಗೊತ್ತಾದರ ಸಾಲಿಗೆ ಕಳಸ್ತಾನೇನ ಇಲ್ಲ? ಮದಲ ಅವ್ವ ಅವನ ಜೋಡಿ ಗುದ್ಯಾಡಿ ಸಾಲಿಗೆ ಹಚ್ಯಾಳ ಪಾಪ! ಏನರ ಆಗ್ಲಿ ಯಾರಿಗೂ ಹೇಳಬಾರದಪಾ.

'ಶಂಕ್ರೀ... ಏ ಶಂಕ್ರೀ... ಜಳಕಾ ಏನ ಇವತ್ತ ಮುಗಸ್ತೀ ಏನ ಇಲ್ಲ? ಬಚ್ಚಲದಾಗ ಹೋದ್ರ ಮೈಮ್ಯಾಲೆ ಖಬರ ಇರಲ್ಲಲಾ. ಭಾಷಣಾ ಬಾಯ್ಪಾಠ ಮಾಡೂದರ ನೆನಪೈತೇನಿಲ್ಲ ನಿಂಗ ' ಅವ್ವ ಚೀರಿದ ದನಿ ಕೇಳಿ ಎಲ್ಲಾ ಮರತು ದಬಾದಬಾ ನೀರು ಸುರಕೊಂಡು ಹೊರಗ ಬಂದ್ಲು. ಅವ್ವ ಮಾಡಿಟ್ಟಿದ್ದು ಉಪ್ಪಿಟ್ಟು ತಿಂದು, ಕಚ್ಚಾ ನೋಟಪುಸ್ತಕದಾಗ ಟೀಚರು ಬರದಕೊಟ್ಟಿದ್ದ ಶಿಕ್ಷಕರ ದಿನಾಚರಣೆಯ ಭಾಷಣ ಓದಾಕತ್ತಿದ್ಲು.

"ಗುರುಬ್ರಹ್ಮ, ಗುರುವಿಷ್ಣು ಗುರು ಸಾಕ್ಷಾತ್ ಪರಬ್ರಹ್ಮ ತಸ್ಮೈ ಶ್ರೀ ಗುರುವೇ ನಮಃ. ಪೂಜ್ಯ ಗುರುಗಳೇ, ಗುರುಮಾತೆಯರೇ ಮತ್ತು ನನ್ನ ಸಹೋದರ ಸಹೋದರಿಯರೇ,

ಇಂದು ನಮ್ಮ ದೇಶ ಕಂಡ ಮಹಾನ್ ಶಿಕ್ಷಕರಾದ ಡಾ.ಸರ್ವೇಪಲ್ಲಿ ರಾಧಾಕೃಷ್ಣನ್ ಅವರ ಜನ್ಮದಿನ. ಇಂದಿನ ದಿನವನ್ನು ನಮ್ಮ ದೇಶದಲ್ಲಿ 'ಶಿಕ್ಷಕರ ದಿನ'ವಾಗಿ ಆಚರಿಸುತ್ತೇವೆ. ಈಗ ನಾವು ಕೂಡ ಗುರುಗಳ ಮಹತ್ವವನ್ನು ತಿಳಿಯೋಣ. ಗುರು ಎಂದರೆ ನಾಲ್ಕು ಗೋಡೆಗಳ ಮಧ್ಯ ನಮ್ಮ ಭವಿಷ್ಯವನ್ನು ಬರೆಯುವ ದೇವರು. ತಂದೆತಾಯಿಗಳು ನೀಡಿದ ನಮ್ಮ ದೇಹಕ್ಕೆ ಗುರುಗಳು ಜೀವ ತುಂಬುತ್ತಾರೆ. ನಮಗಾಗಿ ತಮ್ಮ ತನುಮನಧನ ಅರ್ಪಿಸಿ ಕಲ್ಲಿನಂಥ

ನಮ್ಮನ್ನು ಸುಂದರ ಮೂರ್ತಿಯನ್ನಾಗಿ ರೂಪಿಸುತ್ತಾರೆ. ಅವರು ನಮ್ಮ ಪಾಲಿನ ಬೆಳಕು. ಅವರನ್ನು ನಾವು ದೇವರಂತೆ ಪೂಜಿಸಬೇಕು. ನಮ್ಮ ಜೀವನದ ದಾರಿದೀಪ ಎಂದರೆ ಗುರುಗಳೇ. ಗುರುವಿನ ಸೇವೆ ಮಾಡುತ್ತಾ ಅವರ ಗುಲಾಮರಾದರೆ ಮಾತ್ರ ನಮ್ಮ ಜೀವನಕ್ಕೆ ಮುಕ್ತಿ ದೊರಕುವದು. ನಾವೂ ನಮ್ಮ ಗುರುಗಳನ್ನು ಗೌರವಿಸೋಣ. ಪೂಜಿಸೋಣ. ಇಷ್ಟು ಹೇಳಿ ನನ್ನ ಭಾಷಣವನ್ನು ಮುಗಿಸುತ್ತೇನೆ".

ಹೀಗೇ ನಾನು ಜೋರುಜೋರಾಗಿ ಭಾಷಣ ಓದ್ತಾ ಇದ್ರೆ ಅವ್ವನ ಕಣ್ಣು ಕಮಲದ ಹೂಹಂಗ ಅರಳಿದ್ವು. 'ಅವ್ವಾ ನನ್ ಕೂಸ. ಎಷ್ಟರ ಶ್ಯಾಣೆ ಅದಿ ಬಂಗಾರ. ಹಂಗ ಮುತ್ತ ಪೋಣಿಸಿದಂಗ ಮಾತಾಡ್ತೀಯಲವಾ. ಟೀಚರು ಏನ ಚಂದ ಹೇಳಿ ಕೊಟ್ಟಾರ. ಪುಣ್ಯ ಬರಲಿ ಅವರಿಗೆ. ನೋಡ ಮಗಳ, ನೀ ಹಿಂಗ ಓದಿ ದೊಡ್ಡಕ್ಯಾಗಿಂದ ಟೀಚರ ಆಗಬೇಕು ನೋಡವಾ' ಅಂದು ನಟಿಕೆ ಮುರಿದು ಅಡಿಗಿಮನಿ ಕಡೆ ಹೋದ್ಲು. ಶಂಕ್ರಿ ಮತ್ತದೇ ಜೋರು ದನಿಯಿಂದ 'ಗುರು ಬ್ರಹ್ಮ. ಗುರು...' ಮುಂದುವರೆಸಿದ್ಲು.

***

ಸಾಲಿ ಮುಗಿಸಿ ಮನಿ ಕಡೆ ಹೊಂಟಾಗ 'ಶಂಕ್ರಿ... ಏ ಶಂಕ್ರಿ' ಅಂತ ಯಾರ ಕರದಂಗಾತು. ಹಿಂದ ನೋಡಿದ್ರ ನಂಜೋಡಿ ನನ್ ಕ್ಲಾಸಿನಲ್ಲೇ ಕಲೀತಿದ್ದ ಗಾಯಿ. 'ಏನ್ ಗಾಯಿ' ಅಂದೆ. 'ನಾಳೆ ಶನಿವಾರ ಸಾಲಿ ಮಧ್ಯಾನ ಹನ್ನೆರಡಕ್ಕ ಬಿಡುತ್ತಲ್ಲ. ಅದಕ್ಕ ನಾಕಕ್ಕ ಭಾಷಣ ಮಾಡೋರು ಸಾಲಿಗೆ ಬಂದು ಹೆಡ್ಮಾಸ್ತರಿಗೆ ಭಾಷಣ ಒಪ್ಪಸಬೇಕಂತ' ಅಂದ್ಲು. 'ಹೂಂ, ನಿನಗ ಭಾಷಣ ಪೂರ ಬರತ್ತನು?' ಕೇಳಿದೆ. 'ಹೂಂ, ಬರತ್ತ. ನಾನೂ ಬರ್ತೀನಿ ನಾಳಿಗೆ' ಅಂದ್ಲು. ಎದಕೋ ಏನೋ ಬ್ಯಾನಿ ಆದ ಎದಿ ನೆನಪಾಗಿ ಮತ್ತಿಷ್ಟು ಬ್ಯಾನಿ ಅನಿಸಿದ್ವು. ನಾಳೆ ಹೋಗ್ಲೇನ್ ಬ್ಯಾಡ ತಿಳೀಲಿಲ್ಲ. ಹೋಗಲೀಕಂದ್ರ ಯೋಳನೇತ್ತ ನಪಾಸು ಮಾಡಿದ್ರ? ಅವ್ವ ನೆನಪಾದ್ಲು. ಹೆಂಗೂ ಗಾಯಿನೂ ಬರ್ತಾಳಲ್ಲ ಹೋದ್ರಾತು ಅಂದ್ಕೊಂಡ್ಲು.

***

'ಗಾಯಿ, ಗಾಯಿ, ಜಲ್ದಿ ಬಾ ಸಾಲಿಗೆ ಹೋಗಮು' ಅಕಿ ಮನಿ ಮುಂದ ನಿಂತು ಕರದೆ. ಅಲ್ಲೇ ಪಡಸಾಲ್ಯಾಗ ಬೀಸುಕಲ್ಲ ಮುಂದ ಕುಂತಿದ್ದ ಅವರವ್ವ ರಾಮಕ್ಕ 'ಶಂಕ್ರೀ, ಅಕಿ ಹೋಗಿ ಭಾಳ ಹೊತ್ತಾತವಾ. ನೀ ಯಾಕ ಇನಾ ಹೋಗಿಲ್ಲ? ತಡ ಭಾಳಾತಲಾ! ಯಾಕ ನಿಂದೇನು ಬದುಕು ಅಳತಿತ್ತು? ಜಲ್ದಿ ಹೋಗಾಕ ಬರಲ್ಲನು?' ಅಂದ್ಲು. ಅಪ್ಪಗ ಬೈಕೋಂತ ಸಾಲಿ ಕಡೆ ಓಡಿದೆ. ಈ

ಅಪ್ಪಂದು ಯಾವಾಗ್ಲೂ ಈಟ ಆತು. ಏನರ ಮಾಡಬೇಕಂದಾಗ ತಾನೊಂದ ಏನರ ಕೆಲಸ ಹೇಳಿ ಅಡತಾರ ಮಾಡತಾನ. ಈ ಗಾಯಿ ಹೋಗೆರ ಒಂತಾಸಾತಂತ. ಎಲ್ಲಾರೂ ಭಾಷಣ ಒಪ್ಸಿರ್ತಾರ ಏನ? ಈ ಸಾಲೆರ ಇಲ್ಲೇ ಊರಾಗ ಇರಬಾರದಿತ್ತ? ಮದಲಾದರ ಗುಡ್ಯಾಗ ಸಾಲಿ ನಡೀತಿತ್ತು. ಅದ ಚೊಲೊ ಇತ್ತು. ಈಗ ನೋಡು ಊರ ಹೊರಗ ಸಾಲಿ ಮಾಡಿ ಮತ್ತೀಟು ತಡ ಆಗಾಕತೈತಿ'. ಹಿಂಗ ಏನೇನರ ವಟವಟ ಅನಕೋಂತನ ಸಾಲಿ ಮುಟ್ಟಿದ್ಲು.

'ಅಯ್ಯ ಇದೇನವಾ ಯಾರೂ ಕಾಣವಲ್ರು? ಎಲ್ಲಾರೂ ಬಂದು ಹೋದ್ರೇನ ಮತ್ತ? ಅನಕೋಂತ ಆಫೀಸಿನ ಕಡೆ ಹೋದ್ರ ಅದರ ಬಾಗಲಾನೂ ಮುಚ್ಚಿತ್ತು. ಆದರ...ಕೀಲೀನ ಹಾಕಿಲ್ಲ! ಅದೆಂಗಪಾ? ಮಗ್ಗಲ ಗ್ವಾಡೀ ಕಡೆ ಹೋಗಿ ನೋಡಿದ್ರ ಕಿಡಕಿ ಚಿಲಕ ಹಾಕಿಲ್ಲ? ಸಮೀಪ ಹೋದಂಗೆಲ್ಲ ಯಾರ್ದ ಚೀರ ದನಿ ಕೇಳಿಸಿದಂಗಾತು.

'ಯಪ್ಪಾ! ದೇವರ, ಏನರ ನಡದೈತೆ ಇಲ್ಲೆ! ಶಿವಪ್ಪ ಹೆಡ್ಮಾಸ್ತರ ಮೈಮ್ಯಾಲೆ ಏನಂದ್ರ ಏನೂ ಬಟ್ಟಿ ಇಲ್ಲ. ಬಿದ್ದು ಹೊಳ್ಯಾಡಕತ್ತಾರ. ಅವರ ಕೆಳಗ ಗಾಯಿ! ಚೀರಾಕತ್ತಕಿ ಅಕಿನ. ಅಕಿನ ಮೈಯಾಗ ಬಟ್ಟಿಯಿಲ್ಲ. ಪೂರಾ ಬರೆಬತ್ಲಾ ಅದಾಳ. ಮಾಸ್ತರ ಯಾಕ ಅಕಿ ಬಾಯಿ ಮುಚ್ಚಾಕತ್ತಾರ? ಪಾಪ, ನನ್ ಗೆಳ್ತಿ ಎಷ್ಟು ಒದ್ಯಾಡಕತ್ತಾಳ. ಯವ್ವ, ಕಣ್ಣಿಗೆ ಚಕ್ರ ಬಂದಂಗಾತು. ಸುತ್ಲೂ ನೋಡಿದ್ರ ಯಾರಂದ್ರ ಯಾರೂ ಕಾಣವಲ್ರು. ನಾ ವಲ್ಲೆಪ ಇದೇನಾಗಾಕತೈತಿ? ಗೆಳತಿ ಎಷ್ಟು ಒದ್ಯಾಡಕತ್ತಾಳ. ಒಂದ ಏಟಕ್ಕ ಮನಿ ಕಡೆ ಓಡಿದೆ.

ಕತ್ತಲಾಗಾಕ ಬಂದಿತ್ತು. ಅವ್ವ ದೇವ್ರ ಮುಂದ ದೀಗಿ ಹಚ್ಚಾಕತ್ತಿದ್ಲು. 'ಗುರುಗಳು ನಮ್ಮ ಪಾಲಿನ ಬೆಳಕು' ಅನ್ನೋ ಭಾಷಣದ ಸಾಲು ನೆನಪಾತು. ಹಂಗ ಕಳ್ಳು ಹರದಂಗ ಚೀರೋ ಗಾಯಿನೂ ನೆನಪಾದ್ಲು. ಮಾಸ್ತರು ಹಂಗ್ಯಾಕ ದೆವ್ವ ಮಾಡಿದಂಗ ಮಾಡಾಕತ್ತಿದ್ರು. ಮತ್ತ ನಮ್ ಗೀತಾ ಟೀಚರು 'ಗುರುಗಳೆಂದರೆ ನಾಲ್ಕು ಗೋಡೆಗಳ ಮಧ್ಯ ನಮ್ಮ ಭವಿಷ್ಯ ಬರೆಯುವ ದೇವರು' ಅಂತ ಬರದು ಕೊಟ್ಟಾರಲಾ? ಆಫೀಸಿನ ಕೋಣ್ಯಾಗ ಶಿವಪ್ಪ ಮಾಸ್ತರು ಏನ ಬರ್‍ಯಾಕತ್ತಾರ ಅಂತನ ತಿಳಿವಲ್ದು. ಕೌದಿ ಹೊಚ್ಕೊಂಡು ಮಕ್ಕೊಂಡ್ರೂ ನಿದ್ದಿನ ಬರವಲ್ದು. ಕೈಕಾಲು ನಡಗಾಕತ್ತಾವು.

'ಇದೆಂಥ ಕೋಡಿ ಹುಡುಗಿ ಅಂತೀನಿ. ಸಲ್ಪ ಅನ್ನಾನರ ಉಂಡು ಮಕ್ಕೋಳಿಲ್ಲ. ಹಂಗ ನಿದ್ದಿ ಹಚ್ಕೊಂಡ್ಲು' ಅವ್ವ ವಟವಟ ಅನ್ನಾಕತ್ತಿದ್ದು ಕೇಳ್ತಿತ್ತು. ಆದರ ನನಗರ ನಿದ್ದೀನ ಬರವಲ್ದು. ಒದ್ಯಾಡಿ ಒದ್ಯಾಡಿ ಯಾವಾಗ ಮಕ್ಕೊಂಡಿನೋ ಏನೋ!

***

ಎಚ್ರ ಆದಾಗ ತೆಲಿಯೆಲ್ಲ ವಜ್ಜೆ ಅನಿಸ್ತಿತ್ತು. ಮೂಲಿಮನಿ ಪಾರಕ್ಕನ ದನಿ ಕೇಳಿಸ್ತು. ಅವ್ವನ ಜೋಡಿ ಮಾತಾಡಾಕ್ತಾಳ ಅನ್ಸತ್ತ. 'ಕೇಳಿದೆನ ಮಲ್ಲವ್ವ, ಎಂಥಾ ಸುಡುಗಾಡು ಕಾಲ ಬಂತು ಅಂತೀನಿ. ನಿಂ ಶಂಕ್ರಿ ಜೋಡಿ ಸಾಲಿಗೆ ಹೊಕ್ಕಿತ್ತಲ ಆ ದ್ಯಾಮಪ್ಪನ ಮಗಳ ಗಾಯಿ, ಆ ಕೂಸಿಗೆ ಯಾರ ಸೂಳೆಮಕ್ಳು ಕೆಡಿಸಿ, ಬಾಯಾಗ ಅರಿಬಿ ತುರಿಕಿ, ಸಾಯೊಡದು ಆ ಹೊಸಾ ಸಾಲಿ ದಾರ್‍ಯಾಗ ಐತೆಲ ಆ ಬಾವ್ಯಾಗ ಹಾಕ್ಯಾರಂತ ಯವ್ವ, ಕೇಳಿ ನನಗಂತೂ ಎದೀನ ಒಡದಂಗಾತವಾ'. 'ಹಾಂ...!' ಜೋರಾಗಿ ಚೀರಾಕ ಹೋದ್ರ ದನೀನ ಬರವಲ್ದು. ಅಷ್ಟರಾಗ ಅವ್ವನ ಮಾತು ಕಿವಿಗೆ ಬಿತ್ತು. 'ಅಯ್ಯ ಶಿವನ, ಮುಂಜಮುಂಜಲೆ ಎಂಥಾ ಕೆಟ್ಟ ಸುದ್ದಿ ಹೇಳೀದೆಯವ್ವ, ಆ ಕೂಸೇನ ಮಾಡಿತ್ತಂತ ಆ ಹಾಟ್ಯಾಗೋಳಿಗೆ! ಅವರಿಗೇನ ಮಕ್ಳುಮರಿ ಇಲ್ಲಂತನು. ಈಟ ದಿನ ಆತು ಈ ಸುತ್ಲೂ ಹಳ್ಯಾಗ ಇಂಥಾದ್ದೇನೂ ಆಗಿದ್ದಿಲ್ಲ. ಅವರ ಹೆಣ ಎತ್ಲಿ. ಅವರಿಗೆ ಬರಬಾರ್‍ದು ಬರ. ಬಂಗಾರದಂಥಾ ಕೂಸಿನ ಜೀವಾನ ತಗದಾರಾ? ಪಾಪ ನಂ ರಾಮಕ್ಕ ದ್ಯಾಮಣ್ಣನ ಕಥಿ ಏನ ಯವ್ವ ಹಿಂಗಾದ್ರ. ಎಷ್ಟರ ಎದಿ ಒಡಕೊಂತಾರೇನವಾ. ಸಾಲ್ಯಾಗೂ ಎಂಥಾ ಶ್ಯಾಣೆ ಇತ್ತು ಹುಡುಗಿ. ಅವರ ಮಕ್ಳುಮರೀನ ಒಯ್ದು ಸುಡುಗಾಡನ್ಯಾಗ ಇಟ್ಟ ಬರಲಿ. ಅಂದ್ರ ಹಡದರ ಹೊಟ್ಟಿ ಉರಿ ತಿಳೀತೈತಿ ಅವ್ರಿಗೆ...' ಹಿಂಗ ಅವ್ವನ ಬೈಗಳ, ಪಾರವ್ವನ ಮಾತು ಕೌದಿ ಒಳಗಿಂದ ಕೇಳಿಸ್ಕೊಂಡ ಏನಾಗೈತಿ ಅಂತ ಸರೀಗೆ ಹೊಳೀಲಿಲ್ಲ.

ಗಾಯಿ, ನನ್ ಗೆಳತಿ ಗಾಯಿ ಸತ್ತ ಹೋದ್ಲಾ? ಈ ಕೆಡಸದು ಅಂದ್ರ ಏನು? ನಿನ್ನೆರ ಆಫೀಸಿನ್ಯಾಗ ಶಿವಪ್ಪ ಮಾಸ್ತರು ಅಕಿ ಮ್ಯಾಲೆ ಹೊಳ್ಳಾಡಾಕತ್ತಿದ್ರು. ಅಕಿ ನೋಡಿದ್ರ ಚೀರಾಕತ್ತಿದ್ಲು. ನಿನ್ನೆ ನೋಡಿದ್ದು ಎಲ್ಲಾ ಕಣ್ಮುಂದೆ ಬಂದಂಗಾಗಿ ಇಡೀ ಮೈನಡಗಾಕತ್ತೀತು. ತೆಲಿ ತಿರಗಿದಂಗಾತು. 'ತಂದೆತಾಯಿ ನಮಗೆ ಜನ್ಮ ನೀಡಿದರೆ ಗುರುಗಳು ನಮಗೆ ಜೀವ ನೀಡುತ್ತಾರೆ' ಟೀಚರ್ ಹೇಳಿದ ಭಾಷಣದ ಸಾಲಿನ ಜೋಡಿ ಅವತ್ತು ಆಫೀಸಿನ್ಯಾಗ ನನ್ ಜೋಡಿ ಮಾಡಿದ್ದು... ಎಲ್ಲಾ ನೆನಪಾಗಿ ತೆಲಿ ಚಿಟ್ ಹಿಡದಂಗಾತು.

'ಶಂಕ್ರಿ...ಶಂಕ್ರೀ... ಎದ್ದೇಳವ. ನಿನ್ ಗೆಳತಿ ಗಾಯಿ ಸತ್ತಾಳಂತ ಪಾಪ' ಕೈ ಹಿಡದು ಎಬ್ಬಾಸ ಬಂದ ಅವ್ವ 'ಅಯ್ಯ ದೇವರ, ಮೈಯೆಲ್ಲ ಬೆಂಕಿ ಆದಂಗಾಗೈತೆಲವಾ? ನಡಿ ಎದ್ದು ಸಲ್ಪ ಮಾರಿ ತಕ್ಕೋ. ತಟಗು ಚಾ ಕುಡಿ. ಆಮ್ಯಾಲ ಏನರ ತಿಂದಿಂದ ದವಾಖಾನಿಗೆ ಹೋಗಿಬರಾಮು. ಇನಾ ನಾವು ಓಣ್ಯಾಗಿನ ಹೆಣ್ಮಕ್ಕೆಲ್ಲ ಕೂಡಿ ಆ ಗಾಯಿನ ನೋಡಾಕ ಹೋಗ್ಬೇಕು ' ಅಂದ್ಲು.

***

‘ಶಂಕ್ರಿ, ನಡಿ ಸಾಲಿ ಬಟ್ಟಿ ಹಾಕ್ಕೊಂಡು ತಯಾರಾಗು. ನಿನ್ನೆಂತೂ ಆ ಗಾಯಿ ಸಮಂಧ ಸೂಟಿ ಕೊಟ್ಟಿದ್ರು. ನಿಂಗೂ ಜ್ವರ ಕಡಿಮಿ ಆಗ್ಯಾವ. ಇವತ್ತ ನಿಂದು ಭಾಷಣಾ ಐತೆಲಾ. ನೋಡು, ಚೊಲೊತ್ನೆಗ ಮಾಡು. ಒಟ್ಟ ತಪ್ಪಲಾರದ ಮಾಡು. ಆ ಶಿವಪ್ಪ ಮಾಸ್ತರ ನಮ್ಮೂರ ಸಾಲಿಗೆ ಬಂದಿಂದ ಸಾಲಿ ಉದ್ಧಾರಾತು ನೋಡು. ಸುತ್ತ ನಾಕ ಹಳ್ಯಾಗ ನಮ್ಮೂರ ಸಾಲಿ ಹೆಸರಾತು. ಆ ಮಾಸ್ತರಗ ಚೊಲೊ ಮಾಸ್ತರ ಅಂತ ಬೌಮಾನ ಕೊಡತಾರಂತ. ಆ ಪಂಚಾಯ್ತಿ ಕಟ್ಟಿ ಕಡೆ ಮಂದಿ ಮಾತಾಡಕತ್ತಿದ್ರು. ಪುಣ್ಯ ಬರ್ಲಿ ಅವ್ರಿಗೆ. ನೀನಂತೂ ಮಾಸ್ತರು ಸೈ ಅನ್ನಂಗ ಭಾಷಣ ಮಾಡು. ತಿಳೀತಿಲ್ಲ.’ ಈ ಅವ್ವನ ಮಾತು ಮುಗೀತಾವೇನಿಲ್ಲ ಅನ್ನಿತು. ‘ಯವ್ವಾ...’ ನಾ ಯಾಕ ಅಷ್ಟ ಜೋರ ಚೀರೀದೆಂತ ತಿಳೀದ ಅವ್ವ ದಂಗು ಬಡದು ನಿಂತ್ಲು. ಆಫೀಸಿನ್ಯಾಗ ಬಟ್ಟಿ ಇಲ್ಲದ ಗಾಯಿ ಮ್ಯಾಲೆ ಬಿದ್ದ ಶಿವಪ್ಪ ಮಾಸ್ತರ ನೆನಪಿಗೆ ಬಂದ್ರು. ‘ಯವ್ವಾ, ನಾ ಆ ಸಾಲಿಗೆ ಹೋಗಂಗಿಲ್ಲ... ಭಾಷಣಾನೂ ಮಾಡಂಗಿಲ್ಲ’ ಚೀರಿದೆ..

7

ಕನಸು ಮಾರುವ ಹುಡುಗ

"ಕನಸೂರ ಕಡೆಯಿಂದ ಬಂದವನು ನಾನು
ಬಲುವಿಧದ ಕನಸುಗಳ ತಂದವನು ನಾನು
ಬಗೆಬಗೆಯ ಬಲುಬಗೆಯ ಕನಸಗಳು ಇವೆಯಿಲ್ಲಿ
ನಿಮಗಾವುದು ಬೇಕೆಂದು ಈಗಲೇ ಕೊಳ್ಳಿ"

ಎಂದು ರಾಗವಾಗಿ ಹಾಡಿದವನೇ, ಮತ್ತೆ ಒಂದೇ ಲಯದಲ್ಲಿ ಕೂಗತೊಡಗಿದ "ಕನಸು ಬೇಕೆನ್ರಿ ಕನಸು, ಕಲರ್ ಕಲರ್ ಕನಸು, ವೆರೈಟಿ ವೆರೈಟಿ ಕನಸು, ಚಿಕ್ಕ ಚಿಕ್ಕ ಕನಸು, ಬಲುದೊಡ್ಡ ಕನಸು, ಹೂವಿನಂಥ ಕನಸು, ಹಣ್ಣಿನಂಥ ಸೊಗಸು, ಹಾಡುವಂಥ ಕನಸು, ಕುಣಿಸುವಂಥ ಕನಸು, ಹೊಳೆವ ಕಣ್ಣ ಕನಸು, ಒಲವ ಬಣ್ಣ ಕನಸು, ಮಳೆಯಬಿಲ್ಲ ಕನಸು, ಮಿಂಚೋ ಕಲ್ಲ ಕನಸು, ದೂರ ಹಾರೋ ಕನಸು, ನೋವ ಮಾರೋ ಕನಸು, ಗಾಳಿಪಟದ ಕನಸು, ಗೆಲುವ ಪುಟದ ಕನಸು, ಕನಸು ಬೇಕಿನ್ರಿ ಕನಸು, ಓಡೋ ಆಟದ ಕನಸು, ಗೆಲ್ಲೋ ಪಾಠದ ಕನಸು, ಚಂದ ದೀಪದ ಕನಸು, ಅಂದರೂಪದ ಕನಸು, ಗಲ್ಲಿಗಲ್ಲಿಯ ಕನಸು, ಹಳ್ಳಿದಿಲ್ಲಿಯ ಕನಸು, ಪ್ರೀತಿಯ ಕನಸು, ನೀತಿಯ ಕನಸು, ಕನಸು ಬೇಕೆನ್ರಿ ಕನಸು, ಕಲರ್ ಕಲರ್ ಕನಸು, ವೆರೈಟಿ ವೆರೈಟಿ ಕನಸು".

ಹೀಗೇ ರಾಗಬದ್ಧವಾಗಿ ಕೂಗುತ್ತಾ ನಡುಬೀದಿಗೆ ಬಂದ ಅವನು ಕನಸು ಮಾರುವ ಹುಡುಗ. ಇದೇನಪಾ ಇದು ಹೊಸದು. ತರಕಾರಿ ಮಾರೋಕೆ ಬರ್ತಾರೆ, ಹೂ ಹಣ್ಣು ಹೊತ್ಕೊಂಡು ಬರ್ತಾರೆ, ಚಿಕ್ಕ ಪುಟ್ಟ ಸಾಮಾನು, ಬಟ್ಟೆ ಬರೆ ಮಾರೋಕೆ ಬರ್ತಾರೆ. ಇದೇನು ಕನಸು ಮಾರೋದಂತೆ! ಏನೇನು

ಕನಸು ಇರ್ತವೆ? ಹೆಂಗಿರ್ತವೆ? ಬಲು ದುಬಾರಿಯೇನೋ? ಚೌಕಾಸಿ ನಡೆಯತ್ತದೆಯೋ? ಬಾಳಿಕೆ ಬರುತ್ತವೋ?

ಹೀಗೇ ನೂರೆಂಟು ಪ್ರಶ್ನೆಗಳು ಮಿಸುಕಾಡಿದವು. ಮನಸೂರಿನ 'ಭಾವಬೀದಿ'ಯ ಜನರಿಗೆ ಅಚ್ಚರಿಯೋ ಅಚ್ಚರಿ. ಯಾರಿರಬಹುದು ಕನಸು ಮಾರಲು ಬಂದವನು ಎಂದುಕೊಳ್ಳವಷ್ಟರಲ್ಲಿ ಮತ್ತೇ ಕೇಳಿತು ಕೂಗು, "ಬೇಗ ಬನ್ನಿ, ಬೇಗ ಬೇಗ ಬನ್ನಿ, ಯಾವ ಕನಸು ಬೇಕೋ ಬೇಗ ಕೊಳ್ಳಿ ಕನಸು ಬೇಕೆನ್ರಿ ಕನಸು, ಕಲರ್ ಕಲರ್ ಕನಸು, ವೆರೈಟಿ ವೆರೈಟಿ ಕನಸು..." ಮುಂದುವರೆಸಿದ ಹುಡುಗ. "ಖಾಲಿಯಾದ್ರೆ ಗೊತ್ತಿಲ್ಲ. ಮತ್ತೇ ಮತ್ತೇ ಬರೋದಿಲ್ಲ. ಸಿಕ್ಕಾಗ ಕಳಕೋಬೇಡಿ. ಕಳಕೊಂಡು ನಿರಾಸೆ ಆಗಬೇಡಿ".

ಭಾವಗಲ್ಲಿಯ ಎಲ್ಲರ ಮನೆಗಳಲ್ಲೂ, ಬೀದಿಯಲ್ಲಿರುವ ಅಂಗಡಿ ಅಂಗಡಿಯಲ್ಲೂ, ಸಂದಿಗೊಂದಿಗಳಲ್ಲೂ ಇದೇ ಮಾತು. ಇದೇ ಕಥೆ. ಚಿಕ್ಕ ಮಕ್ಕಳ ಕಂಗಳು ಅರಳಿದವು. ಯುವಕ ಯುವತಿಯರ ಎದೆಯಲ್ಲಿ ಹೂನಗೆ. ಗೃಹಿಣಿಯರ ಆಸೆಗಳೆಲ್ಲ ಗರಿಗೆದರಿ ಕುಣಿಯತೊಡಗಿದವು. ಗಂಡಸರೆಲ್ಲ ಕತ್ತೆತ್ತಿ ನೋಡತೊಡಗಿದರು. ಬೊಚ್ಚು ಬಾಯಿಯ ಅಜ್ಜ ಅಜ್ಜಿಯರ ಹಣ್ಣುಗಣ್ಣಲ್ಲಿ ಅದೇನೋ ಅಪರೂಪದ ಆಸೆ, ಕೂತೂಹಲ. ಎಲ್ಲರೂ ಒಬ್ಬರಿಗೊಬ್ಬರು ಮುಖ ಮುಖ ನೋಡಿಕೊಂಡರು. ಕಣ್ಣಕಣ್ಣಲ್ಲೇ ಮಾತಾಡಿಕೊಂಡರೇನೋ!

ಏನು ಕೊಟ್ಟು ತಗೋಬೇಕೇನೋ ಈ ಕನಸುಗಳನ್ನು! ವಸ್ತುಗಳಾದರೆ ದುಡ್ಡು ಕೊಡ್ತಿದ್ವಿ, ತಗೋತಿದ್ವಿ. ಈಗಲೂ ಹಾಗೇನಾ! ಹಣ ಕೊಟ್ಟರೆ ಕನಸು ಕೊಡುತ್ತಾನೇನೋ ಆ ಹುಡುಗ ಅಥವಾ ಬೇರೆ ಏನನ್ನಾದರೂ ನೀರಿಕ್ಷಿಸಬಹುದಾ? ಯಾರಿರಬಹುದು ಆ ಹುಡುಗ? ಯಾರಾದರೂ ಕಳಿಸಿರಬಹುದೋ? ಎಲ್ಲ ಬಿಟ್ಟು ಈ ಕನಸು ತಗೋಳ್ಳೋದು ಅಂದ್ರೆ ವಿಚಿತ್ರವಲ್ಲವೇ? ಹೀಗೆ ನೂರೆಂಟು ಪ್ರಶ್ನೆಗಳು. ಆದರೂ ಎಲ್ಲರಲ್ಲೂ ಬಯಕೆ. ಇದೊಂದು ಅಪರೂಪದ ಅವಕಾಶ. ಬಿಟ್ಟರೆ ಮತ್ತೆ ಸಿಗುತ್ತೋ ಇಲ್ಲವೋ ಗೊತ್ತಿಲ್ಲ. ಕನಸು ಹೊತ್ತುಕೊಂಡು ಮನೆ ಬಾಗಿಲಿಗೆ ಬಂದಿದ್ದಾನೆ. ವಾಪಾಸ್ ಕಳಿಸೋದು ಸರಿಯಲ್ಲ ಎಂದೇ ಎಲ್ಲರಿಗೂ ಅನಿಸಿದ್ದು.

ಆದರೇನು ಎಲ್ಲರೂ ಒಂದೊಂದು ಕೆಲಸದಲ್ಲಿ ಬಿಜಿ. ಮಾಡೋ ಕೆಲಸ ಹಾಗೆ ಬಿಟ್ಟು, ಕೈ ಜಾಡಿಸಿಕೊಂಡು ಹೋಗೋದಾದರೂ ಹೇಗೆ? ಯಾರೋ ಪಾತ್ರೆ ತೋಳೀತಾ ಇದಾರೆ. ಇನ್ನಾರೋ ಶೇವಿಂಗ್‌ನಲ್ಲಿ ಬಿಜಿ. ಆ ತಾಯಿ ಮಗುವಿಗೆ ಹಾಲು ಕುಡಿಸ್ತಾ ಇದಾಳೆ, ಅಲ್ಲೊಬ್ಬ ಅಜ್ಜನೋ ಅಜ್ಜಿಯ ಕೈಹಿಡಿದು ಬಚ್ಚಲು ಮನೆಗೆ ಕರೆದೊಯ್ತಿದ್ದಾನೆ, ಆಂಟಿ ಒಬ್ರು ಅಂಕಲ್‌ನ ಸೇವೆಯಲ್ಲಿ ಮುಳುಗಿ ಹೋಗಿದ್ದಾರೆ, ಯುವಜೋಡಿಯೊಂದು ಬೆರಳಲ್ಲಿ ಬೆರಳು ಹೆಣೆದು ನಿಂತು ಬಲುದೂರ ನೋಡ್ತಿವೆ ಜಗತ್ತೇ ಮರೆತು. ಪಾಪ ಆ ಕಂದಮ್ಮನಿಗೆ

ಹಸಿವೋ ಏನೋ ತುಂಬಾ ಅಳ್ತಾ ಇದೆ. ಆಡ್ತಾ ಇರೋ ಹುಡುಗ್ರಿಗಂತೂ ಈ ಕನಸಿನ ಹುಡುಗನ ಕೂಗಾದ್ರೂ ಕೇಳಿತೋ ಇಲ್ಲವೋ ಅನ್ನುವಷ್ಟು ಮೈ ಮರೆತಿದ್ದಾರೆ. ಹದಿನಾರರ ಆ ಹುಡುಗಿಯಂತೂ ಕನ್ನಡಿಯೊಂದಿಗೆ ಆಳವಾಗಿ ಮೀಟಿಂಗ್ ಮಾಡ್ತಿದ್ದಾಳೆ ಅನ್ಸುತ್ತೆ. ಅಬ್ಬಾ! ಇವರೆಲ್ಲ ತನ್ನ ಬಳಿ ಬರ್ತಾರಾ ಇಲ್ವಾ ಕನಸು ಕೊಳ್ಳೋಕೆ ಅಂತ ಆತಂಕ ಅವನಿಗೆ.

ಇಲ್ಲ ಬಿಡಿ ಹಂಗೇನಿಲ್ಲ ಅಷ್ಟು ಬಿಜಿ ಇದ್ರೂ ಕೆಲವರಂತೂ ಹೇಗಾದರೂ ಮಾಡಿ, ಈ ಕೆಲಸ ಮುಗಿಸಿ ಆ ಹುಡುಗನ ಹತ್ರ ಹೋಗಬೇಕು. ಇಲ್ದಿದ್ರೆ ನಮಗೆ ಬೇಕಾಗೋ ಕನಸನ್ನು ಯಾರಾದರೂ ತಗೊಂಡು ಬಿಟ್ರೆ ಕಷ್ಟ ಅಂತ ಅವಸರಿಸಲು ಪ್ರಯತ್ನಿಸಿದರು. ಇನ್ನು ಕೆಲವರಿಗೆ ಕುತೂಹಲಕ್ಕಾದರೂ ಆ ಹುಡುಗನ ಹತ್ರ ಒಮ್ಮೆ ಹೋಗಿನೋಡಬೇಕು. ಅವನ ಬುಟ್ಟಿಯೊಳಗೆ ಎಂಥೆಂಥ ಕನಸುಗಳಿವೆಯೇನೋ ಅಂತಾಸೆ. ಒಟ್ಟಾರೆ ಒಂದು ಸಂಚಲನ ಉಂಟಾಯಿತಲ್ಲಿ!

ಅವರನ್ನು ನೋಡಿದ ಮತ್ತೆ ರಾಗ ಶುರುವಿಟ್ಟುಕೊಂಡ "ಕನಸು ರೀ ಕನಸು, ಕನಸು ಬೇಕೇನ್ರಿ ಕನಸು, ಕಲರ್ ಕಲರ್ ಕನಸು, ವೆರೈಟಿ ವೆರೈಟಿ ಕನಸು, ಬೇಗ ಬನ್ನಿ, ಬೇಗ ಬೇಗ ಬನ್ನಿ."

ಜನರಿಗೂ ಈ ಕೂಗು ಕೇಳಿದಂತೆಲ್ಲ ಉತ್ಸಾಹ ಹಾಗೇ ಹೆಚ್ಚಾಗತೊಡಗಿತು. ಕೂಗ್ತಾ ಕೂಗ್ತಾ ಹುಡುಗ ಮುಂದೆ ಹೋಗೇಬಿಟ್ಟರೆ ಹೇಗೆ ಅಂತ ಅವಸರಿಸಿ ಕೆಲಸ ಮುಗಿಸಿ, ಬೀದಿಮಧ್ಯ ಬುಟ್ಟಿ, ಕನಸಿನ ಬುಟ್ಟಿ ಹೊತ್ತು ನಿಂತಿದ್ದ ಆ ಹುಡುಗನ ಹತ್ತಿರ ಬರುವ ಧಾವಂತ ತೋರಿದರು. ಅಬ್ಬಾ! ಇಷ್ಟೊತ್ತು ಕೂಗಿದ್ದಕ್ಕೂ ಸಾರ್ಥಕ ಆಯ್ತು, ಕನಸೆಲ್ಲವನ್ನು ಮಾರಬಹುದು ಎಂದು ನಿರಾಳವಾದ ಹುಡುಗ. ನೋಡಿದರೆ ಅಲ್ಲಿಂದ ಇಲ್ಲಿಂದ ಎಲ್ಲ ಕಡೆಯಿಂದ ಒಬ್ಬೊಬ್ಬರೆ ತನ್ನತ್ತ ಬರ್ತಿದ್ದಾರೆ. ತನ್ನ ಬುಟ್ಟಿಯನ್ನೊಮ್ಮೆ ಪ್ರೀತಿಯಿಂದ ಮುಟ್ಟಿದ ಹುಡುಗ. 'ಏನಾದರಾಗಲೀ ಯಾರನ್ನೂ ಯಾವುದೇ ಕಾರಣಕ್ಕೂ ಖಾಲಿಕೈಯಲ್ಲಿ ಕಳಿಸಬಾರದು. ಪಾಪ ನನ್ನ ಹತ್ತಿರ ಎಷ್ಟೊಂದು ಆಸೆಯಿಂದ ಬರ್ತಿದ್ದಾರೆ! ಅವರಿಗೆ ನಿರಾಸೆ ಮಾಡಿದರೆ ಆ ದೇವರಾದರೂ ಮೆಚ್ತಾನಾ? ಬರಲಿ, ಬರಲಿ. ಯಾವ ಕನಸಿನ ಬೇಡಿಕೆಯಿಂದ ಬಂದರೂ ಸರಿಯೇ ವಾಪಸ್ ಹಾಗೇ ಮಾತ್ರ ಕಳಸಲ್ಲ ನಾನು' ಅಂದ್ಕೊಂಡು ತುಂಬು ಆತ್ಮವಿಶ್ವಾಸವನ್ನು ತುಂಬಿಕೊಂಡ ಈ ಕನಸು ಮಾರುವ ಹುಡುಗ ಒಂದು ಬಾರಿ ನಿಧಾನವಾಗಿ ಸುದೀರ್ಘ ಉಸಿರೆಳೆದುಕೊಂಡು ಕೆಲವು ಕ್ಷಣಗಳು ಕಣ್ಮುಚ್ಚಿ ಬರುವ ಎಲ್ಲರೊಂದಿಗೆ ಹೇಗೆ ನಡೆದುಕೊಳ್ಳಬೇಕು, ಏನೆಲ್ಲ ಕನಸುಗಳ ಆಸೆಹೊತ್ತು ನನ್ನೆಡೆಗೆ ಬರುವವರನ್ನು ಹೇಗೆಲ್ಲ ಸಂಭಾಳಿಸಬೇಕು ಎಂದು ಆಲೋಚನೆ ಮಾಡಿಕೊಂಡ, ಬಂದವರು, ಕನಸು ಕೊಂಡವರು ತೃಪ್ತಿಯಾಗಬಹುದೇ! ಹಿಂಜರಿದ. ಆದರೂ, ಇರಲಿ.

ನಾನಂತೂ ಯಾವುದೇ ಕಾರಣಕ್ಕೂ ಇಟ್ಟ ಹೆಜ್ಜೆಯಿಂದ ಹಿಂದೆ ಸರಿಯಬಾರದು. ಅವರೆಲ್ಲರ ಮನಸು ಬಯಸಿದ ಕನಸನ್ನು ಅವರಿಗೆ ಕೊಡಲೇಬೇಕು. 'ದೇವರೇ ನೀನು ನನ್ನೊಂದಿಗಿರಪ್ಪ. ಎಲ್ಲಾ ಸರಿಯಾಗಿ ನೋಡಿಕೋ. ನಿನ್ನನ್ನು ನಂಬಿ ಈ ಕೆಲಸಕ್ಕೆ ಕೈ ಹಾಕಿದ್ದಿನಿ' ಅಂತ ಒಮ್ಮೆ ಕೈ ಮುಗಿದು ಪ್ರಾರ್ಥಿಸಿದ.

ಓಹೋ! ಹತ್ತಿರದ ಮನೆಯೊಂದರಿಂದ ಅಲ್ಲೊಬ್ರು ಮಧ್ಯವಯಸ್ಸಿನ ಹೆಂಗಸು ಬರ್ತಿದ್ದಾರೆ. ಉತ್ಸಾಹಗೊಂಡ ಹುಡುಗ 'ಕನಸು ಬೇಕೆನ್ರಿ ಕನಸು, ಕಲರ್ ಕಲರ್ ಕನಸು, ವೆರೈಟಿ ವೆರೈಟಿ ಕನಸು, ಬೇಗ ಬನ್ನಿ ಬೇಗ ಬೇಗ ಬನ್ನಿ'. ಅಂತ ರಾಗವಾಗಿ ಕೂಗಿದ. ಇವನು ಬೇಗ ಅಂದರೂ ಅವರು ಮಾತ್ರ ಸ್ವಲ್ಪ ನಿಧಾನವಾಗಿಯೇ ಬರ್ತಿದಾರೆ. ಯಾಕೋ ಹೆಜ್ಜೆ ಭಾರ ಅನಿಸ್ತಿವೆ. ಕಾಲು ನೋವಿರಬಹುದಾ ಅಂತ ಅನುಮಾನಿಸಿ ಮುಖ ನೋಡಿದ. ಕಣ್ಣುಗಳೊಳಗೆ ಇಳಿದೂ ನೋಡಿದ. ಏನೋ ನೋವಿನ ಕೊಳ ಆಳವಾಗಿ ತುಂಬಿಕೊಂಡಿದೆ ಅನಿಸಿತು. ಸ್ವಲ್ಪ ಅಸ್ತವ್ಯಸ್ತ ಕೂದಲು. ಇನ್ನೂ ಸ್ನಾನ ಮಾಡಿಲ್ಲ ಅನಿಸುತ್ತೆ. ಯಾವ ಕನಸು ಬೇಕೇನೋ ಇವರಿಗೆ ತಿಳಿಯಲಿಲ್ಲ. ತಾನೇ ನಾಲ್ಕು ಹೆಜ್ಜೆ ಮುಂದೆ ಹೋದ ಹುಡುಗ. 'ಬನ್ನಿ ಅಮ್ಮ, ನನ್ನ ಹಿಡಿದುಕೊಳ್ಳಿ ಇಲ್ಲಿ'! ಅಂದು ಕೈ ಚಾಚಿದ. ಅಚ್ಚರಿಯಿಂದ ನೋಡಿ ಹುಡುಗನ ಹಸ್ತದ ಮೇಲೆ ತನ್ನದನ್ನು ಇರಿಸಿ ಅವನೊಂದಿಗೆ ಹೆಜ್ಜೆ ಹಾಕಿದರು. ಅವನ ಬುಟ್ಟಿ ಸಮೀಪಿಸಿ ನೋಡಿದರು. ಖಾಲಿ ಖಾಲಿ. 'ಅಯ್ಯೋ! ಖಾಲಿ ಬುಟ್ಟಿ ಹೊತ್ತು ತಂದು ಕನಸು ಮಾರೋಕೆ ಬಂದಿದಾನಾ?' ಅಂತ ಅಸಮಾಧಾನವಾಯಿತು. ಅವರ ಮನಸ್ಸನ್ನು ಓದಿದ ಹುಡುಗನ ತುಟಿಯಲ್ಲಿ ಒಂದು ನಗು ಮೂಡಿತು. 'ಅದನ್ನು ಬಿಡಿ, ಒಮ್ಮೆ ನೀವು ಹೇಳಿ ನನಗೆ. ನಿಮಗೆ ಯಾವ ಕನಸು ಬೇಕಿತ್ತು ನನ್ನಿಂದ' ಅಂತ ಕೆದರಿದ್ದ ಅವರ ಕೂದಲನ್ನು ಸರಿ ಮಾಡಿದ ಹುಡುಗ. ಅವನ ಆತ್ಮೀಯತೆಯ ವರ್ತನೆಗೆ ಸೋಜಿಗಗೊಂಡ ಆಕೆ, ಅವನ ಸಹಾಯದಿಂದಲೇ ಸಮೀಪದ ಕಟ್ಟೆಯೊಂದರ ಮೇಲೆ ಕುಳಿತರು. ಅವರ ಕಾಲ ಬಳಿ ನೆಲದ ಮೇಲೆ ಕುಳಿತೇಬಿಟ್ಟ ಹುಡುಗ! ಅವರ ಪಾದವನ್ನು ಮುಟ್ಟಿ 'ಹೂಂ ಅಮ್ಮ ಹೇಳಿ ಈಗ' ಅಂದ.

ಅಷ್ಟರಲ್ಲಿ ಅವರ ಮನೆಯಿಂದ ಗಂಡಸೊಬ್ಬರು ನೇರ ಇವನ ಬಳಿ ಬಂದರು 'ಇವಳು ನನ್ನ ಹೆಂಡ್ತಿ ಕಣಪ್ಪ. ಕೆಲ ವರ್ಷಗಳ ಹಿಂದೆ ನಮ್ಮ ಮಗನಿಗೆ ಊಟ ಮಾಡಿಸ್ತಾ ಇದ್ಲು. ನಮ್ಮ ಮದುವೆಯಾಗಿ ಹದಿನೇಳು ವರ್ಷಕ್ಕೆ ಹುಟ್ಟಿದ ಒಬ್ಬನೇ ಮಗ ಅವನು. ಎರಡು ತುತ್ತು ಮೊಸರನ್ನು ತಿನಿಸಿದ್ಲು ಮೂರನೇ ತುತ್ತು ತಿನಿಸೋವಷ್ಟರಲ್ಲಿ ಏನಾಯ್ತೋ ಗೊತ್ತಿಲ್ಲ, ಜೀವಾನೇ ಬಿಟ್ಟುಬಿಟ್ಟ ' ಕಣ್ತುಂಬ ನೀರು ತುಂಬಿಕೊಂಡರಾತ. ಹೆಂಡತಿಯ ಕಡೆ ನೋಡಿದರು. ಆಕಾಶದ ಕಡೆ ನೋಡ್ತಿದ್ದಳಾಕೆ. 'ಅವತ್ತಿನಿಂದ ಹೀಗೇ ಕಣಪ್ಪ, ತನ್ನ ಬಗ್ಗೆ ತನಗೇ ಲಕ್ಷ್ಯವಿಲ್ಲ. ಮಗನನ್ನೇ ಹಪಿಸ್ತಾಳೆ. ಜಪಿಸ್ತಾಳೆ. ಮೂರು ತುತ್ತು ತಿನ್ನದೇ ಹೋದ ಮಗ

ಮತ್ತೆ ಬರ್ತಾನೆ ಕೈ ತುತ್ತು ತಿನ್ನೊಕೆ ಅಂತ ಬಟ್ಟಲಲ್ಲಿ ಪ್ರತಿದಿನ ಮೊಸರನ್ನ ಕಲಿಸಿಟ್ಟು ಕಾಯ್ತಾಳೆ. ಬಾಗಿಲಿಗೆ ಕೂಡ್ತಾಳೆ. ಮಗನನ್ನು ಕೂಗ್ತಾಳೆ. ಮೂರು ನಾಲ್ಕು ತಾಸಾದರೂ ಆ ಜಾಗ ಬಿಟ್ಟು ಕದಲಲ್ಲ. ಇವತ್ತೇ ನೋಡು, ಯಾಕೋ ನಿನ್ನ ಧ್ವನಿ ಕೇಳಿ ಇಲ್ಲಿಯವರೆಗೂ ಬಂದಿದ್ದಾಳೆ' ಹೇಳಿ ನಿಟ್ಟುಸಿರಾದರಾತ. ಅವರ ಕಥೆ ಕೇಳಿದ ಹುಡುಗ ಮನಸ್ಸಿನಲ್ಲೇ ಮಮ್ಮಲ ಮರುಗಿದ. "ನನ್ನ ಮಗನ ಕನಸು ಬೇಕು ನನಗೆ. ನನ್ನ ಮಗನೇ ನನ್ನ ಕನಸು. ನನ್ನ ಮಗನನ್ನು ಕೊಡ್ತೀಯಾ ಹೇಳು. ಕೊಡ್ತಿಯಾ ನೀನು" ಅಂದು ಆಸೆಗಣ್ಣಿಂದ ಹುಡುಗನತ್ತ ನೋಡಿದರಾಕೆ. ಮೌನವೇ ತಾನಾಗಿ ಹೋದ ಆ ಹುಡುಗ.

ಒಂದೆರಡು ಕ್ಷಣ ಕಣ್ಮುಚ್ಚಿ, ತೆಗೆದು, ಆಕೆಯ ಗಂಡನನ್ನು ಸಮೀಪಿಸಿ ಹೋಗಿ, 'ಇವತ್ತೂ ಮೊಸರನ್ನು ಕಲಿಸಿಟ್ಟು ಬಟ್ಟಲಲ್ಲಿ ಹಾಕಿಕೊಂಡಿದಾರಾ'? ಕೇಳಿದ. 'ಹೂಂ ಕಣಪ್ಪ. ನೋಡಲ್ಲಿ' ಮನೆ ಬಾಗಿಲ ಹೊರಗೆ ಕಟ್ಟೆ ಮೇಲೆ ತೋರಿಸಿದರು. 'ನೀವು ನನಗೆ ಒಂದು ಸಹಾಯ ಮಾಡಿ. ಆ ಮೊಸರನ್ನದ ಬಟ್ಟಲು ತಂದುಕೊಡ್ತೀರಾ?' ಎಂದ ಹುಡುಗನಿಗೆ ಏನೂ ಉತ್ತರಿಸದೇ ಮನೆಯೆಡೆಗೆ ಹೋಗಿ ಬಟ್ಟಲು ತಂದಿಟ್ಟರು ಇವನ ಕೈಗೆ.

ಮತ್ತೆ ಆ ತಾಯಿಯ ಪಾದದ ಬಳಿ ಕುಳಿತು ಈ ಕನಸು ಮಾರುವ ಹುಡುಗ ಮುಷ್ಠಿಯಾಗಿದ್ದ ಅವರ ಕೈ ಬಿಡಿಸಿ, ಅದರಲ್ಲಿ ಬಟ್ಟಲಿಟ್ಟು 'ಅಮ್ಮಾ... ಅಮ್ಮಾ...ನನಗೆ ಮೊಸರನ್ನ ತಿನಿಸಲ್ವಾ ನೀನು' ಬಲು ಮೃದುವಾಗಿ ಉಸುರಿದ. ಆಕೆಯ ಕಣ್ಣಲ್ಲಿ ಥಟ್ಟಂತ ಒಂದು ಬೆಳಕು. ಮೈಯಲ್ಲೆಲ್ಲಾ ಸಂಚಲನವಾಯಿತು ಆ ತಾಯಿಗೆ. ಮುಖವೆಲ್ಲ ನಗುವೇ ಆಗಿಹೋಯಿತು. ಕಣ್ಣುಗಳೋ ಆನಂದಭಾಷ್ಪದ ಬಟ್ಟಲು. ಹುಡುಗನೆಡೆಗೆ ನೋಡಿದಳು. 'ಮಗಾ, ಮಗನೇ, ನನ್ನ ಕೂಸೇ, ಏನೋ ನೀನು, ನನ್ನ ಬಿಟ್ಟು ಎಲ್ಲಿ ಹೋಗಿದ್ದೆ ಇಷ್ಟು ದಿನ? ಹಾಗೆಲ್ಲ ಊಟ ಅರ್ಧಕ್ಕೆ ಬಿಟ್ಟು ಅಮ್ಮನಿಗೆ ಹೇಳದೇ ಹೋಗಿಬಿಡ್ತಾರೇನೋ ಕಂದ. ಯಾಕೋ ಇಲ್ಲಿವರೆಗೂ ನಮ್ಮ ನೆನಪೇ ಆಗಲಿಲ್ಲವಾ? ನೋಡು ನಿಮ್ಮಪ್ಪ ಹೇಗೆ ಸೊರಗಿದಾರೆ. ಮತ್ತೆ ಈಗ ಬಂದು ಮೊಸರನ್ನ ತಿನಿಸಲ್ವಾ ಅಂತ ಬೇರೆ ಕೇಳ್ತಿದಿಯಾ? ನಮ್ಜೊತೆ ಹಿಂಗೆಲ್ಲ ಆಟ ಆಡಬಹುದಾ ನೀನು? ನಾವು ನೀನು ವಾಪಸ್ ಬರೋದೆ ಇಲ್ವೇನೋ ಅನ್ಕೊಂಡಿದ್ವಿ ಕಣೋ. ಈಗ ಬಂದೆಯಲ್ಲ ಸಾಕು. ಬಾರೋ ಮಗ, ಬಾ ನನ್ನ ಕಂದ. ಕೆಳಗೆ ಯಾಕೆ ಕೂತಿದ್ದೀಯಾ ಮೇಲೆ ಬಾ, ನನ್ನ ಹತ್ರ ಕೂಡು' ಅಂತೆಲ್ಲ ಅವಸರಿಸಿ ಮಾತಾಡ್ತಾ ಆ ಹುಡುಗನ ಎಬ್ಬಿಸಿ ಪಕ್ಕ ಕೂಡಿಸಿಕೊಂಡರು. ಅವನ ತಲೆ, ಮುಖವನ್ನೆಲ್ಲ ತಮ್ಮ ಕೈಯಿಂದ ಸವರಿ, ಮುತ್ತಿಕ್ಕಿದ್ದರು. ಕುಳಿತಲ್ಲಿಯೇ ಒಮ್ಮೆ ಅವನನ್ನು ಎದೆಗವಚಿ, ಅಪ್ಪಿಕೊಂಡು ಬೆನ್ನು ಸವರಿದರು. 'ಅಯ್ಯೋ! ನನ್ನ ಮರೆವಿಗಿಷ್ಟು! ನಿಂಗೆ ಹಸಿವಾಗಿದೆ ಅಲ್ವೇನೋ. ಎಷ್ಟು ದಿನ ಆಯ್ತು ಆ ಎರಡೇ

ತುತ್ತು ತಿಂದು ಹೋಗಿ. ಬಾ ಮಗ' ಎಂದು ಗಲ್ಲ ಮುಟ್ಟಿ ಮೊಸರನ್ನದ ಬಟ್ಟಲಿಗೆ ಕೈ ಹಾಕಿದರು.

ಅವರು ಉಣ್ಣಿಸಿದ್ದು ಮೊಸರನ್ನವೇ ಆದರೂ ಹುಡುಗನ ಎದೆತುಂಬಿದ್ದು ಮಾತ್ರ ತಾಯಿಪ್ರೀತಿ. ಬಟ್ಟಲು ಖಾಲಿಯಾದಂತೆಲ್ಲ ಆ ತಾಯಿಯ ಕಣ್ಣಬಟ್ಟಲು ತುಂಬುತ್ತ ಹೋದವು. ಅಂತೆಯೇ ಈ ಹುಡುಗನ ಎದೆಬಟ್ಟಲೂ. ತೃಪ್ತಳಾದಳಾಕೆ. ಸಂತೃಪ್ತನಾದನೀತ. ನೋಡುತ್ತ ನಿಂತ ಗಂಡನ ಮನಸೇ ತುಂಬಿಹೋಯಿತು ಈ ದೃಶ್ಯ ನೋಡಿ. 'ನಿನಗೀಗ ಸಮಾಧಾನವಾಯಿತೇ?' ಹೆಂಡತಿಯನ್ನು ಪ್ರಶ್ನಿಸಿದರು. 'ಹಾಂ ರೀ. ನನಗೆ ಬೆಟ್ಟದಷ್ಟು ಸಮಾಧಾನವಾಯಿತು. ನನ್ನ ಮಗನಿಗೆ ಹೊಟ್ಟೆ ತುಂಬ ತಿನ್ನಿಸಿದ್ನಲ್ಲ ಅಷ್ಟು ಸಾಕು ' ತೃಪ್ತಳಾದಳಾಕೆ. 'ಸರಿ ಹಾಗಿದ್ರೆ. ಮನೆಗೆ ಹೋಗೋಣವಾ? ನಿಂಗೆ ಇನ್ನೂ ಕೆಲಸ ಇವೆಯಲ್ಲವೇ?'. ಸುಮ್ಮನೆ ಹೆಜ್ಜೆ ಹಾಕಿದಳಾಕೆ ಮನೆಯೆಡೆಗೆ. ಎದೆತುಂಬ ಸಮಾಧಾನ ತುಂಬಿಕೊಂಡೇ ಹೊರಟರು.

ಅಸಲಿಗೆ ತಂದೆ-ತಾಯಿಯಿರಲಿ, ತನ್ನವರು ಅಂತ ಯಾರೂ ಇಲ್ಲದ ಈ ಅನಾಥ ಹುಡುಗನ ಮನಸು ಅವರಿಗಿಂತ ಹೆಚ್ಚೇ ತುಂಬಿಬಂದಿತ್ತು. ಅವನ ಕನಸಿನ ಬುಟ್ಟಿಗೂ ಸಮಾಧಾನ. ತಾಯಿಯ ಅಕ್ಕರೆ ಅವನ ಬುಟ್ಟಿ ತುಂಬಿತು.

***

'ಓ! ಅಣ್ಣ ಬನ್ನಿ ಬನ್ನಿ. ನಿಮಗೆ ಸ್ವಾಗತ. ಹೇಳಿ ನಿಮಗೆ ಯಾವ ಕನಸು ಬೇಕಿತ್ತು?' ಕೇಳಿದ ಹುಡುಗ. ಬಂದವನು ಸುಮಾರು ಇಪ್ಪತ್ತೈದು ವರ್ಷದ ಹುಡುಗ. ಕುರುಚಲು ಗಡ್ಡ. ಟ್ರಿಮ್ ಮಾಡಿಕೊಂಡಿದ್ದರೆ ಇನ್ನೂ ಲಕ್ಷಣವಾಗಿ ಕಾಣಬಹುದಿತ್ತೇನೋ! ಸ್ವಲ್ಪ ಹೆಚ್ಚೇ ಗಂಭೀರನಾಗಿದ್ದ. ಚಿಂತಾಕ್ರಾಂತ ನೋಟ. ಏನೋ ಕಳೆದುಕೊಂಡಿದ್ದಾನೆಂಬ ಭಾವ. 'ಯಾವ ಕನಸುಗಳಿವೆ ನಿನ್ನ ಬಳಿ' ಕೇಳಿದ. 'ಹೇಳಿ ಅಣ್ಣ. ನಿಮಗಾವುದು ಬೇಕಿತ್ತು?' ಎಂದ ಹುಡುಗ 'ನನಗೆ ಹೃದಯ ಸಿಗುತ್ತದೋ? ಹೃದಯ ಪಡೆಯುವ ಕನಸು ಇದೆಯೋ ನಿನ್ನತ್ರ?' ಪ್ರಶ್ನೆಯ ನೋಟ! 'ಹೃದಯ?' ಹುಡುಗನೆಂದ. 'ಹೂಂ ಕಣೋ, ನಾನು ಹೃದಯ ಕಳೆದುಕೊಂಡಿದ್ದೀನಿ. ಅವಳಿಗೆ ಕೊಟ್ಟಿದ್ದೆ. ನನ್ನ ಬಿಟ್ಟು ಹೋಗಿದ್ದಾಳೆ. ಹೋಗುವಾಗ ಅದನ್ನು ವಾಪಸ್ಸು ಕೊಟ್ಟಿಲ್ಲ. ನೀ ಕೊಡ್ತೀಯಾ? ಹೃದಯ ಕಣೋ ಹೃದಯ, ಪ್ರೀತಿ ತುಂಬಿದ ಹೃದಯ. ನೀ ಹೇಳೋ. ಹೃದಯನೇ ಹೋದ ಮೇಲೆ ಪ್ರೀತಿ ಎಲ್ಲಿರುತ್ತೆ ಹೇಳು? ನನ್ನನ್ನು ಪ್ರೀತಿಸೋರು ಯಾರು? ನಾನಾದರೂ ಯಾರನ್ನು ಪ್ರೀತಿಸೋಕಾಗುತ್ತೆ ಹೇಳು. ಅವಳು ವಾಪಸ್ ಬರೋ ಕನಸು ಸಿಗುತ್ತಾ ನಿನ್ನಕಡೆ' ಉದ್ವೇಗ, ಆತಂಕ, ಒಂದ ಸಣ್ಣ ಭಯದಿಂದ ಅವಸರವಸರವಾಗಿ ಅಲವತ್ತುಕೊಂಡ.

ಕನಸಿನ ಹುಡುಗ ಸ್ವಲ್ಪ ಸಮಾಧಾನದಿಂದ ಆಲೋಚಿಸಿದ. ತಾಳ್ಮೆಯಿಂದ ಇವನಿಗೆ ಕೊಡಬೇಕಾದ ಕನಸಿನ ಬಗ್ಗೆ ಯೋಚಿಸಿದ. ಅಷ್ಟರಲ್ಲಿ ಮಗುವೊಂದರ ಅಳು ಕೇಳಿಸಿತು. ಎಲ್ಲಿಂದ ಬರ್ತಿದೆ ಮಗುವ ದನಿ ಅಂತ ಹುಡುಕಾಡಿದ ಹುಡುಗ. ಅಲ್ಲಿ-ಇಲ್ಲಿ ಹುಡುಕಾಡುತ್ತಾ ಸ್ವಲ್ಪ ದೂರದ ಕಸದ ತೊಟ್ಟಿಯಲ್ಲಿ ಇಣುಕಿ ನೋಡಿದ. ಮೈನಡುಗಿತು. ಹುಡುಗನಿಗೆ ಹಸುಗೂಸೊಂದು ಕಾಣಿಸಿತಲ್ಲಿ. ಸ್ವಲ್ಪ ಹೊತ್ತು ಏನು ಮಾಡಬೇಕೆಂದು ತಿಳಿಯಲಿಲ್ಲ ಹುಡುಗನಿಗೆ. ತನ್ನ ಬುಟ್ಟಿಯೆಡೆಗೆ ನೋಡಿದ. ಅದರ ಹತ್ತಿರ ಹೃದಯ ಕೇಳಿದ ಯುವಕ ನಿಂತಿದ್ದ.

ಏನನ್ನೋ ಯೋಚಿಸಿದ ಹುಡುಗ ಅಲ್ಲಿಗೆ ಹೋದ. 'ಅಣ್ಣ ನಿನಗೆ ನಿನ್ನನ್ನು ಪ್ರೀತಿಸುವ ಮತ್ತು ನೀನು ಪ್ರೀತಿಸುವ ಹೃದಯ ಬೇಕಾಗಿದೆಯಲ್ಲವೇ?' ಕೇಳಿದ. 'ಹೂಂ ಕಣೋ. ಅವಳು ಬಂದಳಾ? ವಾಪಸ್ ನನ್ನ ಹೃದಯ ಕೊಡ್ತಾಳಂತಾ? ನಾನೂ ಪ್ರೀತಿಸಬಹುದಾ?' ಗಡಬಡಿಸಿದ. 'ಅಣ್ಣ, ಇಲ್ಲಿ ಬಾ ನೀನು ನನ್ನ ಜೊತೆ' ಕೈಹಿಡಿದು ಕರೆದ. 'ಕನಸು ಬೇಕೇನ್ರಿ ಎಂದು ಕೇಳಿ ಕರೆದವನು ನೀನು? ಈಗ ಎಲ್ಲಿಗೆ ಕರೆದುಕೊಂಡು ಹೋಗ್ತಿದಿಯಾ?' ಹಿಂಜರಿದ. 'ಹೌದಣ್ಣ, ನಾನು ಹೇಳಿದ್ದು ನಿಜ. ಖಂಡಿತ ನಾನು ನಿನ್ನ ಕೈಲಿ ಕನಸು ಕೊಡ್ತಿನಿ. ಬಾ ಅಣ್ಣ' ಮತ್ತೆ ಕೈ ಎಳೆದ.

'ಸರಿ ನಡಿ' ಎಂದವನು ಸೀದಾ ಆ ಕಸದ ತೊಟ್ಟಿಗೆ ಕರೆದೊಯ್ದ ಹುಡುಗ 'ನೋಡಣ್ಣ ಇಲ್ಲಿ' ಎಂದು ತೋರಿಸಿದ. ಮಗು ಸ್ವಲ್ಪ ಅಳು ಕಡಿಮೆ ಮಾಡಿತ್ತು. ಹುಡುಗನೆಂದ 'ಅಣ್ಣ, ಈ ಮಗು ನೋಡು ನೀನು ಇಷ್ಟು ದೊಡ್ಡವನಾಗಿ ಒಂದು ಹುಡುಗಿ ಕೈಕೊಟ್ಲು ಅಂತ ಹೃದಯ ಕಳೆದಕೊಂಡೆ. ಪ್ರೀತಿಸೋರು ಯಾರು? ಯಾರನ್ನ ಪ್ರೀತಿಸಬೇಕು ಅಂತ ಕೇಳ್ತಿಯಲ್ವಾ? ಈ ಮಗು ಹೆತ್ತ ಕರುಳಿಗೆ ಬೇಡವಾಗಿ ಕಸದ ತೊಟ್ಟಿಗೆ ಎಸೆದಿದ್ದಾರೆ. ಇದರ ಗತಿಯೇನು ಹೇಳು? ಇದರ ಹೃದಯಕ್ಕೆ ಪ್ರೀತಿ ಸುರಿವವರು ಯಾರಿದ್ದಾರೆ? ಇದರ ಬದುಕಿನ ಕನಸೇನು ಹೇಳು? ಇಲ್ಲೇ ಇದ್ದು, ಅತ್ತು ಅತ್ತು ಯಾವುದೋ ನಾಯಿಗೋ, ಹಂದಿಗೋ, ಮೇಲೆ ಹಾರಾಡೋ ಕಾಗೆಗೋ ಆಹಾರವಾಗೋ ಈ ಕೂಸಿನ ಬಗ್ಗೆ ನಿನಗೇ ಏನನ್ನಿಸುತ್ತೆ?' ಮಾತಾಡ್ತನೇ ಇದ್ದ ಹುಡುಗ. ಯುವಕ ಮಾತ್ರ ಮಗುವನ್ನು ನೋಡುತ್ತ ತಲ್ಲೀನನಾಗಿದ್ದ. ಕಳೆದುಹೋಗಿದ್ದ.

ಒಂದಷ್ಟು ಹೊತ್ತು ಅವನ ಪಾಡಿಗೆ ಬಿಟ್ಟು ದೂರ ನಿಂತ ಹುಡುಗ. ಆಮೇಲೆ ಯುವಕನೆಡೆ ನೋಡಿ ಮಂದಹಾಸ ಬೀರಿದ. ಸಮೀಪಿಸಿದ ಹುಡುಗ 'ಅಣ್ಣ ಈಗ ಹೇಳು ನಿನಗೆ ಈ ಹೃದಯ ಓಕೆನಾ? ನೀನೀ ಮಗುವಿಗೆ ಪ್ರೀತಿ ಕೊಡಬಹುದಾ?' ಅಂದು ಹೃದಯಾರೆ ನಕ್ಕ.

ಯುವಕ ಬಂದವನೇ ಹುಡುಗನ ಎರಡೂ ಕೈಗಳನ್ನು ತನ್ನ ಕೈಯೊಳಗೆ ತೆಗೆದುಕೊಂಡು 'ನೀ ಕೊಟ್ಟ ಈ ಕನಸು ನನಗೆ ಬೇಕು ಕಣೋ. ಇದಕ್ಕಿಂತ

ಒಳ್ಳೆಯ ಹೃದಯ ನನಗೆಲ್ಲೋ ಸಿಗುತ್ತೆ? ನೀ ಹೇಳಿದಂತೆ ನನ್ನ ಪ್ರೀತಿಯ ಕನಸು ಕಣೋ ಇದು. ನಾನಿದನ್ನು ಪ್ರೀತಿಸಬಹುದು. ಇದೂ ನನ್ನನ್ನು ಪ್ರೀತಿಸಬಹುದು. ಹುಡುಗಿ ಹೋದಳು ಅಂತ ಪ್ರೀತಿ ಮುಗಿದ ಅಧ್ಯಾಯ ಅಂದುಕೊಂಡೆ. ಆದ್ರೆ ಅದು ತಪ್ಪು. ನಾವು ಪ್ರೀತಿಸುವ ನಮ್ಮನ್ನು ಪ್ರೀತಿಸುವ ಜೀವಗಳು ಜಗತ್ತಲ್ಲಿ ಇವೆ. ಇನ್ಮೇಲೆ ಈ ಮಗು ನನ್ನ ಹೃದಯ. ನನ್ನ ಪ್ರೀತಿ. ನನ್ನ ಕನಸು ಕಣೋ. ಇದನ್ನು ತಗೊಂಡು ಹೋಗಿ ಸಾಕ್ತೀನಿ. ನನ್ನ ಪ್ರೀತಿಯನ್ನೆಲ್ಲ ಧಾರೆಯೆರೀತಿನಿ. ಈ ಮಗು ನೋಡಿಕೊಂಡು ನಾನು ನನ್ನ ನೋವು ಮರೆತರೆ ಮನೆಯಲ್ಲಿ ಎಲ್ಲರೂ ಖುಷಿ ಆಗ್ತಾರೆ. ಥ್ಯಾಂಕ್ಸ ಕಣೊ' ಅಂದು ಹುಡುಗನನ್ನು ಅಪ್ಪಿಕೊಂಡ.

ಕನಸು ಮಾರುವ ಹುಡುಗ ನಸುನಕ್ಕ. ನಿರಾಳಭಾವ. ಮನ ಹಗುರು. ತನ್ನಂತೆ ಒಬ್ಬ ಯಾರೂ ದಿಕ್ಕಿಲ್ಲದ ಹುಡುಗ ಅನಾಥನಾಗಿ ಬೀದಿ ತಿರುಗುವುದು ತಪ್ಪಿತಲ್ಲ ಎಂದು! ಯುವಕನ ಹೃದಯದ ಪ್ರೀತಿಯಲ್ಲೊಂದಷ್ಟು ಭಾಗ ಹುಡುಗನ ಬುಟ್ಟಿ ಸೇರಿಕೊಂಡಿತು.

***

ಮುಂದೆ ಹೆಜ್ಜೆಯಿಟ್ಟ ಬುಟ್ಟಿಯೊಂದಿಗೆ. 'ಕನಸು ಬೇಕೆನ್ರಿ ಕನಸು, ಕಲರ್ ಕಲರ್...' ಅನ್ನುವಷ್ಟರಲ್ಲಿ ಇವನತ್ತ ಬಂದ ಒಂದಷ್ಟು ಹುಡುಗರ ಗುಂಪಿನವರು ತುಂಟ ಹುಡುಗರಂತೆ ಕಂಡರು. ನೋಡಿದರೆ ಇವನನ್ನು ಗೇಲಿ ಮಾಡಲೆಂದೋ, ಅವಮಾನಿಸಲೆಂದೋ ಬಂದವರಂತಿದ್ದರು. ಅವರಲ್ಲೊಬ್ಬ ಮುಂದೆ ಬಂದು ಇವನ ಭುಜದ ಮೇಲೆ ಕೈ ಹಾಕಿ 'ಏನೋ ನಿನ್ನ ಹತ್ರ ಕನಸು ಸಿಗುತ್ತಾ? ಅದೂ ಕಲರ್ ಕಲರ್ ಕನಸು. ನೋಡು ಮಚ್ಚ, ನಮಗೆಲ್ಲ ಬೋರಿಂಗ್ ಅನಿಸ್ತಿದೆ, ನಮ್ಮ ಲೈಫು ವೈಟ್ ಆಂಡ್ ಬ್ಲಾಕ್ ಸಿನೆಮಾ ಆಗ್ಹೋಗಿದೆ. ನಮಗೆ ಒಂದಷ್ಟು ಕಲರ್‌ಫುಲ್ ಕನಸು ಕೊಡೋ. ನೋಡಿ ಕಣ್ತುಂಬಿಕೊಳ್ತೀವಿ' ಅಂದು ವ್ಯಂಗ್ಯವಾಗಿ ನಕ್ಕ. 'ಯಾವ ಯಾವ ಕಲರ್ ಕನಸು ಕೊಡ್ತೀ ಮರಿ' ಇನ್ನೊಬ್ಬ ಕಾಲೆಳೆದ. ಸ್ವಲ್ಪವೂ ವಿಚಲಿತನಾಗದ ಕನಸಿನ ಹುಡುಗ ಅವರ ಮಾತೆಲ್ಲ ಮುಗಿಯಲೆಂಬಂತೆ ಮೌನವಾಗಿದ್ದ. 'ಏನ್ ಮರಿ ನಾವು ಕೇಳಿದ್ದು ನಿನಗೆ ತಿಳೀತಾ ಇಲ್ವಾ? ನಮಗೆಲ್ರಿಗೂ ಕಲರ್‌ಫುಲ್ ಕನಸು ಕೊಡು' ಅಂದ ಮೂರನೆಯವನು, 'ನೀನು ಬೇಗ ಬನ್ನಿ, ಬೇಗ ಬೇಗ ಬನ್ನಿ ಅಂತಿದೆಯಲ್ಲೋ. ನೋಡು ನಾವು ಬೇಗ ಬೇಗ ಬಂದೀವಿ. ನಾವು ಕೇಳೋ ಕನಸು ಕೊಟ್ಬಿಡೋ' ಅಂತ ಉಡಾಫೆಯಿಂದ ಹುಡುಗನ ಸುತ್ತ ಒಂದು ಸುತ್ತು ಸುತ್ತಿದ.

ಇಷ್ಟೊತ್ತು ಬಂದವರದೇ ಒಂದು ರೀತಿಯಾದರೆ ಇವರೇನೋ ಬೇರೆನೆ ಇದಾರಲ್ಲ ಅನ್ನಿಸಿತು ಆ ಹುಡುಗನಿಗೆ. ಇವರ ವರ್ತನೆ, ಮಾತನಾಡುವ

ರೀತಿ ಮಾಮೂಲಿಯಾಗಿಲ್ಲ. ಸುಮ್ನೆ ಗೇಲಿ ಮಾಡಬೇಕು. ನನ್ನ ಕಾಲೆಳೆದು ಮಜಾ ತಗೋಳೋಕೆ ಬಂದಿದಾರೆಂದುಕೊಂಡ. ಇರಲಿ ಇರಲಿ. ಯಾರು ಹೇಗಿದ್ದರೇನು? ನಾನು ಬಂದಿರೋದು ಕನಸು ಹಂಚೋಕೆ ಅಲ್ಲವೇ? ಇವರಿಗೂ ಕೊಟ್ಟೇ ಹೋಗ್ತೀನಿ. ಇವರ ರೀತಿಗೆ ಬೇಜಾರು ಮಾಡಿಕೊಳ್ಳದೇ ತಾಳ್ಮೆಯಿಂದ ಇರಬೇಕೆಂದು ಆಲೋಚಿಸಿದ. ಇವರು ಕೇಳಿದ ಕಲರ್‌ಫುಲ್ ಕನಸಿನ ಬಗ್ಗೆ ವಿಚಾರಿಸಿದ.

'ಅಯ್ಯೋ ಬೇಗ ಕೊಡು ಮಾರಾಯ. ನೀ ಕೊಡೋ ಕನಸಲ್ಲಾದರೂ ಕಲರ್‌ಫುಲ್ ಅನುಭವ ಪಡಕೋತೀವಿ' ಎಂದ ಇನ್ನೊಬ್ಬ. 'ಹೂಂ ಅಣ್ಣ. ನಿಮಗೆಲ್ಲರಿಗೂ ಬೇಕಾದ ಕಲರ್‌ಫುಲ್ ಕನಸು ನಾ ಕೊಡ್ತೀನಿ. ಖಂಡಿತ ಕೊಟ್ಟೇ ಕೊಡ್ತೀನಿ. ಆದರೆ...' ನಿಲ್ಲಿಸಿದ ಏನೋ ಆದರೆ ಎಂಬಂತೆ ಈತನೆಡೆ ನೋಡಿದರು. 'ನೀವೆಲ್ಲ ಇಲ್ಲೇ ಇರಿ ಅಣ್ಣ, ಸ್ವಲ್ಪ ನನ್ನ ಕನಸುಗಳ ಬುಟ್ಟಿ ನೋಡ್ತಿರಿ. ನಾನು ವಾಪಸ್ ಬರ್ತೀನಿ ನಿಮ್ಮ ಕನಸುಗಳೊಂದಿಗೆ' ಎಂದ ಹುಡುಗನಿಗೆ 'ಓಹೋ! ನೀನೇನಾದರೂ ನಮಗೆ ಕೈಕೊಟ್ಟು ತಪ್ಪಿಸಿಕೊಂಡು ಹೋಗಬೇಕು ಅಂದುಕೊಂಡೆಯಾ? ಬೇಕಾದ ಕನಸು ಕೊಡ್ತೀನಿ ಅಂತ ಬೊಗಳೆ ಬಿಡ್ತೀಯಾ?' ಎಂದೊಬ್ಬ ಮುಂದೆ ಬಂದ.

'ಅಣ್ಣ, ನಾನೆಲ್ಲಿಯೂ ಹೋಗಲ್ಲ. ಈ ಬುಟ್ಟಿಯೇ ನನ್ನ ಜೀವ. ನನ್ನ ಪ್ರಪಂಚ. ಅದನ್ನು ಇಲ್ಲಿಯೇ ಬಿಟ್ಟುಹೋಗ್ತಿದೀನಿ. ಸ್ವಲ್ಪ ಹೊತ್ತಲ್ಲಿ ವಾಪಸ್ ಬಂದೇ ಬರ್ತೀನಿ' ಎಂದು ಹೇಳಿ ಹೊರಟೇಬಿಟ್ಟ. ಈ ಹುಡುಗನ ಶಾಂತಮನಸ್ಥಿತಿಗೆ ಅಚ್ಚರಿಗೊಂಡ ಆ ಹುಡುಗರು ಸುಮ್ಮನಾದರು. ಅವನಿಗಾಗಿ ಕಾಯುತ್ತ ಬುಟ್ಟಿಯ ಹತ್ತಿರವೇ ನಿಂತರು. ಇವರ ಕನಸುಗಳ ಬಗ್ಗೆ ಯೋಚಿಸುತ್ತ ಹೊರಟ ಕನಸಿನ ಹುಡುಗ. ಭಾವಗಲ್ಲಿಯ ಕೊನೆಯಲ್ಲಿ ಮುಖ್ಯರಸ್ತೆಗಳು ಸೇರುವಲ್ಲಿ ಒಂದು ದೊಡ್ಡ ಆಲದಮರದ ಕೆಳಗೆ ಬೇರೆ ಬೇರೆ ಹೂ ಹಣ್ಣುಗಳ ಸಸಿಗಳು, ಅಲಂಕಾರದ ಗಿಡಗಳು, ಮನೆಯೊಳಗೆ ಬೆಳೆಸಬಹುದಾದ ಸಸಿಗಳು... ಹೀಗೆ ನೂರಾರು ವಿಧಗಳಿದ್ದವು. ಹುಡುಗನ ಮನಸ್ಸು ಅತ್ತ ಸೆಳೆಯಿತು. ಆ ಕಡೆ ದಾಪುಗಲು ಹಾಕಿದ.

ಸಸಿ ಮಾರುವವರ ಕಡೆ ಹೋಗಿ 'ಅಂಕಲ್, ಈ ಹೂವಿನ ಗಿಡಗಳಲ್ಲಿ ಬಹಳ ವಿಶೇಷ ಆಗಿರುವುದು ಯಾವದು? ಕಲರ್ ಕಲರ್ ಹೂಗಳಿರವಂಥದ್ದು ಯಾವುದಾದರೂ ಇದೆಯಾ?' ಎಂದು ಕೇಳಿದ. 'ವಿಶೇಷ ಅಂದ್ರೆ ಇಲ್ಲಿವೆ ನೋಡಪಾ ಈ ಗುಲಾಬಿ ಗಿಡಗಳು. ಇವುಗಳನ್ನೆಲ್ಲ ತುಂಬ ಜತನವಾಗಿ ಒಂದೇ ಸಸಿಯಲ್ಲಿ ಹಲವು ಬಣ್ಣಗಳ ಹೂಗಳು ಬಿಡುವ ಸಸಿಗಳನ್ನು ಕಸಿ ಮಾಡಿದ್ದಾರೆ. ಇವುಗಳನ್ನು ಬೆಳೆಸಿದರೆ ಮನೆಯಲ್ಲಿ ಬಣ್ಣಬಣ್ಣದ ಹೂಗಳು ಅರಳುತ್ತವೆ. ನೋಡೋಕೂ ಚಂದ. ಮನಸಿಗೂ ಆನಂದ' ಎಂದು ವಿವರಿಸಿದ. ಏನನ್ನೋ

ಆಲೋಚಿಸಿದ ಹುಡುಗ ವಿಧವಿಧದ, ಬಣ್ಣಬಣ್ಣದ ಹೂಬಿಡುವ ಒಂದಷ್ಟು ಸಸಿಗಳನ್ನು ತೆಗೆದುಕೊಂಡು ಅಮಿತಾನಂದದೊಂದಿಗೆ ಹೆಜ್ಜೆ ಹಾಕಿದ.

ಈ ಕಡೆ, ಈ ಹುಡುಗನಿಗೆ ಕಾಯ್ತಿದ್ದ ಹುಡುಗರ ಗುಂಪು ದೂರದಿಂದ ಇವನನ್ನು ನೋಡಿ 'ಅಂತೂ ಬಂದ' ಎಂಬಂತೆ ಪರಸ್ಪರ ನೋಡಿಕೊಂಡು ನಿಟ್ಟುಸಿರಿಟ್ಟರು. ಅವನ ಸಮೀಪ ಬಂದರು. ಅವನ ಕೈಯಲ್ಲಿದ್ದ ಸಸಿಗಳನ್ನು ನೋಡಿ ಅಚ್ಚರಿಯಾದರು. 'ಇದೇನೋ ನೀನು? ನಮಗೆ ಕನಸು ತರ್ತಿನಿ ಅಂತ ಹೇಳಿಹೋದ್ದೋನು ಈ ಮುಳ್ಳಿನ ಗಿಡ ಹೊತ್ತುಕೊಂಡು ಬಂದಿರುವೆಯಾ? ಏನು ನಮ್ಮನ್ನೆಲ್ಲ ಯಾಮಾರಿಸೋ ಪ್ಲ್ಯಾನ್ ಇದೆಯಾ ನಿಂಗೆ? ನಂ ಕೀವಿಲಿ ಹೂ ಇಡ್ಡೋ ಪ್ರೋಗ್ರಾಂಗೆ ತಯಾರಿ ಮಾಡಿಕೊಂಡು ಬಂದೆಯಾ ಹೆಂಗೆ?" ಎಂದು ಉಸಿರುಬಿಡದೆ ಸ್ವಲ್ಪ ಜೋರಾಗೇ ಕೇಳಿದರು.

ಹುಡುಗ ಮಂದಸ್ಮಿತನಾದ. ನಿಧಾನವಾಗಿ ಆ ಸಸಿಗಳನ್ನು ಕೆಳಗಿಟ್ಟು 'ಅಣ್ಣಂದಿರಾ ನಾನು ನಿಮ್ಮ ಕಿವಿಗೆ ಹೂ ಇಡುತ್ತಿಲ್ಲ. ನಿಮ್ಮ ಮನೆಯಂಗಳದಲ್ಲೆಲ್ಲ ನೀವು ಕೇಳಿದಂತೆ 'ಕಲರ್ ಫುಲ್' ಹೂಗಳನ್ನು ಅರಳಿಸುತ್ತಿರುವೆ. ಇದರಿಂದ ನಿಮ್ಮ ಆ ವೈಟ್ ಅಂಡ್ ಬ್ಲಾಕ್ ಬೋರಿಂಗ್ ಜೀವನಕ್ಕೆ ಉತ್ಸಾಹ ಬರುತ್ತೆ' ಎಂದ. 'ಅಲ್ಲೋ ಮಾರಾಯ! ಏನೋ ನಿನ್ ಕಥೆ? ನಮಗೆ ಕನಸು ಕೊಡ್ತೀನಿ ಅಂತ ಬುರುಡೆ ಬಿಟ್ಟು ಈಗ ಗಿಡ ಕೊಟ್ಟು ಸಾಗ ಹಾಕೋಕೆ ನೋಡ್ತೀಯಾ' ಎಂಬ ಕೋಪದ ಪ್ರತಿಕ್ರಿಯೆಗೆ ಮುಂದೆ ಬಂದ ಕನಸಿನ ಹುಡುಗ. ಮೆತ್ತಗೆ ಬಂದ ಅವನ ಬಲಗೈಯನ್ನು ತನ್ನೆರಡೂ ಕೈಗಳಲ್ಲಿ ಹಿಡಿದು ಮೃದುವಾಗಿ ಒತ್ತಿದ. ಈ ಪ್ರೀತಿಯ ಸ್ಪರ್ಶಕ್ಕೆ ಆ ಹುಡುಗ ಸ್ವಲ್ಪ ಸಂಚಲನಗೊಂಡಂತೆ ತೋರಿತು.

'ಅಣ್ಣಯ್ಯ, ಸಸಿಯೆಂದರೆ ಸುಮ್ಮನೆ ಮಾತೇನು? ಅದೊಂದು ಅದ್ಭುತವಾದ ಕನಸು. ರಾತ್ರಿ ಕಳೆದು ಬೆಳಗಾಗುವಷ್ಟರಲ್ಲಿ ಸಸಿಯೊಂದು ಬೆಳೆದು ನಿಂತು ಹೂಗಳನ್ನು ಹೆರುವುದಿಲ್ಲ, ಬೀಜವೊಂದು ಮಣ್ಣೊಳಗೆ ಇಳಿದು ಅದರೊಂದಿಗೆ ಬೆರೆಯಬೇಕು. ಮಣ್ಣು ತನ್ನ ಹೊಟ್ಟೆಯಲ್ಲಿ ಆ ಬೀಜವನ್ನು ಪ್ರೀತಿಯಿಂದ ಸಾಕಬೇಕು. ನಾವು ಮೇಲಿನಿಂದ ಹೂವಿನಾಸೆ ಹೊತ್ತು ಅದಕ್ಕೆ ನೀರೆರೆಯಬೇಕು. ಮಣ್ಣಿಗಿಳಿದ ನೀರು ಬೀಜವನ್ನು ಅಪ್ಪಿ ಪೋಷಿಸಬೇಕು. ಚಿಗುರೊಡೆದ ಬೀಜ ಭೂಮಿಯೆದೆಯಿಂದ ಮೆಲ್ಲನೆ ಹೊರಬಂದು ಮುಖ ತೋರಬೇಕು. ನಾವು ಮತ್ತದೇ ಬಯಕೆಯಿಂದ ಅದಕ್ಕೆ ನೀರುಣಿಸಬೇಕು. ಗೊಬ್ಬರ ಹಾಕಬೇಕು. ಬಿಸಿಲು ತಾಕಿಸಬೇಕು. ಇವೆಲ್ಲದರ ಜೊತೆ ಸಹನೆಯಿಂದ ಮೊಗ್ಗು ಮೂಡಿ ಹೂ ಅರಳುವಾಗ ಬಣ್ಣ ಒಡಮೂಡುತ್ತಲ್ಲ ಆಗ ನೀವು ಕೇಳಿದ್ರಲ್ಲ ಕಲರ್‌ಫುಲ್ ಅಂತ ಆ ಕನಸಿನ ಅನುಭವ ಸಿಗೋಕೆ ಸಾಧ್ಯ.ನಮ್ಮ ಜೀವನ ಕಲರ್‌ಫುಲ್ ಮಾಡಿಕೊಳ್ಳೋದು ನಮ್ಮ ಕೈಲಿ ಇದೆ. ಅಲ್ವಾ ಅಣ್ಣ?' ಮುಗ್ಧವಾಗಿ ಕೇಳಿದ ಹುಡುಗ.

ಇವನ ಮಾತು ಕೇಳಿದ ಆ ಹುಡುಗರಿಗೆ ಆಶ್ಚರ್ಯ. ಒಂದು ರೀತಿಯ ಆಮಿತಾನಂದವೂ ಕೂಡಾ ಆಯಿತು, 'ಓಹ್! ಬರೀ ಉಡಾಫೆಯಿಂದಿದ್ದರೆ ಜೀವನವಲ್ಲ. ಇಷ್ಟು ಚಿಕ್ಕ ಹುಡುಗನಿಗೆ ಎಷ್ಟು ಅನುಭವ ಇದೆಯಲ್ಲವೇ' ಎನಿಸಿತು ಅವರಿಗೆ. ಏನೋ ಒಂದು ಅದಮ್ಯ ಉತ್ಸಾಹ, ಮೃದುವಾದ ಸಹನೆ ಅವರೆದೆಯಲ್ಲಿ ಮೂಡಿದಂತಾಯ್ತು. 'ಓ ತಮ್ಮ, ನೀನೇನೋ ಇಷ್ಟು ಸಹನೆ, ತಾಳ್ಮೆ ಹೊಂದಿರುವೆ. ನಿನ್ನ ಮಾತು ಕೇಳಿ ನಮ್ಮ ಮನಸೇ ಕರಗಿದಂತಾಯ್ತು. ನೋಡು ನೀನು ಆ ಎಲ್ಲಾ ಸಸಿಗಳನ್ನು ನಮಗೆ ಕೊಡು. ನಾವೆಲ್ಲ ಒಯ್ದು ನಮ್ಮ ಮನೆ ಮುಂದೆ ನೆಟ್ಟು ಅದು ಹೂಬಿಡುವವರೆಗೆ ಪ್ರೀತಿ ಎರೆದು ಜೋಪಾನ ಮಾಡಿ ಕಾಯುತ್ತೇವೆ. ಹೂಗಳ ಬಣ್ಣ ಮನಸು ತುಂಬಿ ಜೀವನ ಕಲರ್‌ಫುಲ್ ಅನ್ಸುತ್ತೆ' ಎಂದನೊಬ್ಬ. ಹುಡುಗನ ಎದೆಯಲ್ಲಿ ಸಂಭ್ರಮದ ಹೂಗಳು ಅರಳಿದವು. 'ತಗೊಳ್ಳಿ ಅಣ್ಣ, ನಿಮಗೇಂತಾನೇ ತಂದಿದ್ದು. ಈಗ ಹೇಳಿ ನಿಮಗೆಲ್ಲ ಕಲರ್‌ಫುಲ್ ಕನಸು ಕೊಟ್ಟಿದ್ದೀನಲ್ವಾ ನಾನು?' ಎಂದು ಕಣ್ಣುಮಿಟುಕಿಸಿದ. ಅವರೆಲ್ಲ ಇವನನ್ನು ತಬ್ಬಿಕೊಂಡು ಹಣೆಗೆ ಮುತ್ತು ಕೊಟ್ಟು, ಹೊಸ ಕನಸಿನೊಂದಿಗೆ ಹೊರಟು ಹೋದರು. ಅವರ ಮನಸಿನ ಸಂಭ್ರಮದ ನಗುವಿನ ಬಣ್ಣಗಳೆಲ್ಲ ನಮ್ಮ ಹುಡುಗನ ಬುಟ್ಟಿ ಸೇರಿ ಅದೂ ಈಗ ಕಲರ್‌ಫುಲ್ ಆಗಿ ಕಾಣಿಸತೊಡಗಿತು.

***

ಈ ಸಲ ಸ್ವಲ್ಪ ಹೆಚ್ಚೇ ನಿರಾಳವಾದ ಹುಡುಗ. ಒಂದೇ ಸಮಯಕ್ಕೆ ಎಷ್ಟೊಂದು ಜನರಿಗೆ ಕನಸು ಕೊಟ್ಟೆನಲ್ಲ ಎಂಬ ತೃಪ್ತಿಯಲ್ಲಿ. 'ಕನಸು ಬೇಕೆನ್ರೀ ಕನಸು, ಕಲರ್ ಕಲರ್ ಕನಸು, ವೆರೈಟಿ ವೆರೈಟಿ ಕನಸು' ಅಂತ ಕೂಗೋದನ್ನೆ ಮರೆತ. 'ಏನಪಾ... ಓಯ್ ಕನಸು' ಎಂದು ಯಾರದೋ ಕ್ಷೀಣವಾದ ದನಿ ಕೇಳಿದಂತಾಯ್ತು. ವಾಸ್ತವಕ್ಕೆ ಬಂದ. ದನಿ ಬಂದ ಕಡೆ ನೋಡಿದರೆ, ರಕ್ತ ಮಾಂಸಗಳೇ ಇಲ್ಲದೇ ಎಲುಬಿನ ಹಂದರವೇ ಆಗಿದ್ದ ಹಣ್ಣು ಹಣ್ಣು ಮುದುಕ ಕಂಡ. ಸ್ವಲ್ಪ ದೂರದ ಮನೆಯ ಹೊರಗಿನ ಕಟ್ಟೆಯ ಮೂಲೆಯಲ್ಲಿ ಮೊಣಕಾಲೊಳಗೆ ತಲೆ ಸಿಕ್ಕಿಸಿಕೊಂಡು ಕುಂತಿದ್ದ. ಏನಾದರೂ ಬೇಕಾಗಿರಬಹುದೆಂದು ಬುಟ್ಟಿ ಬಿಟ್ಟು ಓಡಿ ಹೋದ ಹುಡುಗ. 'ಏನಜ್ಜ?' ಕೇಳಿದ. 'ಏನಪಾ ನಿನ್ನತ್ರ ಸಾವಿನ ಕನಸು ಸಿಗುತ್ತೆನೋ?'ಎಂದ ಅಜ್ಜ. ಹುಡುಗ ಗಾಭರಿಯಾದ. 'ಇದೇನು ಅಜ್ಜ ಸಾವಿನ ಕನಸು ಕೇಳ್ತಿದ್ದಾನೆ. ನನ್ಹತ್ರ ಅಂಥ ಕನಸಿಲ್ವೇ?'ಎಂದು ಯೋಚಿಸಿ 'ಅಜ್ಜನಿಗೆ ಏನಾದರೂ ಬೇಜಾರಾಗಿರಬಹುದು. ಅದಕೆ ಹೀಗೆ ಮಾತಾಡ್ತಿದ್ದಾರೆ' ಅನಿಸಿ ಕಟ್ಟೆ ಹತ್ತಿ ಅವರಿದ್ದಲ್ಲಿ ಹೋದ. 'ಯಾಕಜ್ಜ ಹಿಂಗಂತಿಯಾ?' ಕೇಳಿದ ಮೆತ್ತಗೆ. 'ಏನು ಮಾಡೋದಪ್ಪ. ಜೀವ

ಸಾಕಾಗಿದೆ. ನಾಡು ಹೋಗನ್ನತ್ತೆ, ಕಾಡು ಬಾ ಅನ್ನುತ್ತೆ. ಚಲಾವಣೆಯಿಲ್ಲದ ನಾಣ್ಯ ನಾನು. ನಾನೇ ಎದ್ದು ಏನೂ ಕೆಲಸ ಮಾಡಿಕೊಳ್ಳೋಕಾಗಲ್ಲ. ಮನೆಯವ್ರು ತಾನೆ ಎಷ್ಟೂಂತ ಮಾಡ್ತಾರೆ. ಅವರಿಗೂ ಸಾಕಾಗಿದೆ. ದೇವರಿಗೆ ಸಾವು ಕೊಡಪ್ಪಾ ಅಂತ ಕೇಳಿ ನನಗೂ ರೋಸಿಹೋಗಿದೆ. ನೀನಾದರೂ ನನಗೆ ಸಾವಿನ ಕನಸಿದ್ದರೆ ಕೊಡಪ್ಪಾ ಕೊಡೋ' ಎಂದು ಅಂಗಲಾಚಿದ ಅಜ್ಜ. ಹುಡುಗನಿಗೋ ಕರುಳು ಚುರ್ ಅಂದಿತು. 'ಅಜ್ಜಾ ನೀನ್ಯಾಕೆ ಇಲ್ಲಿದೀಯಾ? ಮನೆಯೊಳಗೆ ಇರೋದಲ್ಲವೇ'? ಎಂದ. 'ಇರಲಿ ಬಿಡು ಅಲ್ಲಿ ನಾನು ಮಲಗಿದ್ದಲ್ಲೇ ಹಾಸಿಗೆ ಮೇಲೆ ಎಲ್ಲಾ ಮಾಡಿಕೊಂಡು ಅವರಿಗೂ ಸೇವೆ ಮಾಡಿ ಸಾಕಾಗಿದೆ. ಜೀವ ಹೋದ್ರೆ ಇಲ್ಲೇ ಹೋಗ್ಲಿ ಅಂತ ಇಲ್ಲೇ ಮಲಗಿದೀನಿ' ಎಂದರಾತ. ಮನೆಬಾಗಿಲೊಳು ಇಣುಕಿ ಹಾಕಿದರೆ ಯಾರೂ ಕಾಣಲಿಲ್ಲ. ಎಂಥಾ ಪರಿಸ್ಥಿತಿಯಪ್ಪ ಎಂದು ಪೇಚಾಡುತ್ತಾ ಮತ್ತೆ ಅಜ್ಜನ ಹತ್ತಿರ ಹೋಗಿ 'ಏನಾದರೂ ತಿಂದೆಯಾ ಅಜ್ಜ' ಎಂದಾಗ, 'ಮೂರು ದಿನದ ಹಿಂದೆ ತಿಂದಿದ್ದೆ' ಎಂದುತ್ತರಿಸಿದ.

ಓಡಿ ಹೋದ ಹುಡುಗ ಆ ಬೀದಿ ಕೊನೆಯಲ್ಲಿದ್ದ ಸಣ್ಣದೊಂದು ಟೀ ಸ್ಟಾಲ್‌ನಿಂದ ಚಹಾ, ಬನ್ನು ತಂದ. ಏನೂ ಮಾತಾಡದೇ 'ತಿನ್ನಜ್ಜ' ಎಂದು ಹಕ್ಕಿನಿಂದ ಎಂಬಂತೆ ಜೋರೂ ಮಾಡಿದ. ಬನ್ನು ತಿನ್ನಿಸಿದ. ಟೀ ಗಂಟಲೊಳಗೆ ಇಳಿದಾಗ ಸ್ವಲ್ಪ ಹಿತವೆನಿಸಿತು ಅಜ್ಜನಿಗೆ. ಹುಡುಗನ ಕಣ್ಣಲ್ಲಿ ತಣ್ಣನೆಯ ಭಾವ. 'ಇಲ್ಲಿ ಮಲಗಜ್ಜ ಸ್ವಲ್ಪ ಹೊತ್ತು' ಅಂತ ಪಕ್ಕದಲ್ಲಿ ಕುಳಿತು ಹುಡುಗ ಚಾಚಿದ ತನ್ನ ಕಾಲು ತೋರಿಸಿದ. ಮಲಗೋಕೆ ಕಷ್ಟವಾಯ್ತು ಅಜ್ಜನಿಗೆ. ಸಹಾಯ ಮಾಡಿದ ಹುಡುಗ. ತುಸುಹೊತ್ತಲ್ಲೇ ಸಣ್ಣದನಿಯಲ್ಲಿ ಅಜ್ಜನ ಗೊರಕೆ ಕೇಳಿ ಸಂತೃಪ್ತನಾದ. ಅದೇ ತೃಪ್ತಿ ಅಜ್ಜನ ಮನದಲ್ಲೂ ತುಂಬಿ, ತುಂಬಿ ಗೊತ್ತೇ ಆಗದಂತೆ ಕೊನೆಯ ಉಸಿರೆಳೆದ ಅಜ್ಜ. ಮಲಗಿದನೆಂದು ಎದ್ದು ಹೋದ ಹುಡುಗ.

ಅವನು ಹೋಗುವಷ್ಟರಲ್ಲಿ ಕೊನೆಯುಸಿರೆಳೆದ ಅಜ್ಜನ ನೆಮ್ಮದಿ ಹುಡುಗನ ಬುಟ್ಟಿ ಸೇರಿತ್ತು. ಈಗ ಹುಡುಗನ ಬುಟ್ಟಿ ತುಂಬಾ ನೆಮ್ಮದಿ ಪ್ರೀತಿ, ಸಮಾಧಾನ, ಬಣ್ಣಗಳು ತುಂಬಿದವು. ಹುಡುಗನ ಕಣ್ಣು ಅರಳಿದವು.

'ಕನಸು ಬೇಕೆನ್ರಿ ಕನಸು, ಕಲರ್ ಕಲರ್ ಕನಸು, ವೆರೈಟಿ ವೆರೈಟಿ ಕನಸು ಬೇಗ ಬನ್ನಿ, ಬೇಗ ಬೇಗ ಬನ್ನಿ' ಎಂದು ರಾಗವಾಗಿ ಕೂಗುತ್ತಾ ಮುಂದಿನ ಬೀದಿಯ ಕಡೆ ಹೊರಟ.

8

ಆ ಮೂವರು ಗೆಳೆಯರು

'ಹಾಯ್ ಮಚ್ಚಾ, ಗುಡ್ ಮಾರ್ನಿಂಗ್', 'ವೆರಿಗುಡ್ ಮಾರ್ನಿಂಗ್ ದೋಸ್ತ' ಹೀಗೆಂದು ಅವರಿಬ್ಬರೂ ಮಾತು ಶುರು ಮಾಡಿದರೆ, ಮೂರನೆಯವರು ಇಬ್ಬರಿಗೂ ಬೆನ್ನು ಚಪ್ಪರಿಸಿ 'ಹಲೋ ಗಯ್ಸ' ಎಂದುಲಿದರು. ಹೀಗೇ ಮೂವರು ಬೆಳಗಿನ ಜಾಗಿಂಗ್, ವಾಕಿಂಗಗೆಂದು ಪಾರ್ಕಿಗೆ ಬಂದು ಸೇರಿದರೆಂದರೆ ಮುಗಿಯಿತು. ಕೇಕೆ, ನಗು, ಹಾಸ್ಯ ಕಾಲೆಳೆಯುವುದು... ಹೀಗೆ ಟನ್‌ಗಟ್ಟಲೇ ಮಜಾನೇ ಮಜಾ. ಇವರನ್ನು ನೋಡಿದವರಿಗೆ ಇವರೇನು ಜನ್ಮಜನ್ಮಾಂತರದ ಗೆಳೆಯರೆನೋ ಎಂದೇ ಅನಿಸಬೇಕು ಹಾಗಿರುತ್ತಾರೆ. ಜಾಲಿ ಜಾಲಿ ಮಾತು, ಮನಸು ತುಂಬಾ ನಗು. ಪಾರ್ಕಿನಲ್ಲಿ ಇವರ ಮುಂದೆ, ಇವರ ಪಕ್ಕ ಹಾದು ಹೋಗುವವರೆಲ್ಲ ಒಂದಷ್ಟು ಕ್ಷಣ ನಿಂತೇ ಮುಂದೆ ಹೋಗಬೇಕು. 'ಇವರೇನಪ್ಪ ಹೀಗೆ ನಗ್ತಿರ್ತಾರೆ? ದಿನಾಲೂ ನಗುನಗುತ್ತಾ ಇರೋಕೆ ಹೇಗೆ ಸಾಧ್ಯ' ಎಂದು ಹುಬ್ಬೇರಿಸುತ್ತಿದ್ದರು. ಇನ್ನು ಕೆಲವರಿಗಂತೂ ಒಮ್ಮೊಮ್ಮೆ ಇವರ ಖುಷಿಯನ್ನು ನೋಡಿ ಹೊಟ್ಟೆಕಿಚ್ಚೇ ಆಗುತ್ತಿತ್ತು. ಅಪ್ಪ ಅಮ್ಮನ ಜೊತೆ ಬಂದ ಮಕ್ಕಳಿಗೆ ಇವರೆಡೆ ಒಂಥರಾ ಕುತೂಹಲ. ಇವರು ಹೇಗೆ ಪ್ರತಿದಿನ ಇಷ್ಟು ಖುಷಿಯಾಗಿರುತ್ತಾರೆ ಎಂಬ ಪ್ರಶ್ನೆ ಎಲ್ಲರಿಗೂ. ಇವರೇನು ಟೀನೇಜ್ ಫ್ರೆಂಡ್ಸ ಅಂದುಕೊಂಡ್ರಾ? ನೋ ಚಾನ್ಸ್.

ಇವರಲ್ಲಿ ಮೊದಲನೆಯವರು ಶ್ರೀನಿವಾಸ ಅಂತ. ಈಗಿನ್ನೂ ಅರವತ್ತೈದರ ಹರೆಯ. ರಾಷ್ಟ್ರೀಯ ಬ್ಯಾಂಕೊಂದರ ರಿಟೈರ್ಡ್ ಮ್ಯಾನೇಜರ್, ಹೆಂಡತಿ ರಮಾಬಾಯಿ. ಅವರೂ ಶಿಕ್ಷಕಿಯಾಗಿ ಕೆಲಸ ಮಾಡುತ್ತಿದ್ದಾರೆ. ಇದ್ದ ಇಬ್ಬರೂ ಹೆಣ್ಣುಮಕ್ಕಳನ್ನು ಒಳ್ಳೆಯ ಮನೆತನ ನೋಡಿ ಮದುವೆ

ಮಾಡಿಕೊಟ್ಟು ಹಾಯಾಗಿದ್ದಾರೆ. ಹೆಂಡತಿಗೆ ಮನೆಗೆಲಸಕ್ಕೆ ಸಹಾಯ ಮಾಡುವದು, ಶಾಲೆಗೆ ಬಿಟ್ಟು ಬರುವದು, ಮನೆಗೆ ಕರೆದುಕೊಂಡು ಬರುವುದು. ಮನೆಯೆದುರಿನ ಸುಂದರವಾದ ಹೂಗಿಡಗಳಿಗೆ ನೀರುಣಿಸಿ ಪೋಷಣೆ ಮಾಡುವದು... ಹೀಗೆ ಇತ್ತು ಅವರ ಕೆಲಸಗಳ ಪಟ್ಟಿ. ಈ ಎಲ್ಲ ಕೆಲಸ ಮಾಡುವಾಗ ಹಾಡು ಗುನುಗುವುದು ಅವರ ರೂಢಿ. ಮುಖದ ಮೇಲೆ ಸದಾ ಮಂದಹಾಸ. ಹೆತ್ತ ಹೆಣ್ಮಕ್ಕಳನ್ನು ಗಂಡನ ಮನೆಗೆ ಕಳಿಸಿಕೊಡುವಾಗ ವಿಚಲಿತರಾಗಿದ್ದು ನಿಜವೇ ಆದರೂ ಇಬ್ಬರು ಗೆಳೆಯರ ಸಹಾಯದಿಂದ ಅದರಿಂದ ಬೇಗ ಹೊರಬಂದು ಮತ್ತೆ ಚಿಲ್ ಆದರು. ಮಕ್ಕಳಿಗೆ ಮಕ್ಕಳಾದಾಗ ತಾವೂ ಮಕ್ಕಳಂತೆ ಕುಣಿದರು. ಈಗ ಪ್ರತಿದಿನ ಮಕ್ಕಳಿಗೆ ವಿಡಿಯೋ ಕಾಲ್ ಮಾಡಿ ಮೊಮ್ಮಕ್ಕಳ ಜೊತೆ ಮಾತಾಡುತ್ತ ಮೈಮರೆಯುತ್ತಿದ್ದರು. ಅದರ ರೀಪೋರ್ಟ ಮರುದಿನ ಬೆಳಿಗ್ಗೆ ಈ ಗೆಳೆಯರ ಬಳಗದಲ್ಲಿ ತಪ್ಪದೇ ಎಳೆಎಳೆಯಾಗಿ ಬಿತ್ತರವಾಗುತ್ತಿತ್ತು. ಕೇಳಿ ಇವರಷ್ಟೇ ಸಂಭ್ರಮಿಸುತ್ತಿದ್ದರು ಇವರ ಇಬ್ಬರೂ ಗೆಳೆಯರು.

ಇನ್ನು ಎರಡನೆಯವರು ಯಶವಂತ್ ಸರ್. ಮೂರು ಜನರಲ್ಲಿ ಇವರೇ ಸಿನೀಯರ್ ಮೋಸ್ಟ್. ಎಪ್ಪತ್ತೊಂದಾದರೂ ದೈಹಿಕವಾಗಿ ಫಿಟ್ ಆಗಿದ್ದರು. ಎತ್ತರದ ದೇಹದ ನಿಲುವು. ಮೂವರು ಮಕ್ಕಳಲ್ಲಿ ಎರಡು ಗಂಡು, ಒಂದು ಹೆಣ್ಣು ಮಗು. ಹಿರಿಯವನು ಸಾಫ್ಟವೇರ್ ಎಂಜಿನಿಯರ್ ಸುಮಂತ್. ಒಳ್ಳೆಯ ಕಂಪನಿಯೊಂದರಲ್ಲಿ ಕೆಲಸ ಮಾಡಿಕೊಂಡು ಹೆಂಡತಿ ಮಕ್ಕಳೊಂದಿಗೆ ದೂರದ ಹೈದರಾಬಾದಿನಲ್ಲಿ ಹಾಯಾಗಿದ್ದಾನೆ. ರಜೆ ಸಿಕ್ಕಾಗೆಲ್ಲ ಬಂದುಹೋಗಿ ಮಾಡುತ್ತಿರುತ್ತಾನೆ ಕುಟುಂಬ ಸಮೇತ. ಅಮ್ಮನಿಗೆ ಕ್ಯಾನ್ಸರ್ ಆಗಿ ತೀರಿಹೋದ ಮೇಲೆ ಅಪ್ಪನ ಬಗ್ಗೆ ಕಾಳಜಿ ಸ್ವಲ್ಪ ಹೆಚ್ಚೇ ಆಗಿದೆ ಎನ್ನಬಹುದು. ಕೆಲಸದ ಅನಿವಾರ್ಯತೆಯಿಂದ ಅಪ್ಪನಿದ್ದ ಹುಟ್ಟೂರನ್ನು ಬಿಟ್ಟು ಹೋಗಿದ್ದರೂ ಪ್ರತಿದಿನ ಅಪ್ಪನೊಂದಿಗೆ ಫೋನ್ ಮಾಡಿ ಮಾತಾಡೋದು, ಅಪ್ಪನ ಆರೋಗ್ಯದ ಬಗ್ಗೆ ನಿಗಾವಹಿಸಲು ತಮ್ಮನಿಗೆ ನೆನಪಿಸುವುದು ನಡೆದೇ ಇತ್ತು. ಎರಡನೆಯವಳು ಮಗಳು. ಅಭ್ಯಾಸದಲ್ಲಿ ಜಾಣೆಯಾಗಿದ್ದು, ಮನೆಯಲ್ಲಿ ಎಲ್ಲರ ಪ್ರೋತ್ಸಾಹದಿಂದ ಚೆನ್ನಾಗಿ ಓದಿ ಡಾಕ್ಟರ್ ಆಗಿದ್ದಳು. ಸಧ್ಯ ತನ್ನ ಡಾಕ್ಟರ್ ಗಂಡ, ಮುದ್ದಾದ ಒಂದು ಹೆಣ್ಣು ಒಂದು ಗಂಡು ಮಗುವಿನೊಂದಿಗೆ ಚೆನ್ನೈನ ದೊಡ್ಡ ಆಸ್ಪತ್ರೆಯೊಂದರಲ್ಲಿ ಸೇವೆ ಮಾಡುತ್ತಿದ್ದಾಳೆ. ಆದರೆ ಯಶವಂತ ಸರ್‌ಗೆ ಮೂರನೇ ಮಗನದೇ ಚಿಂತೆ. ಅವನು ಸಮಂತ. ವಯಸ್ಸು ಮೂವತ್ತಾಗುತ್ತಾ ಬಂದರೂ ಯಾಕೋ ಮದುವೆಗೆ ಮನಸ್ಸು ಮಾಡುತ್ತಿಲ್ಲ. ತಂದೆಮಗ ಇಬ್ಬರೇ ಇರುವ ದೊಡ್ಡ ಮನೆಗೆ ಲಕ್ಷಣವಾಗಿ ಒಬ್ಬ ಸೊಸೆ ಅಂತ ಬಂದರೆ ಚೆನ್ನಾಗಿರುತ್ತೆ ಅಂತ ಎಲ್ಲರೂ ಹೇಳಿಯಾಗಿತ್ತು. ಅಣ್ಣ ತಿಳಿಸಿ ಹೇಳಿ ಸಾಕಾದ

ನಂತರ ಬೈದೂ ಆಗಿತ್ತು. 'ನಿನ್ನ ಯೋಚನೆ ಬಿಡೋ ಅಪ್ಪನ ಬಗ್ಗೆಯಾದರೂ ಯೋಚಿಸು ಅಪ್ಪನ ಖುಷಿಗಾಗಿಯಾದರೂ ಮದುವೆ ಮಾಡಿಕೋ' ಅಂದರೆ 'ಅಪ್ಪನ ಬಗ್ಗೆ ನೀನು ಚಿಂತೆ ಮಾಡಬೇಡ ಅಣ್ಣ. ನಾನು ಅಪ್ಪನ್ನ ಚೆನ್ನಾಗಿ ನೋಡಕೋತಿನಿ' ಅನ್ನುತ್ತಿದ್ದ. ಆದರೆ ಯಾಕೋ ಯಶವಂತ ಸರ್‌ಗೆ ಮಾತ್ರ ಬಹಳ ವಿನೀತವಾಗಿ, ಸಭ್ಯಸ್ಥನಾಗಿ ತನ್ನನ್ನು ಪ್ರೀತಿಯಿಂದ ನೋಡಿಕೊಳ್ಳುವ ಅಕ್ಕರೆಯ ಚಿಕ್ಕಮಗನಿಗೆ ಬೈಯಲು ಮನಸ್ಸೇ ಬರುತ್ತಿರಲಿಲ್ಲ. ಮುಂದೆ ಎಂದಾದರೂ ಮನಸು ಮಾಡಿಯಾನೆಂಬ ಆಶಾಭಾವ ಅವರಲ್ಲಿತ್ತು. ಸಮಂತ ಎಂದೂ ತನ್ನ ಆನಂದ ಕಿತ್ತುಕೊಳ್ಳಲಾರ ಎಂದು ತಾಳ್ಮೆಯಿಂದಿದ್ದರು.

ಸಮಂತ ಡಿಗ್ರಿ ಮುಗಿಸಿ ಮುಂದೆ ಕಲಿಯುವ ಮನಸ್ಸು ಮಾಡಲೇ ಇಲ್ಲ. ಡಿಗ್ರಿಯಲ್ಲಿರುವಾಗಲೇ ಕ್ಯಾನ್ಸರ್ ಪೀಡಿತ ತಾಯಿಯ ಚಿಕಿತ್ಸೆಗೆ, ಸೇವೆಗೆ ಅಂತ ಬಹಳ ಸಮಯ ಕೊಟ್ಟಿದ್ದರಿಂದಲೋ ಏನೋ ಅಭ್ಯಾಸದಿಂದ ಸ್ವಲ್ಪ ವಿಮುಖನಾದ. ಹೆಂಡತಿಯನ್ನು ಅತೀವವಾಗಿ ಪ್ರೀತಿಸುತ್ತಿದ್ದ ಯಶವಂತ ಸರ್ ಇವನ ಮಾತೃಪ್ರೀತಿ, ಭಕ್ತಿಗೆ ಮಾರುಹೋಗಿ ಮಗನ ಬಗ್ಗೆ ಹೆಮ್ಮೆಪಟ್ಟುಕೊಂಡಿದ್ದರು. ಹೀಗಾಗಿ ಅವನು ತನ್ನಿಚ್ಛೆಗೆ ತಕ್ಕಂತೆ ಬದುಕಲೆಂದುಕೊಂಡರು. ಓದು ಎಂದು ಹಠ ಹಿಡಿದು ಒತ್ತಾಯ ಮಾಡಬೇಕು ಎಂದುಕೊಳ್ಳಲಿಲ್ಲ. ಅಂತೆಯೇ ಸಮಂತ ತನಗೆ ಖುಷಿ ಕೊಡುವ 'ಪರಿಸರ ರಕ್ಷಣಾ ವೇದಿಕೆ'ಯೊಂದರಲ್ಲಿ ಸಕ್ರಿಯವಾಗಿ ಕೆಲಸ ಮಾಡಿಕೊಂಡಿದ್ದ. ಅಲ್ಲಿ ಸಂಬಳದ ಅಪೇಕ್ಷೆಗಿಂತ ನಿಸರ್ಗದ ಮೇಲಿನ ಅವನ ಪ್ರೀತಿ, ಕಾಳಜಿಗಳೇ ಹೆಚ್ಚಾಗಿದ್ದವು. ಅದರಲ್ಲೂ ಸಸಿನೆಟ್ಟು ನೀರೆರೆದು, ಪೋಷಿಸಿ ಅವುಗಳ ಇಂಚಿಂಚು ಬೆಳವಣಿಗೆ ನೋಡಿ ಹಿಗ್ಗುತ್ತಿದ್ದ. ಅವು ಹೂ ಬಿಟ್ಟಾಗ, ಹಣ್ಣು ಕೊಟ್ಟಾಗ, ಅವುಗಳ ನೆರಳಿನ ಗಾತ್ರ ಹೆಚ್ಚಾದಂತೆ ಅವನ ಸಂತಸವೂ ಇಮ್ಮಡಿಗೊಳ್ಳುತ್ತಿತ್ತು.

ಇನ್ನು ಗೆಳೆಯರ ಬಳಗದ ಮೂರನೆಯವರು, ಹಾಗೇ ಕೊನೆಯವರು ಅಂದರೆ ಸೂರ್ಯಕಾಂತರು. ಗೆಳೆಯರಿಬ್ಬರೂ ಇವರನ್ನು ಸೂರಿ ಅಂತಲೇ ಕರೆಯುವುದು. ಇವರದು ಊರಲ್ಲೇ ದೊಡ್ಡದು ಅನಿಸುವ ಒಂದು ಕಿರಾಣಿ ಅಂಗಡಿ. ಚೆನ್ನಾಗಿ ಓದಿಕೊಂಡರೂ ಮೊದಲಿನಿಂದಲೂ ಹಿರಿಯರು ಮಾಡುತ್ತಿದ್ದ ವ್ಯಾಪಾರದ ಕಡೆಗೆ ಆಸ್ಥೆ. ಐವತ್ತೆರಡರ ಪ್ರಾಯದ ಸೂರ್ಯಕಾಂತರು ತಮ್ಮ ಹರೆಯದ ವಯಸ್ಸಿನ ಇಬ್ಬರೂ ಮಕ್ಕಳೊಂದಿಗೆ ಮನೆ, ಅಂಗಡಿ, ವ್ಯಾಪಾರ ಅಂತ ನೆಮ್ಮದಿಯಾಗಿದ್ದರು. ಇಬ್ಬರು ಗೆಳೆಯರ ದೋಸ್ತಿ ಅವರಿಗೆ ಬೋನಸ್ ಸಂತೋಷ ನೀಡುತ್ತಿತ್ತು. ತಮ್ಮ ದಣಿವನ್ನು ಮರೆಸುವ ಈ ಬೆಳಗಿನ 'ದೋಸ್ತಿ ಟೈಮ್' ಅಂದರೆ ಅವರಿಗೂ ಇಷ್ಟ. ಇಡೀ ದಿನದ ತಮ್ಮ ಅಂಗಡಿಯ ಅನುಭವಗಳು. ಬಂದ ವೆರೈಟಿ ವೆರೈಟಿ ಗಿರಾಕಿಗಳ

ಬಗ್ಗೆ ಮರುದಿನ ಬಂದು ಇವರೊಂದಿಗೆ ಹಂಚಿಕೊಂಡಾಗಲೇ ಅವರಿಗೆ ಸಮಾಧಾನ. ತಾವೆಷ್ಟೇ ಕೂಲಾಗಿದ್ದರೂ ಒಮ್ಮೊಮ್ಮೆ ತಲೆಬಿಸಿ ಮಾಡುವ ವಿಚಿತ್ರ ಆಸಾಮಿಗಳ ಬಗ್ಗೆ ಕೆಲವೊಮ್ಮೆ ಬೇಸರ ವ್ಯಕ್ತಪಡಿಸುವುದೂ ಇದೆ. ಉಳಿದಿಬ್ಬರಿಗಿಂತಲೂ ಇವರಿಗೆ ಊರಿನಲ್ಲಿ ಹೆಚ್ಚಿನ ಜನರ ಪರಿಚಯವಿದೆ 'ಸೂರ್ಯ ಕಿರಾಣಿ ಸ್ಟೋರ್ಸ್'ನ ಮಾಲೀಕರು ಸೂರ್ಯಕಾಂತರೆಂದರೆ ಊರಿನ ಎಲ್ಲರಿಗೂ ಪರಿಚಿತರು. ಕಲಬೆರಕೆ, ಬೆಲೆಯಲ್ಲಿ ವ್ಯತ್ಯಾಸ, ತೂಕದಲ್ಲಿ ಮೋಸ ಅಂತ ಅಡ್ಡದಾರಿಗಿಳಿಯದೇ ಪ್ರಾಮಾಣಿಕರಾಗಿಯೇ ಇದ್ದರಿಂದ ಜನಪ್ರಿಯರೂ ಹೌದೆಂದೇ ಹೇಳಬೇಕು.

ಹೀಗಿರುವ ಈ ಮೂವರು ಗೆಳೆಯರ ನಡುವೆ ವಯಸ್ಸು, ಕೆಲಸ, ಮನೆತನ, ಆರ್ಥಿಕತೆ ಅಂತ ಹಲವಾರು ವಿಷಯಗಳಲ್ಲಿ ಸಾಕಷ್ಟು ವ್ಯತ್ಯಾಸಗಳಿದ್ದರೂ ಸಹ ಅಚ್ಚರಿ ಎನಿಸುವಂಥ ಸಮಾನಮನಸ್ಕತೆ ಇತ್ತು. ನೋಡಿದವರಿಗೆ ಇವರೆಲ್ಲ ಒಂದೇ ಊರಲ್ಲೇ ಹುಟ್ಟಿ ಬೆಳೆದ ಅಕ್ಕಪಕ್ಕದವರೇನೋ ಅನಿಸುತ್ತಿತ್ತು. ಆದರೆ ಇವರೆಲ್ಲರ ಮನೆಯೂ ಸ್ವಲ್ಪ ದೂರದೂರಾನೇ ಇದ್ದವು. ಏನೇ ತಪ್ಪಿದರೂ ಬೆಳಿಗ್ಗೆ ಪಾರ್ಕಿನಲ್ಲಿ ಇವರ ಮೀಟಿಂಗ್ ಮಾತ್ರ ತಪ್ಪುವ ಚಾನ್ಸೇ ಇರಲಿಲ್ಲ. ಇನ್ನೂ ಹೇಳಬೇಕೆಂದರೆ ಯಾವಾಗ ಬೆಳಕು ಹರಿಯುತ್ತದೆಯೋ ಯಾವಾಗ ಗೆಳೆಯರನ್ನು ಭೇಟಿಯಾಗಿ ಹರಟೆ ಹೊಡೆಯುತ್ತೇವೋ ಎಂದು ಕಾಯುತ್ತಿದ್ದರು ಮೂವರೂ.

ಅಲ್ಲಿಗೆ ಬಂದ ಮೇಲೆ ಸ್ವಲ್ಪ ಹೊತ್ತು ಎಲ್ಲರೂ ಸೇರಿ ವಾಕಿಂಗ ಮಾಡೋದು, ಸಾಕಾದ ಮೇಲೆ ಇವರದೇ ಅಂತ ಒಂದು ಬೆಂಚು ಇತ್ತು. ಅದರ ಮೇಲೆ ಕೂತು ಮಾತಾಡೋದು. ಇವರು ಅಲ್ಲಿ ಪ್ರತಿ ದಿನ ಕೂತೀರೋದು ನೋಡಿ ನೋಡಿ ಅಲ್ಲಿ ಬರೋ ಎಲ್ಲರಿಗೂ ಆ ಬೆಂಚು ಇವರದೇ ಎನಿಸಿಬಿಟ್ಟಿತ್ತೇನೋ! ಯಾರೂ ಅದರ ಸಮೀಪವೇ ಸುಳಿಯುತ್ತಿರಲಿಲ್ಲ. ಹೋಗೋರನ್ನು ನೋಡೋದು, ತಮಾಷೆ ಮಾಡೋದು, ಹೆಣ್ಣುಮಕ್ಕಳೇನಾದರೂ ಬಂದ್ರೆ ಅವರಿಗೆ ಹೊಂದುವಂಥ ಸಿನೆಮಾ ಹಾಡು ಗುನುಗುವುದು, ನಗುವುದು ಇವರ ದಿನಚರಿ.

'ಕೌಸಲ್ಯ ಸುಪ್ರಜಾ...' ಅಂತ ಶ್ರೀನಿವಾಸರು ಗುನುಗಿದರೆ 'ಕೌಸಲ್ಯ ಬಂದ್ರಾ?' ಅನ್ನುವ ಲುಕ್ ಉಳಿದಿಬ್ಬರದು. ಅಂದರೆ ಪಾರ್ಕಿಗೆ ಆ ಹೆಸರಿನ ಹೆಣ್ಣುಮಗಳೊಬ್ಬಳು ಬಂದಳೆಂದರ್ಥ. ಹಾಗಂತ ಹೆಣ್ಮಕ್ಳ ಬಗ್ಗೆ ಅಗೌರವ ಇವರಿಗೆ ಅಂತೇನಿರಲಿಲ್ಲ. ಸುಮ್ಮನೆ ತಮಾಷೆಗೆ ಇವೆಲ್ಲ. ಇಬ್ಬರು ಗಂಡ– ಹೆಂಡತಿ ಕೈಹಿಡಿದು ಪಾರ್ಕೊಳಗೆ ಕಾಲಿಟ್ಟರೆ ಇವರ ಗುಂಪಲ್ಲಿ ಸಣ್ಣಗೆ 'ಇದು ಏಳೇಳು ಜನುಮದ ಲವ್...' ಅಂತ ಕೋರಸ್ ಹೇಳೋರು. ಬೆಳಬೆಳಗ್ಗೆ ಯಾರಾದರೂ ಸ್ವಲ್ಪ ಜೋರಾಗೇ ರೆಡಿಯಾಗಿ ಬಂದರಂತೂ ಹಾಡುಗಳ ಸುಗ್ಗಿಯೇ ಸುಗ್ಗಿ.

'ಆಕಾಶದಿಂದ ಧರೆಗಿಳಿದ ರಂಭೆ ಇವಳೇ ಇವಳೇ ಚಂದನದ ಗೊಂಬೆ' ಅಂತ ಒಬ್ಬರು, 'ಯಾರಮ್ಮ ಇವಳು ಚೆಲುವೆ ಚೆಲುವೇ ನನ್ನ ಕಣ್ಣೇ ಬಿತ್ತು' ಅಂತ ಇನ್ನೊಬ್ಬರು... ಹೀಗೆ ಸಣ್ಣದೊಂದು ಸಂಗೀತ ಕಚೇರಿನೇ ಶುರುವಾಗೋದು. ಒಟ್ನಲ್ಲಿ ಖುಷಿನೇ ಅವರ ಪಾಲಿಸಿ. ನೋವುಗಳೇನೇ ಇದ್ದರೂ ಇಲ್ಲಿ ಹಂಚಿಕೊಂಡರೆ ಮುಗಿಯಿತು. ಅವನ್ನು ಮರೆತುಬಿಟ್ಟರೆಂದೇ ಅರ್ಥ. ಖುಷಿ ಹಂಚುವುದರಲ್ಲೂ ನಿಸ್ಸೀಮರೇ! ಯಾರಾದರೂ ಪುಟ್ಟಮಕ್ಕಳು ಪಾರ್ಕಿಗೆ ಬಂದರೆ, ಅವರೊಡನೆ ಸೇರಿ ಅವರಿಗಿಂತ ತಾವೇ ಚಿಕ್ಕವರೇನೋ ಎನ್ನುವಷ್ಟು ಹುರುಪಿನಿಂದ ಆಟ ಆಡೋರು. ಪಾರ್ಕಿನಲ್ಲಿ ಯಾರಾದರೂ ಗಿಡವನ್ನು, ಹೂಗಳನ್ನು ಕಿತ್ತಿದರೆ ಪ್ರೀತಿಯಿಂದ ತಿಳಿಸಿ ಹೇಳೊರು. ಇಲ್ಲಿ ಕಳೆಯುವ ಸುಮಾರು ಒಂದೂವರೆ, ಎರಡು ಗಂಟೆಗಳ ಸಮಯದ ಪ್ರತಿಕ್ಷಣವೂ ಅವರಿಗೆ ಅಮೃತ ಘಳಿಗೆಯೇ. ಪಾರ್ಕಿಗೆ ಬರುವ ರತ್ನಪಕ್ಷಿಯೊಂದನ್ನು 'ರತ್ನಾ' ಎಂದು ಕರೆದು ಮಾತನಾಡಿಸುತ್ತಾ ಖುಷಿಪಡುವ ಮನಸ್ಸು ಅವರದು.

ಎಂದಿನಂತೆ ಅಂದೂ ಸಹ ಸಮಯಕ್ಕೆ ಸರಿಯಾಗಿ ಬಂದು ವಾಡಿಕೆಯಂತೆ ಮೊದಲು ವಾಕಿಂಗ್ ಶುರುಮಾಡಿದರು. ಹಾಗೆ ನಡೆಯುತ್ತಿರುವಾಗಲೇ ಆ ಹೆಣ್ಣುಮಗಳು ಅವರ ಕಣ್ಣಿಗೆ ಬಿದ್ದದ್ದು. ಅವರು ಇವರ ಬೆಂಚ ಮೇಲೆ ಕೂತಿದ್ದರು. ಯಾಕೋ ಇಷ್ಟುದಿನ ಕಣ್ಣಿಗೆ ಬಿದ್ದಿಲ್ಲ, ಹೊಸಬರಿರಬೇಕು ಎಂದುಕೊಂಡರು. ಅವರ ಮುಖದಲ್ಲೆನೋ ಮ್ಲಾನತೆ, ವಿಷಣ್ಣತೆ ಸ್ವಲ್ಪ ಎದ್ದೇ ಕಾಣುತ್ತಿತ್ತು. ನೋಡಿದ ಕೂಡಲೇ ಬಹುಶ: ಇವರೇನೋ ಸಮಸ್ಯೆಯಲ್ಲಿ ಸಿಲುಕಿಕೊಂಡಿದ್ದಾರೆಂದು ಅರ್ಥವಾಯಿತು. ಸ್ವಲ್ಪ ಹೆಚ್ಚೇ ಸೆನ್ಸಿಟಿವ್ ಆಗಿದ್ದ ಗೆಳೆಯರಿಗೆ ಅವರನ್ನು ಮಾತನಾಡಿಸಿ ಅವರ ಸಮಸ್ಯೆ ಬಗ್ಗೆ ಕೇಳಬೇಕೆನಿಸಿತು. ಒಂಟಿಯಾಗಿ ಕುಳಿತಿರುವ ಅವರಿಗೆ ಯಾರೊಂದಿಗೂ ಮಾತನಾಡುವ. ಬೆರೆಯುವ ಇಚ್ಛೆ ಇದ್ದಂತೆ ಕಾಣಲಿಲ್ಲ. ಬೆಂಚಿನ ಮೇಲೆ ಕೂತು ತಲೆಯೆತ್ತಿ ಗಿಡದ ಮೇಲೆ, ಕೆಳಗೆ ಓಡಾಡುತ್ತಿರುವ ಒಂದು ಅಳಿಲು, ಮತ್ತದರ ಮರಿಯೊಂದರ ಚೆಲ್ಲಾಟ ಗಮನಿಸುತ್ತಿದ್ದಾರೆ ಎಂಬಂತೆ ಕಾಣುತ್ತಿದ್ದರೂ, ಅವರ ದೃಷ್ಟಿ ಬೇರೆಲ್ಲೂ ಬಹುದೂರ ಇದೆ ಎನಿಸುತ್ತಿತ್ತು. ಅದಾವುದೋ ವಿಚಾರದಲ್ಲಿ ಮಗ್ನರಾಗಿದ್ದರಾಕೆ.

ಕೊನೆಗೆ ತಮ್ಮತಮ್ಮಲ್ಲೇ ಮಾತಾಡಿಕೊಂಡರು. ಹೀಗೆ ಏಕಾಏಕಿ ಮೂವರು ಅಪರಿಚಿತ ಗಂಡಸರು ಮಾತನಾಡಿದರೆ ಪಾಪ ಏನೆಂದುಕೊಂಡಾರು ಆಕೆ ಎನಿಸಿದ್ದು ಸುಳ್ಳಲ್ಲ. ಒಂದು ವೇಳೆ ಧೈರ್ಯ ಮಾಡಿ ಮಾತಾಡಿಸಿದರೂ ಆಕೆಯ ಪ್ರತಿಕ್ರಿಯೆ ಹೇಗಿರಬಹುದು? ಒರಟಾಗಿ ನಡೆದುಕೊಂಡರೆ...? ಜೋರಾಗಿ ಬಯ್ದರೆ...? ಎಂಬ ಪ್ರಶ್ನೆಗಳು. ಹಾಗಂತ ನೋವು ಮಡುಗಟ್ಟಿರುವ ಆ ಹೆಣ್ಣುಮಗಳನ್ನು ನಿರ್ಲಕ್ಷಿಸಿ ಹೋಗುವ ಮನಸ್ಸೂ ಆಗಲಿಲ್ಲ.

ಏನಾದರಾಗಲೀ ಮಾತಾಡಿಸಿ ನೋಡೇಬಿಡೋಣ ಎಂದು ನಿರ್ಧರಿಸಿ, ನಿಧಾನವಾಗಿ ಆಕೆಯ ಬಳಿ ಹೋದರು. 'ನಮಸ್ತೇ ಸಿಸ್ಟರ್' ಎಂದರು ಯಶವಂತ್ ಸರ್. ಯಾವುದೋ ಲೋಕದಲ್ಲಿದ್ದಂತಿದ್ದ ಆಕೆಗೆ ಇವರ ಮಾತು ಕಿವಿ ತಲುಪಲಿಲ್ಲ. 'ಅಕ್ಕ ನಮಸ್ತೆ 'ಎಂದು ಸ್ವಲ್ಪ ಗಟ್ಟಿಯಾಗೇ ಹೇಳಿದರು ಸೂರ್ಯಕಾಂತ. ಈ ಸಲ ಜೋರು ದನಿಗೆ ಗಾಭರಿಯಾಗಿ ಇವರೆಡೆ ತಿರುಗಿದರಾಕೆ. ಸ್ವಲ್ಪ ಗಲಿಬಿಲಿಗೊಂಡಂತೆ ಕಂಡರು. 'ಯಾಕಪ್ಪ ಇವರು ಪರಿಚಯವೇ ಇಲ್ಲದ ನನ್ನನ್ನು ಮಾತಾಡಿಸ್ತಾ ಇದಾರೆ' ಎಂಬ ಭಾವ ಆಕೆಯ ಮುಖದಲ್ಲಿ. ಮತ್ತಷ್ಟು ಸಮೀಪಿಸಿದರು. ಎಲ್ಲರೂ ಒಟ್ಟಿಗೆ 'ನಮಸ್ಕಾರ' ಎಂದರು. ಪ್ರತಿ ನಮಸ್ಕರಿಸಿದರಾಕೆ. ಆಕೆಯ ಕಣ್ಣೇಕೋ ತುಂಬಿಬಂದಂತೆ ಕಂಡಿತು. ಇವರ ಆತ್ಮೀಯ ಭಾವ ಆಕೆಯ ಮನಸ್ಸು ಟಚ್ ಮಾಡಿರಬೇಕು. ಹೇಳಿ ಎಂಬಂತೆ ನೋಡಿದರು. ಮೂವರು ತಮ್ಮ ಪರಿಚಯ ಮಾಡಿಕೊಂಡರು. 'ಸಿಸ್ಟರ್ ನೀವು ಇವತ್ತೇ ಪಾರ್ಕಿಗೆ ಬಂದಂತೆ ಕಾಣುವಿರಿ. ಆದರೆ ನೀವು ನಾರ್ಮಲ್ ಆಗಿಲ್ಲ ಅನಿಸುತ್ತದೆ. ಅಂದರೆ ಏನೋ ಚಿಂತೆ ಕಾಡುತ್ತಿದೆ ಅಲ್ಲವೇ?' ಎಂದು ಮೃದುವಾಗಿ ಪ್ರಶ್ನಿಸಿದರು ಯಶವಂತ್ ಸರ್. 'ನೋಡಮ್ಮ, ನಮ್ಮನ್ನು ನಿಮ್ಮ ಸೋದರರರೆಂದು ತಿಳಿಯಿರಿ. ನಿಮಗೇನೂ ಅಭ್ಯಂತರ ಇಲ್ಲ ಎಂದಾದರೆ ಆರಾಮಾಗಿ ನಂ ಜೊತೆ ಮಾತಾಡಿ ನಿಮ್ಮನ್ನು ಕಾಡುತ್ತಿರುವ ಸಮಸ್ಯೆ ತಿಳಿಸಿ' ಎಂದು ವಿನಯದಿಂದ ಹೇಳಿದರು ಶ್ರೀನಿವಾಸರು. ಇದಕ್ಕೆ ಸೂರ್ಯಕಾಂತರು ಕೂಡ ತಲೆಯಾಡಿಸಿದರು.

ಆಕೆಗೆ ಮನದಲ್ಲಿದ್ದ ಮಂಜು ಕರಗುತ್ತಿದೆ ಎನಿಸಿತು. ಪರಿಚಯವೇ ಇರದ ಇವರು ತನ್ನನ್ನು ಮಾತನಾಡಿಸುತ್ತಿರುವ ಗೆಳೆತನದ ಭಾವ ತೀರ ಹೊಸತೆನಿಸಿತು. ಅದರೂ ಇವರೆದುರು ತಮ್ಮನ್ನು ಕಾಡುತ್ತಿರುವ ಸಮಸ್ಯೆ ಬಗ್ಗೆ ಹೇಳಿಕೊಳ್ಳಲು ಅಡ್ಡಿಯಿಲ್ಲ ಅನಿಸಿದ್ದೂ ನಿಜವೇ. ಅವರನ್ನು ಹೀಗೆ ನಿಲ್ಲಿಸಿ, ತಾವೊಬ್ಬರು ಬೆಂಚು ಮೇಲೆ ಕುಳಿತು ಮಾತನಾಡುವುದು ಸಭ್ಯತೆ ಅಲ್ಲವೆಂದು ತಿಳಿದು 'ಬನ್ನಿ, ಅಲ್ಲಿ ಕೂಡೋಣ' ಎಂದು ಲಾನ್ ಕಡೆ ಕೈ ತೋರಿಸಿದರು.

'ಯಾಕೋ ಗೊತ್ತಿಲ್ಲ ನಿಮ್ಮನ್ನು ನೋಡಿ ನೀವು ನನ್ನೆಡೆಗೆ ಬಂದು ಮಾತಾಡಿದ ರೀತಿ ನೋಡಿದರೆ ಅಪ್ಯಾಯಮಾನವೆನಿಸಿತು. ನೀವು ಹೊಸಬರು ಎನಿಸುತ್ತಿಲ್ಲ, ಮನಸಲ್ಲಿರೋ ಭಾರವನ್ನು ನಿಮ್ಮೊಂದಿಗೆ ಹಂಚಿಕೊಳ್ಳಬೇಕೆನಿಸುತ್ತದೆ' ಎಂದ ಆಕೆಯ ಮಾತಿಗೆ ನಸುನಗುವುದರ ಮೂಲಕ ಹೇಳಿರೆಂಬಂತೆ ಸೂಚಿಸಿದರು.

'ನಾನಿರೋದು ಇದೇ ಬೀದಿಯ ಕೊನೆಯಿಂದ ಎಡಗಡೆ ಸಾಲಿನ ಐದನೆಯ ಮನೆಯಲ್ಲಿ. ನನ್ನ ಜೊತೆ ಮೊಮ್ಮಗಳು ಇದ್ದಾಳೆ. ಇರುವ ಒಬ್ಬಳೇ ಮಗಳ ಮೂರನೇ ಮಗಳು. ಪ್ರೈವೇಟ್ ಸ್ಕೂಲ್‌ನಲ್ಲಿ ಪುಟ್ಟ ಮಕ್ಕಳ

ಟೀಚರ್. ಅಳಿಯ ಮಿಲ್ಟ್ರಿಯಲ್ಲಿ ಇದ್ದಾನೆ. ತನ್ನ ಉಳಿದಿಬ್ಬರು ಮಕ್ಕಳೊಂದಿಗೆ ಮಗಳೂ ಅಲ್ಲಿಯೇ ಇದ್ದಾಳೆ. ಇಲ್ಲಿ ನಾನೊಬ್ಬಳೇ ಆಗುತ್ತೇನೆಂದು ಒಬ್ಬ ಮಗಳನ್ನು ನನ್ನೊಂದಿಗೆ ಬಿಟ್ಟಿದ್ದಾಳೆ. ನನ್ನ ಮೊಮ್ಮಗಳು ಬಂಗಾರದಂಥವಳು. ನನ್ನನ್ನೇ ಒಂದು ಚಿಕ್ಕ ಮಗು ಥರ ಪ್ರೀತಿ, ಕಾಳಜಿಯಿಂದ ನೋಡಿಕೊಳ್ತಾಳೆ. ತುಂಬ ಸಹನೆಯ ಹುಡುಗಿ. ಒಮ್ಮೊಮ್ಮೆಯಂತೂ ತಾನೇ ತಾಯಿ, ನಾನೇ ಮಗು ಎಂದು ಭಾವಿಸುವಂತೆ ಮಾಡುತ್ತಾಳೆ. ಇವಳು ಇಲ್ಲಿರುವುದಕ್ಕೆ ನನ್ನ ಮಗಳು ಅಲ್ಲಿ ನನ್ನ ಬಗ್ಗೆ ಏನೂ ಚಿಂತಿಸದೇ ಆರಾಮಾಗಿದ್ದಾಳೆ' ಎಂದು ನಿಟ್ಟುಸಿರಾದರಾಕೆ. 'ಎಲ್ಲವೂ ಚೆನ್ನಾಗಿದೆ ಎನ್ನುತ್ತೀರಿ ಮತ್ತೆ ಚಿಂತೆಯೇನು?' ಎಂದರು ಸೂರ್ಯಕಾಂತ.

ಅವರೆಡೆ ಒಂದು ಕ್ಷಣ ನೋಡಿ ಕಣ್ಣುಮುಚ್ಚಿ, ಮತ್ತೆ ತೆರೆದು ಮುಂದುವರೆಸಿದರಾಕೆ. "ಎಲ್ಲಾ ಚೆನ್ನಾಗಿದೆ. ಆದರೆ ಒಂದು ವಾರದಿಂದೀಚೆಗೆ ಮೊಮ್ಮಗಳು ಸ್ವಲ್ಪ ಮೌನವಾಗಿದ್ದಾಳೆ. ಮೊದಲಿನಷ್ಟು ಉಲ್ಲಸಿತಳಾಗಿಲ್ಲ. ಕಾರಣ ಕೇಳಿದರೆ ಸರಿಯಾಗಿ ಉತ್ತರಿಸ್ತಿಲ್ಲ. ಮೊನ್ನೆ ಪಕ್ಕದ ಮಾರುಕಟ್ಟೆಗೆ ಹೋಗಿ ಸ್ವಲ್ಪ ತರಕಾರಿ ತಗೊಂಡು ಮನೆಯೊಳಗೆ ಕಾಲಿಡುವಷ್ಟರಲ್ಲಿ ಆಕೆ ಯಾರೊಂದಿಗೋ ಫೋನ್‌ನಲ್ಲಿ ಮಾತಾಡುತ್ತಿರೋದು ಕಿವಿಗೆ ಬಿತ್ತು. 'ನೋಡಿ, ನೀವು ಹೇಳೊದು ಸರಿನೇ. ಆದರೂ ನನಗೋಸ್ಕರ ನಾನು ಅಜ್ಜಿಯ ಮನಸ್ಸಿಗೆ ನೋವು ನೀಡುವುದು ಸರಿ ಅನಿಸುತ್ತಿಲ್ಲ. ನನ್ನನ್ನು ನಂಬಿ ನನ್ನ ತಂದೆ-ತಾಯಿ ಅಜ್ಜಿಯ ಜೊತೆ ಇಲ್ಲಿ ಬಿಟ್ಟುಹೋಗಿದ್ದಾರೆ. ಅವರ ವಿಶ್ವಾಸಕ್ಕೆ ದ್ರೋಹ ಮಾಡುವುದು ನನ್ನಿಂದ ಸಾಧ್ಯವಿಲ್ಲ' ಎನ್ನುತ್ತಿದ್ದಳು. ಆ ಕಡೆಯವರೇನೋ ಹೇಳಿದರು. ಅದಕ್ಕಿವಳು 'ಅದೇ ಕಣ್ರೀ, ಈ ಮದುವೆಯನ್ನು ನಮ್ಮ ಮನೆಯಲ್ಲಿ ಖಂಡಿತವಾಗಿ ಯಾರೂ ಒಪ್ಪುವುದಿಲ್ಲ. ಎಲ್ಲರ ಮನಸ್ಸು ಮುರಿದು ನಾನು ನಿಮ್ಮನ್ನು ಮದುವೆಯಾಗಲಾರೆ. ಕೇವಲ ನನ್ನೊಬ್ಬಳ ಸ್ವಾರ್ಥಕ್ಕಾಗಿ ಎಲ್ಲರಿಗೂ ದು:ಖ ನೀಡಲು ನನಗೆ ಒಪ್ಪಿಗೆಯಿಲ್ಲ. ನೀವೇ ದೊಡ್ಡ ಮನಸ್ಸು ಮಾಡಿ ಹಿಂದೆ ಸರಿದುಬಿಡಿ ದಯವಿಟ್ಟು, ಆದರೆ ನಿಮ್ಮ ಪ್ರೀತಿಯ ಬಗೆಗಿನ ಗೌರವ ನಾನು ಜೀವಂತವಾಗಿರುವವರೆಗೂ ನೆನಪಿಡುತ್ತೇನೆ. ಐ ರೆಸ್ಪೆಕ್ಟ್ ಯು ಅಂಡ್ ಯುವರ್ ಲವ್' ಎಂದು ಮೃದುವಾಗಿ ಹೇಳುತ್ತಿದ್ದದ್ದು ಕೇಳಿ, ನನಗೆ ಮುಗಿಲು ಹರಿದು ಮೈಮೇಲೆ ಬಿದ್ದಂತಾಯಿತು. ಮದುವೆ, ಪ್ರೀತಿ ಎಂದು ಮಾತನಾಡುವಷ್ಟು ಮೊಮ್ಮಗಳು ದೊಡ್ಡವಾಗಿದ್ದಾಳೆಂಬ ಅರಿವೇ ಆಗಿರಲಿಲ್ಲ ಅಲ್ಲಿಯವರೆಗೂ. ದುಡುಕಿ ಓಡಿಹೋಗುವವರೇ ಹೆಚ್ಚಿರುವ ಈ ಕಾಲದಲ್ಲಿ ಇವಳು ಮಾತ್ರ ಇಷ್ಟು ತಾಳ್ಮೆಯಿಂದ ಮಾತಾಡುತ್ತಿದ್ದಾಳಲ್ಲ ಎನಿಸಿ ಅಚ್ಚರಿಯಾಯಿತು. ಮನೆಯವರಿಗೆ ಮೋಸ ಮಾಡುವುದಿಲ್ಲ ಎಂಬ ಅವಳ ಮಾತು ಕೇಳಿ ಅವಳ ಬಗ್ಗೆ ಹೆಮ್ಮೆ, ಪ್ರೀತಿ ಹೆಚ್ಚಾಯಿತು. ಆ ಹುಡುಗನ ಪ್ರೀತಿಯ ಬಗ್ಗೆ ಗೌರವವಿದೆ ಎಂದು

ಹೇಳಿದ್ದು ನೋಡಿದರೆ, ಎಲ್ಲೋ ಒಂದ್ಕಡೆ ಇವಳಿಗೂ ಅವನ ಬಗ್ಗೆ ಪ್ರೀತಿ ಇದೆಯೇನೋ ಅನಿಸ್ತಿದೆ. ಆದರೆ ನಮಗಾಗಿ ಅದನ್ನು ತ್ಯಾಗ ಮಾಡೋಕೂ ರೆಡಿ ಇದ್ದಾಳಲ್ಲ ಎಂಬ ಬೇಜಾರು ನಂಗೆ' ಎಂದು ಹೇಳಿ ಮುಗಿಸಿದರಾಕೆ.

ಅವರು ಹೇಳಿದ್ದೆಲ್ಲ ಕೇಳಿಯಾದ ಮೇಲೆ ಮೂವರು ಗೆಳೆಯರು ಒಬ್ಬರ ಮುಖ ಒಬ್ಬರು ನೋಡಿಕೊಂಡರು. ಇದೊಂಥರಾ ಸಮಸ್ಯೆಯಲ್ಲದ ಸಮಸ್ಯೆ ಎನಿಸಿತಾದರೂ, ಮೊಮ್ಮಗಳ ತ್ಯಾಗದ ಬಗ್ಗೆ ಆಕೆಗಿರುವ ಮಮತೆ ನೋಡಿ ಇವರ ಮನಸ್ಸುಗಳು ಮರುಗಿದವು.

'ಓಹ್'! ಇದಾ ಸಮಸ್ಯೆ ಸಿಸ್ಟರ್ ನೀವೇನೂ ಚಿಂತೆ ಮಾಡಬೇಡಿ ನಿಮ್ಮ ಮೊಮ್ಮಗಳು ನೀವು ಹೇಳಿದಂತೆ ತುಂಬ ಒಳ್ಳೆಯವಳು. ಆ ಹುಡುಗನೊಂದಿಗೆ ಪ್ರಬುದ್ಧವಾಗಿ ಮಾತಾಡಿದ್ದಾಳೆ. ಅವಳೆಂದೂ ದುಡುಕುವುದಿಲ್ಲ. ಆದರೂ ಅವಳ ತ್ಯಾಗದ ಬಗ್ಗೆ ನಿಮಗಿರುವ ಚಿಂತೆ ಸಹಜವಾದದ್ದೇ. ನೀವೇನೂ ಯೋಚನೆ ಮಾಡಬೇಡಿ. ಎಲ್ಲರೂ ಸೇರಿ ಇದರ ಬಗ್ಗೆ ನಿರ್ಧರಿಸೋಣ' ಎಂದು ಹೇಳಿದ ಸೂರ್ಯಕಾಂತರ ದನಿಯಲ್ಲಿ ನಿಮ್ಮೊಂದಿಗೆ ನಾವೆಲ್ಲ ಇದೀವಿ ಎಂಬ ಭರವಸೆ ಕಾಣಿಸಿತು ಆಕೆಗೆ. ಎಲ್ಲವನ್ನೂ ಹೇಳಿಕೊಂಡಿದ್ದಕ್ಕೋ ಏನೋ ಕೊಂಚ ಹಗುರವಾಗಿರುವಂತೆ ಕಂಡರಾಕೆ. 'ಸರಿ, ನಾನು ಮತ್ತೆ ನಿಮಗೆ ಇಲ್ಲೇ ಸಿಗ್ತೀನಿ' ಎಂದು ಹೇಳಿ ಮೇಲೆದ್ದು ಮನೆಕಡೆಗೆ ಹೊರಟರು. ಇಲ್ಲಿ ಈ ಮೂವರು ಆ ವಿಷಯದ ಬಗ್ಗೆ ಮಾತಾಡಿ, ಚರ್ಚಿಸಿ ಈ ಹೆಣ್ಣುಮಗಳಿಗೆ ಹೇಗಾದರೂ ಸರಿ ಮೊಮ್ಮಗಳ ವಿಷಯದಲ್ಲಿ ನಿಶ್ಚಿಂತೆ, ನೆಮ್ಮದಿ ಸಿಗುವಂತೆ ಮಾಡಬೇಕೆಂದು ನಿರ್ಧರಿಸಿದರು. ಅದಕ್ಕೆ ಏನು ಮಾಡಬಹುದೆಂದೂ ಪ್ಲಾನ್ ಕೂಡ ಮಾಡಿ, ಪಾರ್ಕಿನ ಹೊರಬಂದರು.

***

ಮೂರು ದಿನ ಕಳೆದ ಮೇಲೆ ಎಂದಿಗಿಂತ ಹೆಚ್ಚು ಗೆಲುವಾಗೇ ಉಲ್ಲಸಿತರಾಗಿ ಬಂದರು ಆ ಮೂವರು ಗೆಳೆಯರು. ಎಂದಿನಂತೆ ಯಾರನ್ನೋ ನೋಡಿ ಹಾಡು ಗುನುಗಿದರು. ಕೂದಲು ಬಿಟ್ಟು ವಾಕ್ ಮಾಡುತ್ತಿದ್ದವಳೊಬ್ಬರನ್ನು ನೋಡಿ 'ಯೇ ರೇಶಮೀ ಜುಲ್ಫೇ, ಯೇ ಶರಬತೀ ಆಂಖೇ, ತುಮ್ಹೆ ದೇಖಕರ್ ಜೀ ರಹೇ ಹೈ ಸಭೀ' ಎಂದು ಮೂವರು ಸೇರಿ ರಾಗವಾಗಿ ಹಾಡಿದರು. ತಮ್ಮ ಬೆಂಚಿನೆಡೆ ಹೋದಾಗ ಅದರ ಮೇಲೆ ಕೂತಿದ್ದ ಅದೇ ಹೆಣ್ಣುಮಗಳು ಕಂಡಳು. ಮತ್ತಷ್ಟು ಖುಷಿಗೊಂಡರು ಆಕೆಯೆಡೆ ಧಾವಿಸುತ್ತ ನಡೆದು 'ನಮಸ್ಕಾರ ಬೀಗರೇ ನಮಸ್ಕಾರ' ಮೂವರು ಒಂದೇ ದನಿಯಲ್ಲಿ ಹೇಳಿದಾಗ, ಆಕೆ ಪ್ರತಿನಮಸ್ಕರಿಸಿದರೇನೋ ಸರಿ. ಆದರೆ ಇವರ ಬಾಯಲ್ಲಿ 'ಬೀಗರು' ಎಂಬ ಶಬ್ದ ಕೇಳಿ ಅತಿಯಾಗಿ ಅಚ್ಚರಿಗೊಂಡರಾಕೆ.

'ಇದೇನಪ್ಪ' ಇವರು ಹೀಗೆ 'ಬೀಗರು' ಅಂತಿದ್ದಾರೆ. ಏನಿದರ ಅರ್ಥ? ಇವರ ಉದ್ದೇಶವಾದರೂ ಏನು? ಎಂದು ಗೊಂದಲವಾಯಿತು. ಅವರಿಗೆ 'ಹೇಳಮ್ಮ ತಂಗಿ ಹೇಳು ಮದುವೆ ಎಲ್ಲಿ ಮಾಡೋಣ? ಹೇಗೆ ಮಾಡೋಣ? ಚೌಲ್ಟ್ರಿ ಯಾವುದಿರಲಿ ನೀನೇ ಹೇಳಬೇಕು, ನೀನೇನು ಚಿಂತೆ ಮಾಡಬೇಡಮ್ಮ. ನೀನು ನಿನ್ನ ಮೊಮ್ಮಗಳನ್ನು ತಂದೊಪ್ಪಿಸು ಸಾಕು' ಎಂದು ಯಶವಂತ್ ಸರ್ ಹೇಳುತ್ತಿದ್ದರೆ, ಆಕೆಗೆ ಎಲ್ಲ ಅಯೋಮಯವೆನಿಸಿತು. ಏನಾಗಿದೆ ಇವರಿಗೆ ಎಂದು ತಿಳಿಯಲಿಲ್ಲ. ಅತ್ಯಾಶ್ಚರ್ಯದಿಂದ ಅವರೆಡೆ ನೋಡಿದರಾಕೆ. ಏನು ಮಾತಾಡುತ್ತಿದ್ದೀರೆಂದು ನಿಮಗೇ ತಿಳಿದಿದೆಯೇ ಎಂಬರ್ಥದ ನೋಟವದು.

ಎಲ್ಲರೂ ಬಂದು ಮತ್ತದೇ ಲಾನ್ ಮೇಲೆ ಎದುರುಬದುರಾಗಿ ಕುಳಿತುಕೊಂಡರು. 'ನೀನೇ ಎಲ್ಲ ಹೇಳಿಬಿಡು ಸೂರಿ' ಎಂಬ ಶ್ರೀನಿವಾಸರ ಮಾತಿಗೆ ಸೂರ್ಯಕಾಂತ ಶುರುಮಾಡಿದರು. 'ಸಿಸ್ಟರ್ ನೀವವತ್ತು ನಿಮ್ಮ ಮೊಮ್ಮಗಳ ಬಗ್ಗೆ ಹೇಳಿಹೋದಿರಿ. ನಾವು ಹೇಗಾದರೂ ಮಾಡಿ ಅವಳ ಬಗ್ಗೆ, ಅವಳನ್ನು ಮದುವೆಯಾಗಬಯಸಿದ ಹುಡುಗನ ಬಗ್ಗೆ ತಿಳಿಯಬೇಕೆಂದುಕೊಂಡೆವು. ಉಳಿದವರಿಗಿಂತ ಹೆಚ್ಚು ನನಗೆ ಈ ಊರು ಚಿರಪರಿಚಿತವಾದ್ದರಿಂದ ಮೊದಲು ನಿಮ್ಮ ಮೊಮ್ಮಗಳನ್ನು ಗುರುತಿಸಿದೆ. ಅವಳ ಶಾಲೆಗೂ ಹೋದೆ. ಅವಳ ಬಗ್ಗೆ ಮಾಹಿತಿ ಕಲೆಹಾಕಿದೆ. ನೀನೇ ಹೇಳಿದಂತೆ ಅವಳು ತುಂಬಾನೇ ಒಳ್ಳೆಯ ಹುಡುಗಿ. ಶಾಲೆಯಿಂದ ವಾಪಸ್ಸು ಬರುವಾಗ ಮೊನ್ನೆ ಸಂಜೆ ಅವಳು ಒಬ್ಬ ಹುಡುಗನ ಜೊತೆ ದಾರಿಯ ಬದಿಯಲ್ಲಿ ಮಾತಾಡ್ತಾ ನಿಂತಿರೋದು ಕಾಣಿಸ್ತು. ಹೋಗಿ ನೊಡಿದ್ರೆ ಆ ಹುಡುಗ ಬೇರಾರೂ ಅಲ್ಲ ನಮ್ಮ ಯಶೂನ ಚಿಕ್ಕಮಗ ಸಮಂತ ಅಂತ ಗೊತ್ತಾಯ್ತು' ಅಂದು ಯಶವಂತ್ ಸರ್ ಭುಜ ತಟ್ಟಿದರು. ಯಶವಂತ್ ಮನಬಿಚ್ಚಿ ನಕ್ಕರು. ಆಕೆ ಏನೋ ಹೇಳಲು ಬಂದರು. ಸೂರ್ಯಕಾಂತ ಆಕೆಗೆ ಮಾತಿಗೆ ಅವಕಾಶ ನೀಡದೇ ಮುಂದುವರೆಸಿದರು. 'ಮದುವೆಗೆ ಮನಸ್ಸು ಮಾಡದ ಸಮಂತ ಈಗೀಗ ನಿಮ್ಮ ಮೊಮ್ಮಗಳ ಮೇಲೆ ಮನಸ್ಸು ಮಾಡಿದ್ದು ತಿಳಿದು ನಮಗೆಲ್ಲ ಸ್ವರ್ಗ ಮೂರೇ ಗೇಣೆಂಬಂತೆ ಆಗಿದೆ. ತಾನು ಕೆಲಸ ಮಾಡುವ ಸಂಸ್ಥೆಯ ಪರವಾಗಿ ನಿನ್ನ ಮೊಮ್ಮಗಳು ಕೆಲಸ ಮಾಡುವ ಶಾಲೆಗೆ ಹೋಗಿ ಸಸಿಗಳನ್ನು ವಿತರಿಸುವಾಗ ಆಕೆಯನ್ನು ನೋಡಿದ್ದಾನೆ. ಮುಂದೆ ಅಲ್ಲಿ ಸಸಿಗಳನ್ನು ಪೋಷಣೆ ಮಾಡುತ್ತಿರುವುದರ ಬಗ್ಗೆ ವಿಚಾರಿಸಲು ಹೋದಾಗೊಮ್ಮೆ, ಆಕೆ ಅವುಗಳ ಬಗ್ಗೆ ತೋರಿಸುತ್ತಿದ್ದ ಪ್ರೀತಿ, ಕಾಳಜಿ ಇವನ ಗಮನ ಸೆಳೆದಿದೆ. ಒಮ್ಮೆಯಂತೂ ಆಕೆ ಆ ಸಸಿಗಳೊಂದಿಗೆ ಪ್ರೀತಿಯಿಂದ ಮಾತಾಡುತ್ತಿದ್ದಳಂತೆ. ಅದನ್ನು ನೋಡಿ ನಮ್ಮ ಹುಡುಗ ಕ್ಲೀನ್‌ಬೋಲ್ಡ ಆಗಿದ್ದಾನೆ ಕಣಮ್ಮ. ಹಿಂದೆಮುಂದೆ ಯೋಚಿಸದೇ

ನೇರವಾಗಿ ಅವಳ ಬಳಿ ಹೋಗಿ ಮದುವೆ ಪ್ರಪೋಜಲ್ ಮುಂದಿಟ್ಟಿದ್ದಾನೆ. ಹುಡುಗನ ನಿಸರ್ಗ ಪ್ರೀತಿ ಹುಡುಗಿಗೂ ಇಷ್ಟವಾಗಿದೆ. ಆದರೆ ಮನೆಯವರಿಗೆ ಹೇಳುವ ಅಥವಾ ಕೇಳುವ ಧೈರ್ಯ ಆಕೆಯಲ್ಲಿಲ್ಲ. ಅದಕ್ಕೆ ತನ್ನ ಪ್ರೀತಿಯನ್ನೇ ತ್ಯಾಗ ಮಾಡುವ ನಿರ್ಧಾರಕ್ಕೆ ಬಂದಿದ್ದಾಳೆ' ಇಷ್ಟು ಹೇಳಿ ಸ್ವಲ್ಪ ಸುಮ್ಮನಾದರು ಸೂರ್ಯಕಾಂತ. ಆಕೆಗೋ ಇವರಿದೆಲ್ಲ ಹೇಳುತ್ತಿದ್ದರೆ ಅಚ್ಚರಿಯೋ ಅಚ್ಚರಿ. ಜೊತೆಗೆ ಒಂದಷ್ಟು ಗಾಭರಿಯೂ ಎದ್ದು ಕಾಣುತ್ತಿತ್ತು. ಶ್ರೀನಿವಾಸರು ಈ ಬಾರಿ ಮಾತಿಗಿಳಿದರು. 'ಈಗ ವಿಷಯ ಏನಪ್ಪ ಅಂದರೆ, ನಮ್ಮ ಯಶವಂತನ ಚಿಕ್ಕ ಮಗ ಸಮಂತನ ಜೊತೆ ನಿಮ್ಮ ಮೊಮ್ಮಗಳ ಮದುವೇನ ನಾವೆಲ್ಲ ನಿಂತು ಭರ್ಜರಿಯಾಗಿ ಮಾಡೋಣ ಅಷ್ಟೇ' ಮಾತು ಮುಗಿಯಿತೆಂಬಂತೆ ನಿರಾಳರಾದರು.

'ಅದು ಹೇಗೆ ಸಾಧ್ಯ?' ಎಂದು ಒಮ್ಮಿಂದೊಮ್ಮೆಲೆ ಎದ್ದು ನಿಂತರಾಕೆ. ಯಾಕೆ ಸಾಧ್ಯವಿಲ್ಲವೆಂಬ ನೋಟ ಈ ಮೂವರಿಂದಲೂ ಒಮ್ಮೆಲೆ ಆಕೆಯೆಡೆಗೆ. ನಿಧಾನವಾಗಿ ಯಶವಂತರ ಬಳಿ ನಡೆದ ಆಕೆ 'ಅಣ್ಣ ನನ್ನ ಹೆಸರು ಬೀಬಿಜಾನ್ ಅಂತ. ಮೊಮ್ಮಗಳು ತಸ್ಮಿನ್. ಆಕೆ ನಿಮ್ಮ ಸಮಂತನನ್ನು ಮದುವೆಯಾಗಲು ಸಾಧ್ಯವೇ?' ಎಂದರು. ಜೊತೆಗೆ ಅದೆಂದಿಗೂ ಅಸಾಧ್ಯವೆಂಬ ಭಾವವಿತ್ತು. ಇದನ್ನು ಮೊದಲೇ ನಿರೀಕ್ಷಿಸಿದವರಂತೆ ಮೂವರು ಒಮ್ಮೆ ಜೋರಾಗಿ ನಕ್ಕರು. ಮತ್ತಷ್ಟು ಗೊಂದಲಗೊಂಡರಾಕೆ. ಅವಳ ಎರಡೂ ಕೈಹಿಡಿದ ಯಶವಂತ್ ಸರ್ 'ನೋಡು ತಂಗಿ, ನಿರ್ಮಲವಾಗಿ, ನಿಸ್ಪೃಹವಾಗಿ ನಿಷ್ಕಲ್ಮಶ ಪ್ರೇಮಬಯಸಿರುವ ಎರಡು ಜೀವಗಳು ಒಂದಾಗದಂತೆ ತಡೆಯಲು ನಾವೆಷ್ಟರವರು? ಕೇವಲ ಧರ್ಮ, ಜಾತಿಗಳನ್ನು ಅಡ್ಡಹಿಡಿದು ಅವರ ಕನಸು ಕೊಲ್ಲುವಷ್ಟು ಅಮಾನವೀಯತೆ ಸರಿಯೇನಮ್ಮ? ನಿನ್ನ ಅತಂಕ ನಮಗರ್ಥವಾಗುತ್ತೆ. ನಿನ್ನ ಮಗಳು ಅಳಿಯ ಅವರೊಂದಿಗೆ ನಾವೆಲ್ಲ ಮಾತಾಡಿ ಮನವೊಲಿಸಿದ್ದಾಗಿದೆ. ಇನ್ನು ನಾನೋ ಕುವೆಂಪುರವರ 'ಮನುಜಮತ ವಿಶ್ವಪಥ'ವೆಂದು ಬೋಧಿಸಿದವನು. ಮನುಕುಲ ಒಂದೇ ಎಂದು ತಿಳಿಹೇಳಿದವನು. ನನ್ನೆರೆಡು ಮಕ್ಕಳಿಗೂ ವಿಷಯ ತಿಳಿಸಿದ್ದೇನೆ. ಎಲ್ಲರಿಗೂ ಈ ಮದುವೆ ಒಪ್ಪಿಗೆಯಿದೆ ಕಣಮ್ಮ. ಇನ್ನು ನೀನೊಪ್ಪಬೇಕಷ್ಟೇ' ಎಂದು ಒಂದೇ ಸಮಕ್ಕೆ ಉಲಿದರು. ಇವರ ಮಾತುಗಳನ್ನು ಅರಗಿಸಿಕೊಳ್ಳಲು ಕೊಂಚ ಸಮಯವೇ ಬೇಕಾಯಿತವರಿಗೆ. ಒಂದು ತೆಳುವಾದ ನಿರ್ಮಲನಗೆ ಆಕೆ ತುಟಿಮೇಲೆ ಮೂಡಿತು.

***

ಮುಂದೆ ನಡೆದದ್ದೆಲ್ಲವೂ ಸುಲಲಿತ. ಸುರಳೀತ. ಎರಡೂ ಕಡೆ ಮನೆಯವರೆಲ್ಲರೂ ಬಂದು ನಿಂತು ಈ ಮೂವರು ಗೆಳೆಯರೊಂದಿಗೆ

ಧೂಂಧಾಂ ಆಗಿ ಮದುವೆ ಮಾಡಿ ಹರಿಸಿದರು. ಮನುಜಧರ್ಮವೊಂದೇ ಧರ್ಮ ಎಂಬರ್ಥದಲ್ಲಿ ವಿಶಾಲ ಮನೋಭಾವದೊಂದಿಗೆ ಮದುವೆ ನಡೆಯಿತು.

***

ಎಂದಿನಂತೆ ಮೂವರು ಗೆಳೆಯರು ಪಾರ್ಕಿಗೆ ಬಂದರು. ಅದೇ ನಗೆ. ಅದೇ ಉಲ್ಲಾಸ. ಅದೇ ಮಜಾ. ಎಲ್ಲವೂ ತುಸು ಹೆಚ್ಚೇ ಆಗಿದೆ ಎನ್ನಬಹುದು. ಇದ್ದಕ್ಕಿದಂತೆ ಎಲ್ಲರೂ ಒಮ್ಮೆಲೆ 'ಇದು ಏಳೇಳು ಜನುಮದ ಲವ್' ಅಂತ ರಾಗಬದ್ಧವಾಗಿ ಹಾಡೋಕೆ ಶುರುಮಾಡಿದರು. ನೋಡಿದರೆ ಅಲ್ಲಿ ಸಮಂತ ಮತ್ತು ತಸ್ಮಿನ್ ಕೈ ಕೈಹಿಡಿದು ಪಾರ್ಕಿನೊಳಗೆ ಕಾಲಿಡುತ್ತಿದ್ದುದು ಕಾಣಿಸಿತು.

9

ಗೌಡ್ರ ಹೆಣದ ಸ್ವಗತ

'ಅಯ್ಯೋ ಸ್ವಲ್ಪ ಸೌಕಾಶ ಮಾಡ್ರೋ ತೀರಾ ಹಿಂಗಾ ಮಾಡೋದು, ಅಯ್ಯ ನಿಮ. ನಿಮಗೆ ನಾಳೆ ಯಾರಾದ್ರೂ ಹಿಂಗೆ ಮಾಡಿದ್ರೆ ಏನನ್ನುತ್ತೆ ಹೇಳ್ರೋ, ನೀವೆಲ್ರೂ ನನ್ನವ್ರ ಅನ್ನೋದರ ಖರೆ ಏನು? ಇಷ್ಟ ದಿನ ಹೆಂಗಿದ್ರ್ಯೋ ನೀವು. ನನ್ನ ನೋಡಿದ್ರ ಸಾಕು ಮೂರ್ಮೂರು ಮಾರು ದೂರ ಜಿಗೀತಿದ್ರಿ ಈಗ್ನೋಡಿದ್ರ ನಿಮ್ಗೆಲ್ಲ ಹೆಂಗ ತಿಳೀತೈತಿ ಹಂಗ ಮಾಡಾಕತ್ತೀರೆಲ? ಅಷ್ಟು ದೂರ ಅದೀನಿ ಅಂದ್ರ ನನ್ನ ಮುಂದ ಬರಾಕ ಅಂಜತಿದ್ರಿ, ಇವತ್ತಿಗೆ ಅದೆಲ್ಲಾ ಮರ್ತಬಿಟ್ಟೀರೆಲಾ? ಇಷ್ಟ ಜಲ್ದಿ ಎಷ್ಟರ ಬದಲಾಗಿಬಿಟ್ರೋ ನೀವು! ನನ್ನ ನೋಡಿ ಅಂಜದಿರಲಿ, ನನ್ಮ್ಯಾಲೆ ದಬ್ಬಾಳಿಕೆ ಮಾಡ್ತಿರಲಲೇ. ನಿಮ್ಮೌರ ನಿಮಗ ಎಷ್ಟರ ಸೊಕ್ಕಿರಬ್ಯಾಡ ಅಂತೀನಿ. ನಂಜೋಡಿ ನಮ್ಮವ್ವನ ಹೊಟ್ಯಾಗ ಹುಟ್ಟಿದೋರು, ನಾ ಹುಟ್ಸಿದ ನನ್ಮಕ್ಳೂ, ಹೆಣ್ಮಕ್ಳನ್ನ ಕೊಟ್ಟ ಅಳಿಯಗೋಳು... ಒಬ್ರಲ್ಲ ಎಲ್ಲಾರೂ ಹಿಂಗ ಮಾಡಕತ್ತೀರಿ? ಒಬ್ರಿಗೆರ ಬುದ್ದಿ ಬ್ಯಾಡನು? ನಾ ಅಂದ್ರ ಅವನೌನ ಯಾರಂತರ ತಿಳಿದೀರಿಲೆ? ನಾ ಏನು, ನನ್ನ ಗತ್ತ ಏನು, ಸುತ್ತ ಹತ್ತ ಹಳ್ಯಾಗ ನಾ ಹೆಜ್ಜಿ ಇಟ್ರ ಮಂದಿ ನಡಗತಿದ್ರು. ಹೆಣ್ಮಕ್ಳು ತಲಿಮ್ಯಾಲ ಸೆರಗು ಹಾಕೊಂಡು ಹಿಂದ ಸರೀತಿದ್ರು.. ಇನ್ನ ಮಕ್ಳಂತೂ ನನ್ನ ಮಾರಿ ನೋಡಿದ್ರ ಸಾಕು ನನ್ನ ಮೀಸಿಗೆ ಅಂಜಿ ಚಡ್ಯಾಗ ಉಚ್ಚೀ ಹೊಯ್ಕೊಂತಿದ್ರು. ಪಂಚಾಯ್ತಿ ಕಟ್ಯಾಗ ನನ್ಮಾಂತಂದ್ರನ ನ್ಯಾಯಾಗಿತ್ತು. ನಾ ಹೇಳಿದ್ಮಾತಿಗೆ ಒಬ್ರರ ಎದ್ರಾಡಿಲ್ಲ, ಈಗ್ನೋಡಿದ್ರ ನನ್ ಮೈಮ್ಯಾಲ ಬಿದ್ದಂಗ ಮಾಡ್ತೀರಲೋ. ಮತ್ ನನ್ ಕಾಲ ಕೈ ಜಗ್ಯಾಡಕತ್ತೀರಿ. ನಿಮ್ದು ಭಾಳ ಅತಿ ಅತ್ರಲೇ. ಯಾರಿಗೂ ನನ್ನ ಅಂಜೀಕಿ ಇಲ್ಲಾದಂಗಾಗೈತಿ. ಇವತ್ತ ಹಿಂಗಂದ್ರ

ನಾಳೆಯಿಂದ ಏನೇನ್ ಮಾಡ್ತೀರೊ ಏನ್ ಕಥಿನೋ ಆ ಕಾಳವ್ವಗ ಗೊತ್ತು. ಯವ್ವಾ ನೀನ ಇವ್ರಿಗೆ ಬುದ್ಧಿ ಕೊಡವ ತಾಯಿ' ಅಂದು ಕೈ ಮುಕ್ಕೋಂತ 'ಲೇ ಲೇ ಸೌಕಾಶ ಮಾಡ್ರೀಲೇ ಸೌಕಾಶ" ಅಂತ ಬಾಯ್ಬಡಕೊಂತು ಆನಿ ಅಂಥ ಗೌಡನ ಹೆಣ.

ಹೂಂ ರೀ ಖರೇನ. ಇಷ್ಟೊತ್ತನಕಾ ಮಾತಾಡಿದ್ದು ಬ್ಯಾರೆ ಯಾರೂ ಅಲ್ರೀ. ನಂ ದೇವೂರು ಇದೆಯಲ್ರೀ. ಹೂಂ ಇಲ್ಲಿನ ಗೌಡ್ರು, ನಂ ದೊಡ್ಡೇಗೌಡ್ರು. ಅವ್ರು ಇವತ್ತೇ ಹೋಗಿಬಿಟ್ರು. ನಿನ್ನೀ ದಿನ ಸಂಜೀಮುಂದ ಯಾಕ ಎದಿಬ್ಯಾನಿ ಅಂತ ಎದಿಹಿಡಿಕೊಂಡ ಕೆಳಗ ಬಿದ್ದ ಗೌಡ್ರನ್ನ ಮಗ್ಗಲದ 'ದೊಡ್ಡೂರು' ಐತೆಲ್ರಿ ಅಲ್ಲೀ ದೊಡ್ಡಾಸ್ಪತ್ರೆಗೆ ಕರ್ರೊಂಡು ಹೋಗಿದ್ರಂತ. ಗೌಡ್ರಿಗೇನು ಬೇಕಾದಷ್ಟು ರೊಕ್ಕ ಐತೆ ಚೊಲೋ ದವಾಖಾನಿಗೆ ಹೋಗ್ಯಾರ ಆರಾಮಾಗಿ ಬಂದ ಬರ್ತಾರಂತ ಇಡೀ ಸುತ್ತ ಹತ್ತೂರಿನ ಜನ ಕಾಯಕೊಂಡು ಕುಂತಿದ್ರು. ಅಂಥಾದ್ರಾಗ ನಂ ಗೌಡ್ರಿಗೆ ಅಲ್ಲಿಗೆ ಹೋದಾಗ ಬಿ.ಪಿ ಭಾಳ ಹೆಚ್ಚಾಗಿತಂತ್ತ. ರಾತ್ರಿಯೆಲ್ಲ ಏನೆಲ್ಲ ಮಾಡಿದ್ರೂ ಮುಂಜಲೆ ಅವ್ರ ಎದಿ ಒಮ್ಮೆಗೆ ಕೆಲಸ ಮಾಡದು ನಿಂದ್ರಿಸಿ ಗೌಡ್ರು ಹೋಗೇ ಬಿಟ್ರಂತ. ಈ ಸುದ್ದಿ ಕೇಳಿದ ಮಂದಿಗೆ ತಮ್ಮ ಎದೀನ ಒಡದಂಗಾಗಿ ದಂಗುಬಡದ ಕುಂತಾರ. ಮುಗಲ ಹರದು ಮೈಮ್ಯಾಲ ಬಿದ್ದಂಗಾಗೇತಿ. ಎಲ್ಲಗೂರ್ ಹಡದ ತಂದೀನ ಸತ್ತಂಗಾಗ್ಯೆತಿ. ನಂ ಗೌಡ್ರ ಮಾತಷ್ಟ ಜೋರು. ಮನಸು ಹತ್ತಿಹಂಗ ಮೆತ್ತಗ. ಹಿಂಗಾಗಿ ಮಂದಿ ಭಾಳ ಹಚಗೊಂಡಾರ. ಎಲ್ಲಾ ಊರೋರ್ಗೆ ಮನಿ ಯಜಮಾನ ಹೋದಂಗಾಗಿ ಹೌಹಾರಿ ಕುಂತಾರ. ಯಾವಾಗರ ಗೌಡ್ರ ಹೆಣ ಬರುತ್ತ ಯಾವಾಗ ನೋಡಿ ಎದಿಬಡಕೊಂಡು ಅತ್ತೇವು, ಯಾವಾಗರ ನಮ್ ಎದಿ ಹಗರ ಅಕ್ಕಾವು ಅಂದ್ರ ಉಸಲು ಬಿಗಿಹಿಡಿಕೊಂಡು ಕುಂತಾರ. ಸುದ್ದಿ ಗೊತ್ತಾಗಿದ್ದ ಆಗಿದ್ದು ಒಂದ ಹನಿ ನೀರೂ ಬಾಯಾಗ ಹಾಕಿಲ್ಲ. ಖರೇ ಹೇಳ್ಬೆಕಂದ್ರ ದೇವ್ರ ಯಾಕ ಹಿಂಗ ಅನ್ಯಾಯ ಮಾಡ್ಬಿಟ್ಟ ನಂ ದೇವೂರಿಗೆ ಅಂತ ಮಂದಿ ಬಯ್ದಿದ್ದ ಬಯ್ದಿದ್ದು. ಒಬ್ಬೊಬ್ರಂತೂ ಶಾಪನ ಹಾಕಿದ್ರು ದೇವ್ರಿಗೆ. ಇದೆಂಥಾ ಘಾತಪಾ ಇದು ಅನಕೊಂಡು ದಿಗಲ ಬಡದಂಗಾಗಿ ದಂಗಾದ್ರು. ಗಣ್ಮಕ್ಳು ಆ ಕಡಿ ಈ ಕಡಿ ಅಡ್ಯಾಡಕೊಂತ ಒದ್ಯಾಡಕತ್ತಾರ. ಅಂತೂ ಇಂತೂ ದವಾಖಾನ್ಯಾಗ ಎಲ್ಲಾ ಮುಗಿಸಿ ಬಂದ್ರು. ಗೌಡ್ರ ಹೆಣ ಮುಂದ ಬಂದಾಗ ಎದಿಯೊಳಗ ಡಬಾಡಬಾ ಶಬ್ದ ಕೇಳಿದಂಗಾಗಿ ದಂಗಾದ್ರು. ಏನಾದ್ರೂ ಮಾಡದಂತೂ ಮಾಡಬೇಕು ಅಂದು, ಗೌಡ್ರ ಹೆಣಾನ ದೆವ್ನಂಥ ಮನಿ ಹೊರಗ ದೊಡ್ಡ ಅಂಕಣದಾಗ ಇದ್ದ ಗೂಟಕ್ಕ ಬಡ್ಯಾಕತ್ತಾರ. ಸಲ್ಪು ಸೆಟದಂಗಾಗಿದ್ದ ಕಾಲು ಮಡಚಾಗ 'ಕಟಕ್' ಅಂತ ಸಪ್ಪಾತು. ಗೌಡ್ರ ಹೆಣಕ್ಕ ಬ್ಯಾನ್ಯಾಗಿ. ಬ್ಯಾಸ್ರಾಗಿ ಹಿಂಗ ಬಯ್ಕೊಳಾಕತ್ತಿತ್ತು ನೋಡ್ರೀ. ತಗೋರಿ ಇನ್ನ ಅದ ಮಾತಾಡತ್ತ. ನಾ ಹೊಕ್ಕೀನಿ.

ಇವನೌನ ಇವ್ರಿಗೆ ಎಷ್ಟರ ಹೋಯ್ಕೋಬೇಕ ಅಂತೀನಿ. ಸೌಕಾಶ ಮಾಡ್ರಿಲೇ ಅಂದ್ರ ಖಬರಿಲ್ಲ. ದನಾ ಮಾಡಿದಂಗ ಮಾಡಕತ್ತಾರ ಅನಕೋತ ಬಯ್ಕೋಂತನ ಇತ್ತು ಗೌಡ್ರ ಹೆಣ. ಗೂಟಕ್ಕ ಬಡ್ಯಾಕತ್ತಿದ್ದ ಮಕ್ಕಿಗಾಗಲೀ ಅಳಿಯಗೋಳಿಗಾಗಲೀ ಗೌಡ್ರ ಹೆಣಕ್ಕ ಹಿಂಗ ಅನಸಾಕತ್ತೈತಿ ಅಂತ ಹೆಂಗ ಗೊತ್ತಾಗ್ಬೇಕು. ಪಾಪ ಕಾಲು ಸೆಟದಿದ್ದು ಅಂತ ಮಡಚಾಕ ತ್ರಾಸ ಆಗಕತ್ತೈತಿ ಅಂತ ಲಟಕ್ ಅಂತ ಮುರಿದು ಕಾಲು ಮಡಚಿದ್ರು. ಇನಾ ಕಂಡಾಪಟಿ ಮಂದಿ ಬರೋರ ಅದಾರ ಎಲ್ಲಾರೂ ಕೂಡದ್ರಾಗ ಹೆಣ ಗೂಟಕ್ಕ ಬಡೆದುಮುಗಿಸಿ ಹೆಣ ಚಂದ ಮಾಡಿ ಕುಂದರಿಸಬೇಕು. ಗೌಡರ ಮಾರೀ ಮುಟ್ಟಿ ಅಳಬೇಕಂತ ಗೌಡಶಾನಿ ಬ್ಯಾರೆ ಕಾಯಕತ್ತಾಳ. ಅವಸ್ರ ಮಾಡಿ, ಮತ್ತ ಹೊತ್ತ ಮುಳುಗಿ ಕತ್ತಾಲಾಗದ್ರಾಗ ಗೌಡ್ರ ಮಣ್ಣು ಮಾಡಿ ಮುಗಿಸಿಬಿಡ್ಬೇಕು ಇಲ್ಲಂದ್ರ ಕಾದು ಕುಂತಂಗ ಮಳೀ ಏನರ ಹೊಡ್ಯಾಕತ್ರ ಭಾಳ ತ್ರಾಸ ಆಕ್ಕೈತಿ.

'ಏನರ ಮಾಡ್ರೆಪೋ ಲಗೂಲಗೂನ ನಿಂ ಕೆಲಸ ಮುಗಿಸಿ ಮದಲ ನನ್ಬಿಟ್ಟು ದೂರ ಸರೀರಿ ಸಾಕು' ಚೀರಿತು ಗೌಡ್ರ ಹೆಣ. 'ಯವ್ವಾ ಅಂತೂ ನನ್ ಕೈಬಿಟ್ರೆಪಾ. ಗಪ್ಪಗೆ ಕುಂತ್ಬಿಡೀನಿ' ಅಂತು ಗೌಡ್ರ ಹೆಣ. ಹಂಗಯಂಗ ಬಿಡಕ್ಕಾಕ್ಕಿತ್ತು. ಗೌಡ್ರ ಅಂದಮ್ಯಾಕೆ ಒಂದು ಗತ್ತು ಇರಬ್ಯಾಡ್ವೇ ಒಗ್ದು ಗಂಜಿಹಾಕಿ ಇಸ್ತ್ರೀ ಮಾಡಿದ್ದು ಶರ್ಟ್, ಧೋತರ, ಮತ್ತ ತಲಿಮ್ಯಾಲ ರೇಶ್ಮಿ ಪಟಗ ಉಡಿಸಿದ್ರು. ಮದಲ ಊರಾಗಿನ ದೈವದವ್ರುದು ಅಂತ ದೊಡ್ಡೊಂದು ಹಾರ ಹಾಕಿದ್ರು. ಅವ್ರ ಮುಂದ ಮುಟ್ಟಿ ಮಾತಾಡಾಕ ಬರಂಗ ಗೌಡಶ್ಯಾನಿಗೆ ಕುಂದ್ರಿಸಿದ್ರು. ಇನ್ನೊಂದ್ಕಡೆ ಸಾಲಿಡದು ಹಾಡಿ ಅಳಾಕ ಗೌಡ್ರ ಹೆಣ್ಮಕ್ಳು ಕುಂತ್ರು. ಅವ್ರ ಮಗ್ಲದಾಗ ಗೌಡ್ರ ಸೊಸ್ತೇರು. ಸುತ್ಲೂ ಮಂದೆಂದ್ರ ಮಂದಿ. ದೆವ್ವನಂಥ ಗೌಡ್ರ ಮನಿ ಬಂದ ಮಂದಿಗೆ ಸಾಲದಂಗಾತು. ಗಂಡಸ್ರೆಲ್ಲ ಹೊರಗ ಕುಂತಿದ್ರು.

ಗೌಡ್ರ ಹೆಣಕ್ಕೆ ಹೊಸದಂದ್ರ ಹೊಸಾಹೊಸಾ ಅನುಭವ ಆಗಾಕತ್ತು. ಗೂಟಕ್ಕ ಬಡೆದು ಮುಗದಿಂದ ಎರಡು ಜನ ಗಂಡ್ಮಕ್ಳನ್ನು ಕರಕೊಂಡು ಬಂದು ಮುಂದ ನಿಂದರಿಸಿದ್ರು. ಎರಡ್ಮೂರು ನಿಮಿಷ ಆಗಿದ್ದಿಲ್ಲ ಅವು ಕಣ್ಣೀರು ಹಾಕ್ಕೊಂಡು ನಿಂತಿದ್ವು. ಅವರ ವಾರಗಿ ಹುಡುಗರು ಬಂದು ಕೈ ಹಿಡಿದು ಹೊರಗ ಕರಕೊಂಡು ಹೋಗೇ ಬಿಟ್ರು. ನನ್ ಮಕ್ಕಿಗೆ ನನ್ ಮುಂದ ನಿಂದರಿಸ್ರೋ. ಇನ್ನ ಸೊಲ್ಪು ಹೊತ್ತಿನ ರುಣಾ ಐತಿ, ಮತ್ ನಾಳಿಂದ ನಾ ಯವಾಗ ನನ್ಮಕ್ಳಿಗೆ ನೋಡಬೇಕು ಅಂತ ಚೀರಬೇಕು ಅನಿಸ್ತು. ಹೊರಗ ಹೋದರು. ಮಕ್ಕಿಗೆ ಚಾ ಕುಡ್ಸಿದ್ರು. ಆದ್ರೂ ಚಾ ಕುಡ್ದಿದ್ದು ಗೊತ್ತಾಗಿಂದ ಥೋ ಇವನೌನ ಮನಶ್ಯಾನ ಹಣೇಬರ ಇಷ್ಟ, ನನ್ನ ಹೆಣ ಇನಾ ಮನ್ಯಾಗ ಐತಿ. ಇವ್ರಿಗೆ ಚಾ ಕುಡ್ಯಾಕ ಮನಸರ ಹೆಂಗ ಬಂತನ ಅನ್ನಿತು.

'ದೇವರ...ನನ್ ದೇವರ' ದನಿ ಕೇಳಿ ಗೌಡಶಾನಿ ಕಡೆತಿರುಗಿ ನೋಡಿತು ಗೌಡರ ಹೆಣ. 'ಪಾಪ ಮೂವತ್ತೇಳು ವರ್ಷದಿಂದ ನನ್ ಜೋಡಿ ಅದಾಳ. ನನ್ ಸುಕದು:ಖದಾಗ ಜೋಡೀನ ಇದ್ಲು. ನನ್ನ ಹೆಜ್ಜಿಹೆಜ್ಜಿಗೆ ಹಿಂದಿಂದ ಬಂದು ನಾ ಏನಂತೀನಿ ಅದು ಮಾಡಕಿ, ನಾ ಕೇಳಕಿಂತ ಮದ್ಲು ನನಗೆ ಬೇಕಾದ್ದು ತಂದು ಕೈಯಾಗ ಇಡಾಕಿ. ಇನ್ ಮ್ಯಾಲೆ ಹೆಂಗಿರತಾಳೇನ? ನಾ ಯಾವ್ದರ ಸಿಟ್ಟ ತಂದು ಗಂಟ್ಲ ಹರೆಂಗ ಚೀರಿದ್ರೂ, ಬೈದರೂ ಒಮ್ಮೆರ ಹೊಳ್ಳಿ ಅಂದಾಕಿ ಅಲ್ಲ. ಸಹನ ಅಂದ್ರೇನು ಭೂಮಿತಾಯಿ ಸಹನಾ ಇದ್ದಂಗ ಇಕಿದು. ಹೆಸ್ರಿಗೆ ತಕ್ಕಂಗ ಗೌರವ್ವನ. ದಾನ ಧರ್ಮ ಅಂದ್ರ ಎತ್ತಿದಕೈ. ಯಾರರ ಏನರ ಕೇಳಿದ್ರೂ ಬರೆಗೈಯಾಗ ಎಂದಂದ್ರ ಎಂದೂ ಕಳಿಸಿದಕಿ ಅಲ್ಲ. ಇಡಿ ಊರಿಗೆ 'ಗೌರವ್ವ' ಅಂದ್ರ ಅವ್ವನ ಇದ್ದಂಗ. ಆಳಮಕ್ಳಿಗೆ ಕಿರಿಕಿರಿ ಮಾಡಿದಕಿ ಅಲ್ಲ. ಯಾರಿಗೆ ಏನ ತ್ರಾಸ ಇದ್ರೂ ಮುಂದ ಹೋಗಿ ನಿಂತು ಸಮಸ್ಯೆ ಬಗಿಹರಸಕಿ. ಇಂಥಾ ನನ್ ಹೆಂಡ್ತಿಯಿಂದ ದೇವರು ನನ್ನ ದೂರ ಮಾಡಿದ್ನಲ್ಲ! ಇನ್ ಮ್ಯಾಲೆ ಪಾಪ ಹೆಂಗಿರತಾಳೋ' ಅನಿಸಿ ಮತ್ತೊಮ್ಮೆ ಗೌಡಶ್ಯಾನಿ ಕಡೆ ನೋಡಿದ್ರೆ ಎದಿ ಬಡಕೊಂಡು ಅಳಕತ್ತಾಳ.

'ದೇವರ ನೀ ಹಿಂಗ್ಯಾಕ ಮಾಡಿದ್ಯೋ ಯಪ್ಪಾ. ನನ್ ಮನಿ ದೀಪಾನ ಆರಿಸಿಬಿಟ್ಯಲ್ಲೋ ದೇವರ. ನಿನಗ ಬ್ಯಾರೆ ಯಾರೂ ಸಿಗಲಿಲ್ಲೇನೋ ಯಪ್ಪ. ನನ್ನ ಗೌಡ್ರು ಹೋದ್ರ ನನ್ ಬಾಳೆ ಹೆಂಗೋ ದೇವರ' ಅಂದು ಗೌಡನ ಗದ್ದ ಮುಟ್ಟಿ ಮುಟ್ಟಿ ಕಣ್ಣೀರು ಸುರಸಾಕತ್ತಾಳ. 'ಅರಮನಿ ಅಂಥ ನಿನ್ನ ಮನಿ ಬಿಟ್ಟು ನಾ ಹೊರಗ ಹೋದಕಿ ಅಲ್ಲ. ನನಗ ನಿನ್ನ ಬಿಟ್ರ ಏನೂ ಗೊತ್ತಿಲ್ಲಪೋ ನನ್ನ ಗೌಡ. ನಿನ್ನ ಕೆಲಸ ಮಾಡೋದಷ್ಟ ನನ್ನ ಬದುಕೋ ಯಪ್ಪ. ಇನ್ಮುಂದ ನೀನ ಇಲ್ಲಂದ್ರ ನಾ ಏನ ಮಾಡ್ಲೋ ನನ್ನ ದೇವರ. ಇವತ್ತಿಗೆ ನನ್ನ ಮನಿ ಒಂದು ಮನಿ ಏನೋ ನನ್ ದೇವರ. ಇಂಥಾ ಮನ್ಯಾಗ ಇನ್ನಾ ನಾ ಹೆಂಗ ಇರಲ್ಯೋ ಯಪ್ಪ. ನನ್ ಮನಿ ಹಡಗ ಮುಣಗಿದಂಗಾತಲೋ ನನ ಗೌಡ. ಹೋಗಾಗ ಎರಡ ಮಾತರ ಮಾತಾಡಿ ಹೋಗಬೇಕಿತ್ತಲೋ ಯಪ್ಪ. ನೀ ಎಂಥಾ ಘಾತ ಮಾಡಿ ಹೋದ್ಯೋ ನನ್ನ ದೊರಿಯೇ. ದವಾಖಾನಿಗೆ ಹೋಗಿ ಅರಾಮಾಗಿ ಬರ್ತೀ ಅಂತ ದಾರಿಕಾದ್ನೆಲೋ ನನ ಗೌಡ. ಊರಂತ ಊರ ನಿನ್ ನೋಡಿದ್ರ ಕೈ ಮುಗೀತೈತಲ್ಲೋ ನನ ದೇವರ, ಸುತ್ತ ಹಳ್ಳಿ ಊರ ಮಂದಿ ಬಂದಾರ ನೋಡೋ ನಿನ್ ನೋಡಾಕ. ಇಲ್ಲಿಂದಲ್ಲಿಗೆ ನಿನ ಜಾತ್ರೀನ ಐತಿ ನೋಡೋ ನನ್ ದೇವರ, ನಿನ್ ತೇರ ಹೊರಾಕ ಎಷ್ಟ ಮಂದಿ ಕೂಡ್ಯಾರ ನೋಡೋ ನನ್ ಯಜಮಾನ. ನೀ ಇಲ್ಲದ ನನ್ನ ಬಾಳೆ ಒಂದು ಬಾಳೇ ಏನೋ ನನಗೌಡ. ನಡಮನ್ಯಾಗಿನ ಕಂಬ ಮುರದಂಗಾತಲೋ' ಅಂತ ಉಸಲು ಬಿಡ್ಲಾರದಂಗ ಅಳಾಕತ್ತಿದ್ದ ಇಕೀಗೆ ನೋಡಿ ಗೌಡ್ರ ಕಳ್ಳು ಚುರುಕ್ ಅಂತು.

'ಸಾಕಬಿಡು ಗೌರಾ. ಎದಕ ಇಷ್ಟ ಅಳತಿ' ಅಂತ ಗಲ್ಲಾ ಹಿಡದು ಒಂದೀಟು ಸಮಾಧಾನ ಮಾಡಬೇಕು. ಪಾಪ ನನ ಹೆಣತಿ ಎಷ್ಟರ ಎದಿ ಒಡಕೊಂತೈತಿ. ಅತ್ತತ್ತು ಕಣ್ಣ ಕಳಕೊಂಡೀತು. 'ಸಾಕುಬಿಡು ಗೌಡಶ್ಯಾನಿ' ಅಂತ ರಮಸಬೇಕು ಅನಿಸಿತು ಗೌಡರ ಹೆಣಕ್ಕ. ಆದ್ರೂ ಏನ ಮಾಡಕ್ಕಾಗತ್ತ ಹೆಣಾ ಆಗಿ ಕುಂತಿದ್ದಕ್ಕ ಏನೂ ಮಾಡಕಾಗಲ್ಲ ಅಂದು ಸುಮ್ನ ಕುಂತು.

ಅಷ್ಟೊತ್ತಿಗೆ ಇಲಕಲ್ಲ ಸೀರಿ ಉಟಗೊಂಡು, ಮೂಗು ಒರಸ್ಕೋಂತ ಅಡ್ರಾಸಿ ಗೌಡ್ರ ಮನಿ ಒಳಗೆ ಬಂದ್ಲು ಅಗಸಿಬಾಗ್ಲ ಕಡೆ ಮನಿಯಿಂದ ಭಾಗವ್ವಜ್ಜಿ. ತಲಬಾಗ್ಲದ ಒಳಗೆ ಕಾಲಿಟ್ಟಕಿನ ಲಬಾಲಬಾ ಹೊಯ್ಕೊಂತ ಬಂದು ಗೌಡ್ರ ಹೆಣದ ಮ್ಯಾಗ ಬೀಳ್ತಾಳಪಾ ಅನ್ನಂಗ ಬಂದು ಮುಂದ ಕುಂತ್ಲು. ಗೌಡ್ರ ಗದ್ದ ಮುಟ್ಟಿ ಕೈ ಹಿಡಿದು ದನಿ ತಗದು ಅಳಾಕತ್ಲು.

'ಗೌಡಪ್ಪ ಯಪ್ಪ ಗೌಡಪ್ಪ, ದೇವರು ನನ್ನಂಥಾ ಹಣ್‌ಹಣ್ ಮುದುಕಿನ ಬಿಟ್ಟು ನಿನ್ನಂಥಾ ಕೂಸಿನ ಕಟಕೊಂಡು ಹೋದ್ನಲಪಾ. ನನಗ ನಾಡ ಹೋಗ ಅನ್ನುತ್ತೆ ಕಾಡ ಬಾ ಅನ್ನತ್ತ. ಆ ದೇವ್ರು ನನ್ನರ ಕರಕೊಂಡು ಹೋಗಬಾರದಿತ್ತಾ? ಊರಿನ ಕಳಸನ ಕೆಳಗ ಬಿದ್ದಂಗಾತಲೋ ನನ ಮಗನ. ಊರಾಗ ಯಾರಿಗೇನರ ಕಷ್ಟ ಬಂದ್ರೂ ಉಟ್ಟಬಟ್ಟಿಮ್ಯಾಗ ಎದ್ದಂದು ನಿಂದರತಿದ್ಯಲ್ಲೋ ಗೌಡಪ್ಪ. ದಾನ ಮಾಡಕಂದ್ರ ಓಡಿ ಬರ್ತಿದ್ಯಲ್ಲೋ ಯಪ್ಪ. ನೀ ಹೋದ್ರ ಈ ಊರಾಗ ನ್ಯಾಯ ಹೇಳೋರು ಯಾರೋ ಗೌಡ. ಇದ್ದ ಒಬ್ಬ ಮಗನ್ನ ನಾ ಕಳಕೊಂಡ್ರೂ 'ಯಾಕ ಬೇ ನಾ ನಿನ್ನ ಮಗ ಅಲ್ಲನು?' ಅಂತೇಳಿ ಸಮಾಧಾನ ಮಾಡ್ತಿದ್ದೆಲ್ಲೋ. ಈಗ ನೀ ಹೋದ್ರ ನನ್ನ ಕೈ ಮತ್ತ ಬರೆಕೈ ಆತಪೋ ಏ ಗೌಡ. ದೆವ್ವಂಥ ಆಲದಮರ ನೆಲಕ್ಕ ಬಿದ್ದಂಗಾತಪೋ ಯಪ್ಪ. ನಿನ್ ಸುದ್ದಿ ಕೇಳಿ ಎದಿಗೆ ಸಿಡ್ಲು ಬಡದಂಗಾತೋ ನನ್ ಮಗನೇ. ನನ್ ಹಿರಿಯಾ ಹೋಗಿ ಹದಮೂರು ವರ್ಷ ಆತೋ ಯಪ್ಪ. ಇದ್ದೊಬ್ಬ ಮಗ ಕೈಗೆ ಬಂದು ಹಾವುಕಡದು ಸತ್ತ ನಾಲ್ಕು ವರ್ಷ ಆತೋ ಗೌಡಪ್ಪ. ಈಗ ನೀ ಹೊಂಟ್ಯಲೋ ಹ್ಯಂಗ ಮಾಡಲೋ ನನ್ ಮಗನ. ನೀ ಅಲ್ಲಿ ಹೋಗಿ ನನ್ ಗಂಡಗ, ನನ್ ಮಗಗ ನಾ ಹೆಂಗ ಇಲ್ಲೆ ಬ್ಯಾನಿ ಸೋಸಾಕತ್ತೀನಿ ಅಂತ ಹೇಳೋ ಏ ಯಪ್ಪಾ. ನನ್ ಒಬ್ಬೆಕ್ಕಿನ ಬಿಟ್ಟು ಅವರ ಹೆಂಗದಾರ ಅಂತ ನೀ ಹೋಗಿ ಕೇಳೊ ನಮ್ ಗೌಡ'. ಇದನ ಕೇಳಿ ದಂಗಾತು. 'ಅಲ್ಲಾ, ನಾ ಸತ್ತು ತಣ್ಣಗೆ ಮ್ಯಾಲೆ ಹೊಂಟೀನಿ ಈ ಮುದುಕಿ ನೋಡಿದ್ರ ಅಲ್ಲೋಗಿ ಅವರಿಗೆ ಇವರಿಗೆ ಬೇಟ್ಯಾಗಿ ಅದು ಹೇಳು, ಇದು ಕೇಳು ಅಂತ ಪಿರಿಪಿರಿ ಹಚ್ಯಾಳಲಪಾ ಅನ್ಸಿತು. ಆದ್ರೂ ಮುದುಕಿ ಭಾಳ ಚೊಲೋ ಕಳ್ಳಿಂದ ಇತ್ತು. ಅವರ ಮನಿ ಕಡಿ ಹೋದ್ರ ಮನ್ಯಾಗ ಹೋಗಿ ಏನರ ತಿನ್ನಾಕಬೇಕು, ಕಡೀಗೆ ಚಾನರ ಕುಡಿಬೇಕು ಅಂತ ಒತ್ತಾಯ ಮಾಡ್ತಿತ್ತು. ಎಷ್ಟೊತ್ತರ ಭೇಟಿಯಾದರೂ ಕಳಕೊಂಡ ಮಗನ

ನೆನೆಸಿ, ಎರಡು ಹನಿ ಕಣ್ಣೀರ ಹಾಕಿ, ಕಡೀಗಿ ನನಗ ನೀನೂ ನನ ಮಗ ಇದ್ದಂಗಪಾ ಯಪ್ಪ ಅಂತ ನೆಟಗಿ ಮುರದ ಕಳಸ್ತಿತ್ತು. ನನ್ನ ಅಷ್ಟೂ ಮಕ್ಳು ಅಗಸಿ ದಾಟಿ ಸಾಲಿಗೆ ಹೊಂಟ್ರ ಅವ್ರಿಗೂ ದಿನಾ ಮಾತಾಡಸಕಿ. 'ನಿಮ್ಮಪ್ಪ ಹ್ಯಂಗದಾನ ಗೌಡಪ್ಪ?' ಅಂತ ಕೇಳಾಕೆಂತ ಮುದುಕಿ. ಗೋಣು ನಡಗಾಕತ್ತೈತಿ. ಕೈನೂ ಹಂಗ ಆಗ್ಯಾವು. ಪಾಪ ಅಕೀ ಹಿಂಗ ತ್ರಾಸ ಮಾಡಕೊಳ್ಳೊದು ನೋಡಿ ನಂಗೂ ತ್ರಾಸು ಆತು. ನನಗೂ ಅವ್ವನ ನೆನಪ ಇಲ್ಲ. ಹಂಗ ಯಾರು ಮಗ ಅಂತಾರ ಅವರ ನಮ್ಮವ್ವ ಅಂತ ಬೆಳದಂವ ಅನಿಸಿ ಮನಸಿಗೆ ಬ್ಯಾಸರ ಆಗತ್ತ.

'ಅಯ್ಯಯ್ಯಯ್ಯಾ! ಯವ್ವಾ ಕಾಳವ್ವ ಎಂಥೆಂಥ ಹಾರ ತರಾಕತ್ತಾರ ಯವ್ವ! ಹಾಕೊಂಡು ಹಾಕೊಂಡು ನನ ಕುತಗೆರೆ ಎದಕ ಬರಬೇಕು. ಕಂಡಾಪಟಿ ನೂಸಕತ್ತೈತಿ. ಈಗರ ನಂ ದೇವೂರ ದೇಸಾಯರೂ, ಶಾನುಬೋಗರು, ಪಂಚಾಯ್ತಿ ಮೆಂಬರಗೋಳು ಎಲ್ಲಾ ದೊಡ್ಡ ದೊಡ್ಡ ಮಂದಿ ದೊಡ್ಡ ದೊಡ್ಡ ಹಾರನ ತಂದಾರ. ಇವುನೆಲ್ಲ ಹಾಕೊಂಡು ಹೆಂಗರ ಕುಂದ್ರದವಾ' ಅಂತ ಗೋಳ್ಯಾಡಿತು ಗೌಡ್ರ ಹೆಣ. ಅಪ್ಪನ ಧ್ವನಿ ಕೇಳಿಸಿದಂಗ, ಗೋಳು ಗೊತ್ತಾದಂಗ ಕಡೀಹುಟ್ಟ ಮಗಳು ಕಣ್ಣು ಒರಸ್ಕೋತನ ಕೊಳ್ಳಾಗಿನ ಹಾರ ಒಂದೊಂದ ತಗದು ಕೆಳಗ ಇಟ್ಲು. ಹೆಣ್ಣ ಹಡದಿದ್ದೂ ಚೊಲೋ ಆತು ಅನ್ನಿಸಿತು. ಗಣ್ಮಕ್ಳು ಗೂಟಕ್ಕೆ ಬಡದಿದ್ದು ಅಷ್ಟ ತಡ ಹೊರಗ ಅದಾರ. ಮಕ್ಳು ಸುಮ್ ಯಾರರ ದೊಡ್ಡ ಮಂದಿ ಬಂದ್ರ ಒಳಗ ಬರ್ತಾರ. ಅವರ ಜೋಡಿನ ಮತ್ತ ಹೊರಗ ಹೊಕ್ಕಾರ.

ತಾಸಾತು. ಎರಡ ತಾಸಾತು. ಮೂರಾತು. ಮಂದೆರ ಎಷ್ಟು ಬರಾಕತ್ತಾರಪಾ ಅನಸಾಕತ್ತೈತಿ. ಈ ಹೆಣ್ಮಕ್ಳು ಎದೀ ಬಡಕೋಳ್ಳೋದು, ರಾಗ ತಗದು ಜೋರಜೋರಾಗಿ ಅಳದು, ನೋಡಿ ನೋಡಿ ತೆಲಿ ಚಿಟ್ ಹಿಡ್ಯಾಕತ್ತು. ನನ್ ಬಂಗಾರದಂಥ ಗೌಡಶಾನಿ, ಮತ್ತ ಮುತ್ತಿನಂಥ ಈ ಮೂರು ಹೆಣ್ಮಕ್ಳು ಗೊಳೊ ಅಂತ ಅಳದು ನೋಡದ ಭಾಳ ಕಷ್ಟಪೋ. ಬಂದ ಮಂದ್ಯಾಗ ಒಬ್ರರ ಹೆಣ್ಮಕ್ಳು ಸುಂ ಕುಂತಾರು! ಇಲ್ಲ. ಎಲ್ಲಾರು ಅಳದು ಕರೆದು, ಇಲ್ಲಂದ್ರ ಜೋರುಜೋರೆ ಮಾತಾಡದು ನೋಡಿ ನೋಡಿ ಸಾಕಾತು. ಅದ್ರಾಗ ಮತ್ತ ಹೊರಗಿದ್ದ ಬೆಂಡಬಾಜೇರು ಭಾರಸದು ಶಬ್ದ ಬ್ಯಾರೆ. ಸಲ್ಪು ದೊಡ್ಡೊರು ಯಾರರ ಬರಾಕತ್ತಾರ ಅಂದ್ರ ಸಾಕು ಜೋರಾಗಿ ಊದದು ಬಾರ್ಸದು ಅಬ್ಬರನ ಅಬ್ರ, ಅದ್ರಾಗ ಈ ಊದ್ನಿಕಡ್ಡಿ ವಾಸನಿಯಂತೂ ಬ್ಯಾಡಪೋ ಯಪ್ಪ ಅನ್ನಷ್ಟು ಬ್ಯಾಸರಾತು.

ಅಷ್ಟರಾಗ ಮತ್ತ ಬೆಂಡಬಾಜೇರ ಶಬ್ಧ ಜೋರಾತು. ಸೊಲ್ಪು ಜಾಸ್ತೀನ ಜೋರಾತು. ಎಲ್ಲಾ ಮಂದಿನೂ ಆ ಕಡೆ ಈ ಕಡೆ ಸರದಾಡಿದರು. ಸುತ್ತ ಕುಂತ ಹೆಣ್ಮಕ್ಳು ಕುಂತಲ್ಲಿಂದ ಸಲ್ಪು ಸರದು ತೆಲಿಮ್ಯಾಲೆ ಸೆರಗು ಹಾಕೊಂಡ್ರು.

ಬಹುಶಾ: ಯಾರ ದೊಡ್ಡೋರು ಬಂದಿರಬೇಕು. 'ಎಮ್ಮೆಲ್ಲೆ ಸಾಹೇಬ್ರು ಬಂದ್ರು, ಎಮ್ಮೆಲ್ಲೆ ಸಾಹೇಬ್ರು ಬಂದ್ರು' ಅಂತ ಮಾತಾಡಕತ್ತಿದ್ದು ಕೇಳಿತು. 'ಅಬಾಬಾಬಾ' ಅನಿಸಿ ಮೀಸಿ ತಿರುವಬೇಕು ಅನ್ನಿಸ್ದೇನೂ ಸುಳ್ಳಲ್ಲ. 'ಏನ ಮಾಡೋದು ಎಮ್ಮೆಲ್ಲೇರ ಖುದ್ದು ಮನಿಗೆ ಬಂದಾಗ ಮಾತಾಡೋ ಅದೃಷ್ಟ ನನಗಿಲ್ಲ ಅನಿಸಿ ಪೇಚಾಡಂಗಾತು. ಇರ್ಲಿ. ಈ ಪುಣ್ಯಾನರ ಎಲ್ಲಾಗ್ರೂ ಎಲ್ಲಿರತ್ತ ಅನಿಸಿ ಸಮಾಧಾನ ಆತು..

ಎಮ್ಮೆಲ್ಲೆ ಅಂದ್ಮೇಲೆ ಒಬ್ರ ಹೆಂಗ ಬರ್ತಾರ. ಅವರ ಹಿಂದ ಮುಂದ ಕೆಲವು ಸಣ್ಣಪುಟ್ಟ ಪುಡಾರಿಗಳೂ ಬಂದ್ರು ಇಷ್ಟೊತ್ತಾದ್ರೂ ಹೊರಗ ಕುಂತಿದ್ದ ನನ್ ಎರಡೂ ಗಂಡ್ಮಕ್ಳೂ ಬಂದ್ರು. ಸಾಹೇಬ್ರ ಮುಗದಿದ್ದ ಕೈ ಮುಗದಂಗ ಇತ್ತು. ಎಲ್ಲಾರೂ ಕೈಮುಗದ್ರು. ನನಗೂ ಕೈ ಮುಗದ್ರು ಸಾಹೇಬ್ರು. ನಾನೂ ವಾಪಸ್ ಮುಗೀಬೇಕು ಅನಿಸ್ತು. ಏನ್ಮಾಡೋದು? ಸಮೀಪ ಬಂದವ್ರೇ ಹಿಂದ ನಿಂತವನ ಕೈಯಾಗಿಂದ ಹಾರ ಇಸ್ಕೊಂಡು ನನ್ ಕೊಳ್ಳಾಗ ಹಾಕಿದ್ರು. ಬರೇ ಗುಲಾಬಿ ಹೂವಾನ ತುಂಬಿದ್ವು.. ಬೇಕಾದಷ್ಟು ಭಾರ ಇತ್ತು. ಮತ್ತ ಕೈ ಮುಗದ್ರು ಸಾಹೇಬ್ರು ಹಂಗ ಕೈ ಮುಕ್ಕೊಂಡು ಎಲ್ಲಾರ ಕಡೆ ನೋಡಿ ಹೊರಗ ಹೋದ್ರು. ಅಂಗಳದಾಗ ನಿಂತು ನನ್ಮಕ್ಳ ಹೆಗಲಮ್ಯಾಲೆ ಕೈ ಹಾಕಿ ಸಮಾಧಾನ ಮಾಡಕತ್ತಿದ್ದು ಕಾಣ್ಸಿತು.

ಎಷ್ಟ ವಿಚಿತ್ರ ಅಂತೀನಿ? ಇಡೀ ದೇವೂರಾಗ ಅಷ್ಟ ಯಾಕ ಸುತ್ತೂರಾಗಿನ ಎಲ್ಲಾರೂ ಬರಾಕತ್ತಾರ. ಇಷ್ಟೂ ಮಂದಿನ್ನ ಹಿಂಗ ಒಮ್ಮಲೇ ಒಂದಸಲಕ್ಕ ನೋಡ್ತೀನಿ ಅಂತ ಎಂದೂ ಅನಿಸಿರ್ಲಿಲ್ಲ. ನಾ ಗೌಡ ಅಂತ ಬಂದಾರೋ, ಏನ್ ಇರಾತನಾ ನ್ಯಾಯನೀತಿ ಅಂತ ಬಾಳೇ ಮಾಡಿದ್ದಕ್ಕ ಬಂದಾರೋ, ಯಾವಾಗರ ಏನರ ಸಹಾಯ ಮಾಡೀನಿ ಅಂತ ಹಿಡಿಮಣ್ಣ ಹಾಕಿ ರುಣ ತೀರ್ಸಮ ಅಂತ ಬಂದಾರೋ ಒಟ್ಟ ಬಂದಾರ. ಮಂದಿ ಬರದು ನಿಂದ್ರವಲ್ದು. ಜೋರು ಮಳೆ ಬಂದಾಗ ಕೆರಿ ಉಕ್ಕಿ ಉಕ್ಕಿ ಹರದಂಗ ಮಂದಿ ಹರದು ಹರದು ಬರಾಕತ್ತಾರ. ಬರ್ತಾರ. ಸಲ್ಪ ಅಳ್ತಾರ. ಹೆಣ್ಮಕ್ಳು ಮನಿಒಳಗ ಕುಂದರತಾರ. ಗಂಡ್ಸರು ಹೊರಗ ಹೊಂಟಾರ. ತಮ್ಮ ತಾವು ಮಾತಾಡಕೊಂತಾರ. ಅಕಡಿ ಈ ಕಡಿ ಅಡ್ಯಾಡಕತ್ತಾರ. ಆದರ ನನಗ ಮಾತ್ರ ಬರಬರತಾ ಬ್ಯಾಸರಂದ್ರ ಬ್ಯಾಸರ ಆಗಾಕತ್ತು.

ಮತ್ತ ಒಮ್ಮೆ ಬೆಂಡಬಾಜಿ ಸೌಂಡು ಜೋರಾತು. ಈಗ ಯಾರು ಬಂದ್ರಪಾ ಅನಕೊಂಡ್ರ 'ಅಯ್ಯ ದೇವರೇ ನನ್ನ ಒಡಹುಟ್ಟಿದ ತಂಗೀನ ಮರೆತಿದ್ನಲ್ಲಪೋ' ಅನಿಸಿ ಕಣ್ಣಾಗ ನೀರು ತುಂಬ್ಕೊಂಡು ಬಂದಂಗಾತು. ನಾನಂದ್ರ ಜೀವ ಇಟಕೊಂಡಿದ್ದ ಒಬ್ಬಕಿ ತಂಗಿ ಭಾಳ ದೂರದ ಊರಾಗ ಇದ್ದಕೀ. ಎಲ್ಲೋ ಪ್ರವಾಸಕ್ಕೆ ಹೋಗಿದ್ಲಂತ. ಬರಾಕ ತಡ ಆತಂತ. ಮಂದಿ

ಮಾತಾಡದು ಕೇಳಿ ತಿಳಕೊಂಡೆ. ತಂಗಿ ಅಂದಕೂಡ್ಲೇ ಕಳ್ಳು ಕಿವಿಚಿದಂಗಾತು. ಸಣ್ಣಕಿದ್ದಾಗ ಕೂಸುಮರಿ ಮಾಡಿ ಬೆನ್ನಮ್ಯಾಲೆ ಹೊತಗೊಂಡು ಆಡಿದ್ದು, ಒಂದ ಗಂಗಾಳಾದಾಗ ಇಬ್ರೂ ಊಟಮಾಡಿದ್ದು, ಅಕಿಗೆ ಮಂದಿ ಎಲ್ಲಾ ಹೌದು ಹೌದು ಅನ್ನಂಗ ಲಗ್ನ ಮಾಡಿದ್ದು, ಅಕಿಗೆ ಲಗ್ನ ಮಾಡಿ ಗಂಡನ ಮನಿಗೆ ಕಳಸಾಗ ಯಂಥಾ ಪರಿ ಅತ್ತಿದ್ದು, ಅಕಿನ್ನ ಅಂಗೈಯಾಗ ಇಟಗೊಂಡು ಜ್ವಾಪಾನ ಮಾಡಿದ್ದು, ಎಲ್ಲಾ ಒಮ್ಮಲೆ ನೆನಪಾಗಿ ಎಷ್ಟ ಸಂಕಟ ಆಗಾಕತ್ತೈತಿ. ಪಾಪ ನನ್ ತಂಗಿ ಹೊಟ್ಯಾಗ ಕೂಸು ಐತಿ ಅಂತ ಗೊತ್ತಾಧಾಗ ಕುಣಿದಿದ್ದು ನೆನಪಾತು. 'ಏನೂ ತಿಳಿದ ಕೂಸಿದ್ಧಂಗ ಅದಾಳ. ಅಕಿನ ಬಿಟ್ಟು ಹೆಂಗ ಹೋಗದವ ತಾಯಿ ಕಾಳವ್ವ' ಅಂತ ಮನಿದೇವರನ್ನ ನೆನಸಿ ಕಣ್ಣೀರಾತು ಗೌಡ್ರ ಹೆಣ.

ಗಾಡಿಯಿಂದ ಇಳದಕೀನ ಗಂಡ, ಮಕ್ಳನೂ ಹಿಂದ ಬಿಟ್ಟು ಲಬಾಲಬಾ ಬಾಯಿ ಬಡ್ಕೊಂಡು ಖಬರಹಾರಿ ಓಡಿ ಬಂದ್ಲು. ತಾನು ಹುಟ್ಟಿ ಬೆಳೆದ ತವರಮನ್ಯಾಗ ಹಿಂಗ ಗ್ವಾಡಿಗೆ ಗುಡ್ಡಕುಂತಂಗ ತನ್ನಣ್ಣ ಕುಂತಿದ್ದು ನೋಡಿದ್ಲು. ಗೂಟಕ್ಕ ಬಡದದ್ದು ತನ್ನಣ್ಣನ ಹೆಣ ಅನ್ನ ವಿಷಯ ವಿಷ ಕುಡದಷ್ಟು ಹಿಂಸೆ ಅನಿಸಿ, ನೋಡಿದ್ದು ಸುಳ್ಳು ಮಾಡವೋ ಕಾಳವ್ವ ಅಂದಕಿನ ಒಮ್ಮಲೆ ತಂಪು ಏರಿದಂಗಾಗಿ ಧಪ್ ಅಂತ ಕೆಳಗ ಬಿದ್ಲು. ನನಗಂತೂ ನನ್ ಕಾಲ ಮ್ಯಾಲೆ ಮಲಗಿಸಿಕೊಂಡು ರಮಸಬೇಕು ಅಂತ ಭಾಳ ಅನಸಕತ್ತೈತಿ. ಆದರ ಮಾಡಕಾಗಲ್ಲ. 'ಯಂಥಾ ಇಕ್ಕಟ್ಟಿಗೆ ತಂದೆವೋ ಕಾಳವ್ವ' ಅಂತ ರೋದಿಸಿದೆ.

ತಂಗೆವ್ವ ಹಂಗ ಬಿದ್ದದ್ದು ನೋಡಿ, ಗೌಡಶಾನಿ ನನ್ನ ಹೆಣ್ಮಕ್ಳು ಗಾಭರಾದ್ರು, ಅಡಿಗೆ ಮನಿಗೆ ಹೋಗಿ ನೀರು ತಂದು ಅಕಿ ಮಾರಿ ಮ್ಯಾಗ ಹಾಕಿ. ಗಾಳಿ ಬಿಡ್ರೀ, ಗಾಳಿ ಬಿಡ್ರೀ ಅಂತ ಮಂದಿಗಿ ಸರಿಸಿ ಬೀಸಣಿಕೆ ತಗೊಂಡು ಗಾಳಿ ಬೀಸಿದ್ರು ಸಲ್ಪ ಸಲ್ಪ ಕಣ್ಣುಬಿಟ್ಟು ಎಚ್ಚರಾದ್ಲು ನನ್ನ ತಂಗಿ. ಒಳಗ ಬಂದ ನನ್ನ ಎರಡೂ ಗಂಡ್ಮಕ್ಳು ಅವರ ಅತ್ತೀಗೆ ತೆಕ್ಕಿಬಿದ್ದು 'ಅತ್ತಿ ಸಮಾಧಾನ ಮಾಡಕೋ ಅತ್ತಿ. ನೀ ಹಿಂಗ ಮಾಡಿದ್ರ ನಾವು ಹೆಂಗ ಮಾಡಬೇಕಬೇ' ಅಂತ ಕಣ್ಣೀರಿಟ್ಟಿದ್ದು ನೋಡಿ ಮತ್ತ ಜೋರಾಗಿ ಅಳಕತ್ಲು.

"ನೀ ನಂಗ ಅಣ್ಣಾಗಿದ್ದಿಲ್ಲೋ ಹಡದ ಅಪ್ಪನ ಆಗಿದ್ದೀ. ಅಪ್ಪಂದ್ರ ಏನಂತ ನನಗ ಗೊತ್ತಿಲಪೋ. ಅಪ್ಪನೂ ನೀನ ಅವ್ವನೂ ನೀನ ಆಗಿದ್ದೆಲೋ ಯಣ್ಣಾ. ನೀ ಹಿಂಗ ನನ್ನ ನಡನೀರಾಗ ಕೈ ಬಿಟ್ಟು ಹೋದ್ರ ನಾ ಹೆಂಗ ಬದುಕಲ್ಯೋ ಯಣ್ಣಾ. ಹೊಟ್ಯಾಗ ಹುಟ್ಟಿದ ಮಗಳಂಗ ಜ್ವಾಪಾನ ಮಾಡಿದ್ದೆಲೋ ಏ ಯಣ್ಣಾ. ನೀ ಹಿಂಗ ಹೋಗಮುಂದ ನನಗೆ ಕರಿಸಿ ಕುಂದುರ್ಸಿಕೊಂಡು ನಾಕು ಮಾತ ಹೇಳೆರ ಹೋಗಬೇಕಿತ್ತಲೋ ಯಣ್ಣಾ. ನೀ ನನ್ನ ತಬ್ಲಿ ಮಾಡಿಬಿಟ್ಟೆಲೋ.. ನಿನಗ ಮನಸರ ಹೆಂಗ ಬಂತೋ ಯಣ್ಣಾ ಮನ್ನೆರ ಅಮಾಸಿಗೆ ನನ್ಮನಿಗೆ

ಬಂದು ನನ್ನ ಕೈಯನ್ನ ಹೋಳಿಗಿ ತಿಂದು ಅವ್ವನ ನೆನಸ್ಕೊಂಡು ಕಣ್ಣೀರು ತುಂಬ್ಕೋಂಡೆಲ್ಲೋ ಯಣ್ಣ' ಅಂತ ಅಕಿ ಅವ್ವನ ಹೆಸರು ತಗದುಕೊಡ್ಲೇ ನಂಗ ಜೋರಾಗಿ ಅಳಬೇಕು ಅನ್ಸಿತು.

'ನನ್ ತವರಮನಿ ದೀಪ ಹಿಂಗ ಆರಿಹೋಗಿ ಕತ್ತಾಲಾದ್ರ ನಾ ಹೆಂಗ ತಡಕೋಬೇಕವ್ವೋ ಯವ್ವ ಕಾಳವ್ವ. ನೀ ಹಿಂಗ ನಮ್ಮಣ್ಣನ್ನ ಇಷ್ಟ ಜಲ್ದಿ ಕರಕೊಂಡಿದ್ದು ನಿನಗ ನ್ಯಾಯ ಅನಸತ್ತನ ಏ ಯವ್ವ. ಇನ್ ನಾ ಈ ಮನ್ಯಾಗ ಹೆಂಗ ಕಾಲಿಡದೋ ಯವ್ವಾ. ಬಂದ್ರ 'ಬಾರವಾ ತಂಗಿ' ಅನ್ನಾಕ ನನ್ನ ಅಣ್ಣನ ಇರಂಗಿಲ್ಲವ್ವೋ ಏ ದೇವರ. ಯಣ್ಣಾ. ನನ್ನ ಯಣ್ಣಾ, ಹಿಂಗ ನೀ ನನಗ ಮೋಸ ಮಾಡಬಾರದಿತ್ತಪ್ಪೊ. ನನ ತಂಗಿ ಬಂದ್ರ ಚೊಲೊ ನೋಡ್ಕೋರಿ ಅಂತ ನಿನ ಹೆಂಡ್ತಿ ಮಕ್ಳಿಗೆ ಹೇಳಿ ಹೋಗಿಯನಪಾ ನನ ಯಣ್ಣಾ'. ತಂಗಿ ಕಣ್ಣೀರು ನೋಡಿ ಇಡೀ ಮಂದೆಲ್ಲ ಮರುಗಿಬಿಟ್ರು. ಈ ಕೂಸಿಗೆ ದೇವರು ಅನ್ಯಾಯ ಮಾಡಿದ್ನವಾ ಅಂತ ಕಣ್ಣೀರು ಹಾಕಿದ್ರು. ಗೌಡಶಾನಿಗೆ ಮುಗಲ ಹರದು ಮೈಮ್ಯಾಲೆ ಬಿತ್ತು. ಈಗ ಗೌಡನ ತಂಗಿ ತನ್ನ ನಾದ್ನಿ ಇಷ್ಟು ತ್ರಾಸು ಮಾಡಕೋಣಕತ್ತಾಳ ಅದನ್ನ ಹೆಂಗ ರಮಿಸಬೇಕು ತಿಳೀಲಿಲ್ಲ. ಆದ್ರೂ ಅಕಿನ ಕೈ ಹಿಡದು 'ನೀ ಈ ಮನಿ ಮಗಳದೀವಾ. ನೀ ಏನೂ ಎದಿ ಒಡಕೋಬ್ಯಾಡ. ನಿಮ್ಮಣ್ಣ ನಿನಗೆ ತಂದಿ ಇದ್ದಂಗ ಇದ್ದ. ಚಿಂತಿ ಮಡಬ್ಯಾಡ. ನಾ ನಿನಗ ಅವ್ವನಂಗ ಇರ್ತೀನಿ' ಅಂತ ಸಮಾಧಾನ ಮಾಡಿದ್ಲು. ಏನಾದರೂ ತಂಗೀ ಅಳು ನಿಲ್ಲವಲ್ದಂತ ನೋಡಿ ನನಗ ಭಾಳ ಬ್ಯಾಸರಾತ. ನನ ತಂಗಿ ನೋಡೆರ ದೇವರು ನನಗ ಉಳಸಬೇಕಿತ್ತು.

ತಂಗಿ ಅತ್ತಂಗೆಲ್ಲ ಎಲ್ಲಾ ಹೆಣ್ಮಕ್ಳು ಕುಂತಲ್ಲೇ ಕಣ್ಣೀರು ಹಾಕಿದ್ರು. 'ಸಾಕು ಬಿಡವಾ ಅತ್ತತ್ತು ಕಣ್ಣು ಕಳಕೊಂಡಿ' ಅಂದ್ಲು ಮಗ್ಗಲ ಮನಿ ಕಲ್ಲವ್ವ. 'ಹೆಂಗ ಬಿಡಲಿ ಕಲ್ಲವ್ವತ್ತಿ? ನಮ್ಮಣ್ಣ ಇನಾ ಇಷ್ಟು ಹೊತ್ತು ಇರ್ತಾನವಾ? ಆಮ್ಯಾಲೆ ಸಿಗ್ತಾನೇನವಾ? ತಾಸಿದ್ದಾನು, ಎರಡತಾಸಿದ್ದಾನು. ಮತ್ತ ನನಗ ನಮ್ಮಣ್ಣ ಸಿಗ್ತಾನೇನವಾ? ಇಂಥಾ ದೇವರಂಥ ಅಣ್ಣನ ನಾ ಎಲ್ಲಿ ಹುಡುಕುಲೋ ಏ ಯವ್ವಾ' ಹೊತ್ತು ಹೋದಂಗೆಲ್ಲ ಹೆಚ್ಚಾದ ತಂಗಿ ಅಳು. ಕಣ್ಣೀರು ನೋಡಿ ಗೌಡನ ಹೆಣಕ್ಕೆ ಇನ್ನ ತಡ್ಯಾಕ ಆಗಲ್ಲ ಅನ್ಸಿತು. 'ಸಾಕು ಒಯ್ರೋ ನನ್ನ ಮಣ್ಣಾಗ ಇಟ್ಟು ಬಂದು ಬಿಡ್ರೊ' ಅಂತ ಚೀರಬೇಕು ಅನಿಸ್ತು.

ಅಷ್ಟೊತ್ತಿಗೆ ಮಾಡ ಬಂದಂಗಾಗೈತಿ. ಮಳಿ ಬಂದ್ರೂ ಬಂದೀತ. ಸಂಜೀ ಮಳಿ ಬಂದ್ರ ನಿಂದ್ರಂಗಿಲ್ಲ. ಅವಸ್ರ ಮಾಡಿ ಗೌಡ್ರ ಕಾರ್ಯ ಮಾಡಿಬಿಡಮ. ಅವಸರ ಮಾಡ್ರೆಪಾ ಅಂದ ಯಂಕಣ್ಣನ ಮಾತು ಕೇಳಿ ನಿರಾಳಾತು. 'ಮಳೆಪ್ಪಗ ಪುಣ್ಯ ಬರ್ಲೆಪಾ' ಅಂತ ಕೈಮುಗದು ನೆಟ್ಟಗ ಕುಂತೆ.

10

ತಾಯಮ್ಮನ ಋಣ

"ಅಮ್ಮ, ನೀನೇನೂ ಚಿಂತೆ ಮಾಡಬೇಡಮ್ಮ ನೀನು ಆರಾಮಾಗಿರು" ಎಂದು ತಾಯಮ್ಮನ ಸಮಾಧಿಯ ಮೇಲೆ ಗುಲಾಬಿ ಹೂಗುಚ್ಛ ಇಟ್ಟ ನಚಿಕೇತ.

ತಾಯಮ್ಮನಿಗೆ ಸೀರಿಯಸ್ ಎಂಬ ಸುದ್ದಿ ಕೇಳಿದ ತಕ್ಷಣವೇ ಕೌಲಾಲಂಪೂರದಿಂದ ದೌಡಾಯಿಸಿ ಬಂದಿದ್ದ. ಬರುವಾಗ ದಾರಿಯುದ್ದಕ್ಕೂ ಆತಂಕದಿಂದಲೇ ಇದ್ದ. ಎಷ್ಟೇ ನಿಯಂತ್ರಿಸಿದರೂ ಆಗಾಗ ಕಣ್ಣೀರು ಮಾತ್ರ ಸುರಿಯುತ್ತಲೇ ಇತ್ತು. ತಾಯಮ್ಮ ಎಂದರೆ ಮೊದಲಿನಿಂದಲೂ ಹೆತ್ತ ತಾಯಿಗಿಂತ ಹೆಚ್ಚೇ ಎಂದು ಭಾವಿಸಿದ್ದ. ಅವಳ ಗರ್ಭದಿಂದ ಹುಟ್ಟಿಲ್ಲ ಎಂಬುದನ್ನು ಬಿಟ್ಟರೆ ಬೇರೆ ಎಲ್ಲ ರೀತಿಯಲ್ಲೂ ತಾಯಿನೇ ಆಗಿದ್ದಳಾಕೆ. ತಾಯಿ ಪ್ರೀತಿಯನ್ನು ಸುರಿಸುರಿದು ಬೆಳೆಸಿದ್ದಳಾಕೆ. ಆಕೆಯಿಲ್ಲದ ಜೀವನ ಕಲ್ಪಿಸಿಕೊಳ್ಳಲು ಸಿದ್ಧನಿರಲಿಲ್ಲ ಅವನು. ವಿಮಾನದ ಕಿಟಕಿಯ ಪಕ್ಕದ ಸೀಟಿನಲ್ಲಿ ಕುಳಿತು ಹೊರನೋಡಿದ. ಒಂದು ಕ್ಷಣ ಕಣ್ಣುಮುಚ್ಚಿ ಹಿಂದಕ್ಕೊರಗಿದ. ತನಗೆ ತಿಳುವಳಿಕೆ ಬಂದಾಗಿನಿಂದಲೂ ತಾಯಮ್ಮ ಏನೆಲ್ಲ ಮಾಡಿದ್ದರು, ಎಷ್ಟೆಲ್ಲ ಪ್ರೀತಿ ಧಾರೆಯರೆದಿದ್ದರು ಎಂದು ನೆನಪಿಸಿಕೊಂಡು ಗಂಟಲುಬ್ಬಿ ಬಂದಿತು. ಒಂದರ್ಥದಲ್ಲಿ ತನ್ನ ಬದುಕಿನ ಪಯಣದ ಪ್ರತಿ ಹೆಜ್ಜೆಯ ಗುರುತಲ್ಲೂ ಆಕೆಯ ಪ್ರೀತಿಯ ನೆರಳಿದೆ ಎನಿಸಿತು ಆತನಿಗೆ.

ಅಂತಹ ತಾಯಿಮನದ ತಾಯಮ್ಮ ಎರಡು ದಿನಗಳ ಹಿಂದೆಯಷ್ಟೇ ಫೋನ್‌ನಲ್ಲಿ ಎಂದಿನ ವಾತ್ಸಲ್ಯದಿಂದ ಮಾತಾಡಿದ್ದರು. "ಬರೀ ಕೆಲಸ ಕೆಲಸ ಅಂತ ಸಮಯಕ್ಕೆ ಸರಿಯಾಗಿ ಊಟ ಮಾಡೋದು ಮರೆಯಬೇಡವೋ ನಚಿ. ಹಣ್ಣು ಹಂಪಲು ತಿಂತೀದಿಯಾ ಇಲ್ವಾ? ನೋಡು, ನೀನು ರೆಸ್ಟ್

ಮಾಡದೇ ಇರಬೇಡ ಕಣೋ. ದಿನಕ್ಕೆ ಬೇಕಾದಷ್ಟು ನಿದ್ದೆ ಹಾಯಾಗಿ ಮಾಡು. ಒಳ್ಳೆಯ ಹುಡುಗ ನೀನು. ಕೆಲಸ ಅಂತ ಇದ್ರೆ ಊಟ ನಿದ್ದೆ ಯಾವುದೂ ನೆನಪಿರಲ್ಲ" ಹೀಗೆಂದು ಅದೇ ಪ್ರೀತಿಯಿಂದ ಗದರಿಸಿದ್ದರು. 'ಅಯ್ಯೋ ನಿನ್ನ ಬಗ್ಗೆ ಕೇಳೋಕೆ ಕಾಲ್ ಮಾಡಿದ್ರೆ ಇದೇನಮ್ಮ ನೀನು ಬರೀ ನನಗೆ ಕೇಳ್ತೀಯಾ? ನೀ ಹೇಗಿದೀಯಾ ಅದು ಹೇಳು ಮೊದಲು. ನೀನಲ್ಲಿ ಚೆನ್ನಾಗಿ ಊಟ ಮಾಡ್ತಾ ಖುಷಿಯಾಗಿದ್ರೆ ನಾನೂ ಇಲ್ಲಿ ಆರಾಮಾಗೇ ಇರ್ತೀನಮ್ಮ' ಎಂದು ಇವನೂ ಅಷ್ಟೇ ಪ್ರೀತಿಯಿಂದ ಹೇಳಿದ' ನನಗೇನೋ, ಗುಂಡುಕಲ್ಲಿನ ಹಾಗೆ ಆರಾಮಾಗಿದೀನಿ. ನೀನು ಹುಷಾರಾಗಿರು ನಚಿ' ಎಂದು ಮಾತು ಮುಗಿಸಿ ಫೋನ್ ಇಟ್ಟರು. 'ಒಳ್ಳೆ ಅಮ್ಮ' ಎಂದು ಮುಗುಳ್ನಕ್ಕ ನಚಿಕೇತ.

ನಚಿಕೇತ ಅತ್ಯಂತ ಸಿರಿವಂತ ಮನೆತನದ ಹುಡುಗ. ಅಪ್ಪ ಅಮ್ಮ ಇಬ್ಬರೂ ಹೆಸರಾಂತ ವೈದ್ಯರು. ಅವರದೇ ಆದ ದೊಡ್ಡದೊಂದು ಮಲ್ಟಿ ಸ್ಪೆಶಾಲಿಟಿ ಆಸ್ಪತ್ರೆ ಇದ್ದು, ಬಹಳಷ್ಟು ಜನ ಸ್ಪೇಶಲ್ ಡಾಕ್ಟರಗಳು ಕೆಲಸ ಮಾಡುತ್ತಿದ್ದರು. ಮನೆಯಂತೂ ಸಣ್ಣದೊಂದು ಅರಮನೆ ಎನ್ನುವಷ್ಟೇ ದೊಡ್ಡದು. ಅದರಲ್ಲಿ ಎಲ್ಲವೂ ಹೈಲೆವೆಲ್ ಎನ್ನುವಂಥ ವೈಭೋಗ. ಡಾ. ರವೀಂದ್ರ ಮತ್ತು ಡಾ. ಅನುಪ್ರಭಾ ದಂಪತಿಗಳಿಬ್ಬರಿಗೂ ಪ್ರತ್ಯೇಕವಾಗಿ ಎರಡು ಐಶಾರಾಮಿ ಕಾರುಗಳು. ಮನೆಗೆಲಸ ಮಾಡೋದಕ್ಕೆ, ಮನೆಮುಂದಿನ ಗಾರ್ಡನ್ ನೋಡಿಕೊಳ್ಳೊದಕ್ಕೆ, ಅಡುಗೆ ಮಾಡಲು ಅಂತ ಪ್ರತ್ಯೇಕ ಆಳುಗಳು, ಕೆಲಸದ ಒತ್ತಡದಲ್ಲಿದ್ದ ದಂಪತಿಗಳಿಗೆ ಮದುವೆಯಾಗಿ ಒಂಭತ್ತು ವರ್ಷಕ್ಕೆ ಹುಟ್ಟಿದ ಒಬ್ಬನೇ ಮಗ ಈ ನಚಿಕೇತ. ಒಂದರ್ಥದಲ್ಲಿ ದುರದೃಷ್ಟವಂತ ಎಂದೇ ಹೇಳಬೇಕು. ಮಗನನ್ನು ನೋಡಿಕೊಳ್ಳುವುದಕ್ಕೂ ಅವರಿಗೆ ಸಮಯವಿರಲಿಲ್ಲ. ಅವನಿಗೆ ಪ್ರೀತಿಯೆರೆಯುವ ಬಯಕೆಯೂ ಇರಲಿಲ್ಲ. ಔಪಚಾರಿಕವಾಗೆಂಬಂತೆ ನಡೆದುಕೊಳ್ಳುತ್ತಿದ್ದರು. ಮಗುವಿಗೆ ಇನ್ನೂ ಮೂರು ತಿಂಗಳಾಗಿರುವಾಗಲೇ ಅವನನ್ನು ನೋಡಿಕೊಳ್ಳಲು ಆಯಾ ಒಬ್ಬಳನ್ನು ಹುಡುಕಿ ಕರೆತಂದರು. ಹೀಗೆ ಆ ಮನೆಗೆ ಬಂದವಳೇ ತಾಯಮ್ಮ.

ಗಾರೆ ಕೆಲಸಕ್ಕೆ ಹೋಗುತ್ತಿದ್ದ ತಾಯಮ್ಮನ ಗಂಡ ದೊಡ್ಡದೊಂದು ಕಟ್ಟಡದ ಕೆಲಸ ಮಾಡುತ್ತಿರುವಾಗ ನಾಲ್ಕನೇ ಅಂತಸ್ತಿನಿಂದ ಕಾಲುಜಾರಿ ಬಿದ್ದು ಸತ್ತು ಹೋಗಿದ್ದ. ಅಂದಿನಿಂದ ಇದ್ದ ಎರಡು ಹೆಣ್ಣುಮಕ್ಕಳನ್ನು ಕಟ್ಟಿಕೊಂಡು ಜೀವನ ಮಾಡುವ ಹೊಣೆ ತಾಯಮ್ಮನ ಮೇಲೆ ಬಿದ್ದಿತು. ಸ್ವಂತಕ್ಕೊಂದು ಸೂರು ಇಲ್ಲದೇ ಮಕ್ಕಳನ್ನು ಕಟ್ಟಿಕೊಂಡು ದುಡಿದು ತಿನ್ನುವಾಗಲೇ ಈ ವೈದ್ಯದಂಪತಿಗಳಿಗೆ ನಚಿಕೇತನನ್ನು ನೋಡಿಕೊಳ್ಳುವ ಆಯಾ ಬೇಕಾದದ್ದು. ಹೀಗಾಗಿ ಎರಡೂ ಹೆಣ್ಣುಮಕ್ಕಳೊಂದಿಗೆ ಅವರ ಮನೆಯ ಔಟಹೌಸಿನಲ್ಲಿದ್ದ

ಎರಡು ರೂಮಿನ ಪುಟ್ಟ ಮನೆಗೆ ಬಂದು ಸೇರಿದಳು ತಾಯಮ್ಮ. ಮಗುವಿಗೆ ಸಂಬಂಧಿಸಿದ ಪ್ರತಿಯೊಂದು ಕೆಲಸ ತಾಯಮ್ಮನ ಪಾಲಿಗೆ ಬಂದಿತು. ಮಗುವಿನ ಮೈಗೆಲ್ಲ ಕೊಬ್ಬರಿ ಎಣ್ಣೆ ಹಚ್ಚಿ ಎರೆಯುವುದು, ಅದಕ್ಕೆ ಹಸಿವಾದಾಗ ಬಾಟಲಿಯಿಂದ ಹಾಲು ಕುಡಿಸುವುದು, ಒಂದು ಎರಡು ಮಾಡಿಕೊಂಡರೆ ಸ್ವಚ್ಛ ಮಾಡುವುದು. ಮಡಿಲಲ್ಲಿ ಮಲಗಿಸಿಕೊಂಡು ಜೋಗುಳ ಹಾಡುತ್ತ ಮಲಗಿಸುವುದು, ಗಿಲಿಗಿಂಚಿಯಿಂದ ಶಬ್ದ ಮಾಡಿ ಮಗು ಕಿಲಕಿಲ ನಗುವಂತೆ ಮಾಡುವುದು... ಹೀಗೆ ಎಲ್ಲವನ್ನೂ ಮಾಡುತ್ತಿದ್ದಳು. ಗಂಡು ಮಕ್ಕಳಿಲ್ಲದ ತಾಯಮ್ಮ ಆ ಮಗುವಿಗೆ ಅಕ್ಕರೆ, ಪ್ರೀತಿ, ನೀಡುತ್ತಾ ತಾಯಿಯಾದಳು. ತಂದೆತಾಯಿಗಳು ಮನೆಯಿಂದ ಹೊರಡುವಾಗ ಮಗು ಇನ್ನೂ ಮಲಗಿರುತ್ತಿತ್ತು ಆಸ್ಪತ್ರೆಯಿಂದ ರಾತ್ರಿ ವಾಪಸ್ ಬರುವಷ್ಟರಲ್ಲಿ ಮತ್ತೆ ನಿದ್ರೆಗೆ ಜಾರಿರುತ್ತಿತ್ತು. ಹೀಗಾಗಿ ಅವರಿಬ್ಬರೂ ಮಗುವಿಗೆ ಅಪರಿಚಿತರೇ ಆಗಿಬಿಟ್ಟರು.

ತಾಯಮ್ಮನ ಹೆಣ್ಣು ಮಕ್ಕಳು ಹತ್ತಿರದಲ್ಲಿದ್ದ ಸರಕಾರಿ ಶಾಲೆಗೆ ಹೋಗಿ ಬಂದು ಅವರೂ ಮಗುವಿನೊಂದಿಗೆ ಆಡುತ್ತಿದ್ದರು. ಅವರು ಬಂದರಂತೂ ನಚಿ ಕೈಕಾಲು ಬಡಿದು ಜೋರು ಶಬ್ದಮಾಡಿ ಖುಷಿಪಡುತ್ತಿದ್ದ. ಕ್ರಮೇಣ ಅವನಿಗೆ ಗಂಜಿ ಮಾಡಿ ಕುಡಿಸುವುದು. ಮೆತ್ತಗೆ ಅನ್ನ ಮಾಡಿ ತಿನಿಸುವುದು, ಹಣ್ಣಿನ ಜ್ಯೂಸ್ ಕುಡಿಸುವುದು ಹೀಗೆ ಅವನ ಹೊಟ್ಟೆಹಸಿವನ್ನು ಇಂಗಿಸುವುದರ ಜೊತೆಗೆ ಅಪರೂಪಕ್ಕೆ ತಂದೆತಾಯಿ ಮುಖ ನೋಡುತ್ತಿದ್ದ ಅವನಿಗೆ ಪ್ರೀತಿಯ ಹಸಿವನ್ನೂ ತಾಯಮ್ಮ ಮತ್ತವಳ ಮಕ್ಕಳೇ ನೀಗಿಸುತ್ತಿದ್ದರು. ಕ್ರಮೇಣ ಮಗು ಅವರೇ ತನ್ನ ಬಂಧುಗಳು ಎಂದು ಭಾವಿಸಿತು. ಬೆಳೆದಂತೆಲ್ಲ ಲಕ್ಷಗಟ್ಟಲೇ ದುಡ್ಡು ಸುರಿದು ಹೆಸರಾಂತ ಶಾಲೆ ಕಾಲೇಜುಗಳಲ್ಲಿ ಅಡ್ಮಿಷನ್ ಕೊಡಿಸಿದರು. ತಂದೆ ತಾಯಿ ಕೊಡಿಸಿದ ಶಿಕ್ಷಣಕ್ಕಿಂತ ತಾನು ಹುಟ್ಟಿದಾಗಿನಿಂದ ಎದೆಗವುಚಿಕೊಂಡು ತಾಯಮ್ಮ ಕಲಿಸಿದ ಪ್ರೀತಿ, ಮಾನವತೆ, ಜೀವನದ ಪಾಠಗಳೇ ಶ್ರೇಷ್ಠ ಎಂಬುದು ಅವನ ತಿಳುವಳಿಕೆಗೆ ದಕ್ಕಿತು.

ಪಿ.ಯು.ಸಿ.ಗೆ ಕಾಲಿಡುವ ಸಂದರ್ಭ ಬಂದಾಗ ತಮ್ಮ ಮಗ ತಮ್ಮಂತೆಯೇ ಡಾಕ್ಟರಾಗಿ ಆಸ್ಪತ್ರೆ ನೋಡಿಕೊಳ್ಳಲೆಂಬ ತಂದೆತಾಯಿಯ ಆಸೆಗೆ ನೀರೆರಚಿದ. ತಾನು ತನ್ನಿಷ್ಟದ ಸೈಕಾಲಜಿ ವಿಷಯದಲ್ಲಿ ಅಧ್ಯಯನ ಮಾಡಲು ಆರ್ಟ್ಸ್ ಮಾಡುತ್ತೇನೆಂದು ನಿಷ್ಠುರವಾಗಿ ನುಡಿದ. ಯಾರಿಂದ ಹೇಳಿಸಿದರೂ ಹಿಂದೆ ಸರಿಯಲಿಲ್ಲ. ಮನೋವಿಜ್ಞಾನದಲ್ಲಿ ಎಂ.ಎ ಮಾಡಿ, ಪಿಹೆಚ್.ಡಿ.ನೂ ಮುಗಿಸಿದ. ಸಂಶೋಧನೆ ಮಾಡುವಾಗಲೇ ಮಲೇಷಿಯಾದಲ್ಲಿ ನಡೆದ ಒಂದು ಅಂತರಾಷ್ಟ್ರೀಯ ಸಮ್ಮೇಳನದಲ್ಲಿ 'ಹೆತ್ತವರು ಹಾಗೂ ಮಕ್ಕಳ ನಡುವಿನ ಮಾನಸಿಕ ಅಂತರ' ಎಂಬ ವಿಷಯ ಮಂಡಿಸಿದ. ಎಷ್ಟು ಅದ್ಭುತವಾಗಿ ವಿಷಯ ಪ್ರತಿಪಾದಿಸಿದನೆಂದರೆ ಮಲೇಷಿಯಾದ ವಿಶ್ವವಿದ್ಯಾಲಯವೊಂದು ಪ್ರಾಧ್ಯಾಪಕರ

ಹುದ್ದೆಗೆ ನೇರವಾಗಿ ಆಹ್ವಾನಿಸಿತು. ಹೀಗಾಗಿ ಪಿ.ಹೆಚ್.ಡಿ ಮುಗಿಸಿದವನು ಕೌಲಾಲಂಪುರಕ್ಕೆ ಹಾರಿದ.

ಅಲ್ಲಿಗೆ ಹೋಗುವಾಗ ಮನೆ, ತಂದೆ ತಾಯಿಯರನ್ನು ಬಿಟ್ಟು ಹೋಗುವುದು ಕಷ್ಟವಾಗಲಿಲ್ಲ. ತಾಯಮ್ಮ, ಸ್ವಂತ ಅಕ್ಕಂದಿರೆಂದು ಭಾವಿಸಿದ ಅವಳ ಮಕ್ಕಳನ್ನು ಬಿಟ್ಟು ಹೋಗುವುದು ಮಾತ್ರ ತುಂಬ ನೋವೆನಿಸಿತು. ಆಟ, ಪಾಠ, ಊಟ ಅಂತ ಎಲ್ಲದರಲ್ಲೂ ಜೊತೆಯಾಗಿದ್ದರವರು. ಹೋಗುವ ನಿರ್ಧಾರ ತೆಗೆದುಕೊಂಡಾಗಿನಿಂದ ಅಪ್ಸೆಟ್ ಆದ. ನಾಳೆ ಹೋಗಬೇಕೆನ್ನುವಾಗ, ಇಂದು ಅವರ ಸಣ್ಣ ಮನೆಗೆ ಹೋದ.

'ಅಮ್ಮಾ, ನಿನ್ನ ತೊಡೆಯ ಮೇಲೆ ಸ್ವಲ್ಪ ಹೊತ್ತು ಮಲಗಲಾ? ಎಂದು ಕೇಳಿದ ಅವನಿಗಿಂತ ಹೆಚ್ಚೇ ನೊಂದುಕೊಂಡಿದ್ದ ತಾಯಮ್ಮ ಮಾಡುತ್ತಿದ್ದ ಕೆಲಸ ನಿಲ್ಲಿಸಿ, ಹಿಂತಿರುಗಿ ನೋಡಿದವಳ ಕಣ್ತುಂಬ ನೀರು. 'ಬಾ ಮಗ' ಎಂದು ಕುಳಿತವಳ ಮಡಿಲಲ್ಲಿ ಮಗುವಾದ ನಚಿಕೇತ. ಅಕ್ಕಂದಿರಿಬ್ಬರೂ ಈ ದೃಶ್ಯ ನೋಡಿ ಬಿಕ್ಕಿ ಬಿಕ್ಕಿ ಅಳುತ್ತಿದ್ದರು. ತಾಯಮ್ಮನ ತೊಡೆಯ ಮೇಲೆ ಮಲಗಿದವನಿಗೆ ತನಗಾಗಿ ಅವಳು ಮಾಡಿದ ಕೆಲಸವೆಲ್ಲ ನೆನಪಾಗಿ ಮನಸು ತುಂಬಿ ಬಂತು, ಅಕ್ಕಂದಿರಿಗೆ ಮದುವೆ ಮಾಡಿದ ನಂತರ ತಾನೆಲ್ಲೇ ಹೋದರೂ ತನ್ನ ಜೊತೆಗೆ ಅವಳನ್ನೂ ಕರೆದೊಯ್ಯಬೇಕು, ಅವಳನ್ನು ನೋಡಿಕೊಳ್ಳಬೇಕು, ಅವಳ ಋಣ ತೀರಿಸುವ ಸಣ್ಣ ಪ್ರಯತ್ನವನ್ನಾದರೂ ಮಾಡಬೇಕೆಂದು ನಿರ್ಧರಿಸಿದ ಮನಸ್ಸಿನಲ್ಲೇ.

ಮರುದಿನ ಹೊರಡುವಾಗ ಅಪ್ಪಅಮ್ಮಂದಿರಿಗೆ 'ಬಾಯ್' ಎಂದು ಹೇಳಿ ತಾಯಮ್ಮನನ್ನು ಅಪ್ಪಿಕೊಂಡ. ಅಕ್ಕಂದಿರ ಕೈಹಿಡಿದು 'ಅಮ್ಮನನ್ನು ಚೆನ್ನಾಗಿ ನೋಡಿಕೊಳ್ಳಿ' ಎಂದು ಹೇಳಿದ. ಕಣ್ಣಲ್ಲೇ ಒಪ್ಪಿಗೆ ಸೂಚಿಸಿದರವರು. ಅವರ ಪ್ರೀತಿಯ ನೆನಪಿನ ಬುತ್ತಿಯೊಂದಿಗೆ ವಿಮಾನ ಹತ್ತಿ ಹೊರಟ.

ಇವನು ಹೋದ ಮೇಲೆ ತಾಯಮ್ಮನನ್ನು ಎಲ್ಲೂ ಕಳಿಸದೇ ಅಡಿಗೆ ಕೆಲಸದ ಜವಾಬ್ದಾರಿ ನೀಡಿ ಅಲ್ಲೇ ಉಳಿಸಿಕೊಂಡರು ವೈದ್ಯ ದಂಪತಿಗಳು. ಅತ್ತ ಮಲೇಷಿಯಾಕ್ಕೆ ಹೋದ ನಚಿಕೇತ ತಂದೆ ತಾಯಿ ಅವರಾಗಲೇ ಎಂದಾದರೊಮ್ಮೆ ಫೋನ್ ಮಾಡಿದಾಗಷ್ಟೇ ಔಪಚಾರಿಕವಾಗಿ ಮಾತಾಡುತ್ತಿದ್ದ. ಆದರೆ ದಿನಕ್ಕೆರಡು ಬಾರಿ ತಾಯಮ್ಮನೊಂದಿಗೆ ಮಾತಾಡುವುದನ್ನು ತಪ್ಪಿಸುತ್ತಿರಲಿಲ್ಲ. ಅವಳೊಂದಿಗೆ ಮಾತಾಡಿದ ಮೇಲೆಯೇ ನೆಮ್ಮದಿಯಾಗಿ ಮಲಗುತ್ತಿದ್ದನಾತ.

ತಾಯಮ್ಮನ ಮಕ್ಕಳೂ ಶಾಲೆಯಲ್ಲಿ ಓದುವುದರಲ್ಲಿದ್ದಂತೆ ಮನೆಯ ಕೆಲಸಗಳಲ್ಲೂ ಹುಷಾರಿದ್ದರು. ತಾಯಮ್ಮ ವೈದ್ಯರ ಮನೆಗೆಲಸಕ್ಕೆ ಹೋದರೆ ತಾವು ತಮ್ಮ ಮನೆಯ ಎಲ್ಲ ಕೆಲಸಗಳನ್ನು ಮಾಡಿ ಮುಗಿಸುತ್ತಿದ್ದರು. ಸಮಯಕ್ಕೆ

ಸರಿಯಾಗಿ ಅಭ್ಯಾಸ ಮಾಡುತ್ತಿದ್ದರು. ನಚಿಕೇತನ ನೆನಪಿನಿಂದ ಅಮ್ಮ ಚಿಂತಿಸಿದರೆ ಅವನ ಪ್ರತಿಭೆ. ಭವಿಷ್ಯದ ಬಗ್ಗೆ ತಿಳಿ ಹೇಳಿ ಸಮಾಧಾನಿಸುತ್ತಿದ್ದರು. ವೈಧ್ಯದಂಪತಿಗಳೇನಾದರೂ ಕರೆದರೆ ಖುಷಿಯಿಂದ ಹೋಗಿ ಅವರು ಹೇಳಿದ ಕೆಲಸ ಮಾಡಿಕೊಟ್ಟು ಬರುತ್ತಿದ್ದರು.

ಅಂದೂ ಹೀಗೆ ಸಂಜೆ ಹೊತ್ತು ಅವರಿಬ್ಬರೂ ಏನೋ ಕೆಲಸ ಮಾಡುತ್ತಿದ್ದಾಗ ಗೇಟ್ ಹೊರಗಿನಿಂದ ಓಡೋಡಿ ಬಂದ ಸೆಕ್ಯೂರಿಟಿ ಗಾರ್ಡ್ 'ತಾಯಮ್ಮ' ಎಂದು ಗಾಬರಿಯಲ್ಲಿ ಕೂಗಿದ. 'ಏನು ರಾಘಣ್ಣ?' ಎಂದು ಕೇಳಿದರು ಇಬ್ಬರೂ. 'ಡಾಕ್ಟರ್ ಸರ್ ಮತ್ತು ಮೇಡಂಗೆ ಆಕ್ಸಿಡೆಂಟ್ ಆಗಿದೆಯಂತೆ ಕಣ್ರಮ್ಮಾ' ಎಂದು ತಲೆತಗ್ಗಿಸಿದ. ಗಾಭರಿಗೊಂಡ ಅವರಿಬ್ಬರೂ ಡಾಕ್ಟರ್ ಮನೆಯ ಬಳಿ ಓಡಿಹೋಗಿ ಅಮ್ಮನಿಗೆ ವಿಷಯ ತಿಳಿಸಿದಾಗ ಆಕೆಗೆ ಆಕಾಶವೇ ಕಳಚಿ ತಲೆಮೇಲೆ ಬಿದ್ದಂಗಾಯಿತು. ಕೈಕಾಲೇ ಆಡದೇ ಕೆಳಗೆ ಕುಸಿದು ಕುಳಿತಳು. ಏನು ಮಾಡಬೇಕೆಂದು ತಿಳಿಯಲಿಲ್ಲ, ಆತಂಕದಲ್ಲಿ ನಚಿಕೇತನಿಗೆ ವಿಷಯ ತಿಳಿಸಬೇಕೇ ಬೇಡವೋ ಎಂಬ ನಿರ್ಧಾರ ತೆಗೆದುಕೊಳ್ಳುವದೂ ಆಗಲಿಲ್ಲ.

ಬೆಳಿಗ್ಗೆ ತಾನೇ, ಬಾಂಬೆಯಲ್ಲಿ ಎರಡು ದಿನಗಳವರೆಗೆ ನಡೆಯಲಿರುವ ಅಖಿಲ ಭಾರತ ವೈದ್ಯರ ಸಮ್ಮೇಳನಕ್ಕೆ ಹೋಗತ್ತಿರುವುದಾಗಿ ತಿಳಿಸಿ ಹೋಗಿದ್ದರು. ತಾವು ಬರುವವರೆಗೆ ಇಡೀ ಮನೆಯ ಜವಾಬ್ದಾರಿ ತನಗೆ ವಹಿಸಿ ಹೋದದ್ದು ತಾಯಮ್ಮನಿಗೆ ನೆನಪಾಯಿತು. ನೇರವಾಗಿ ದೇವರ ಮನೆಗೆ ಹೋದವಳೇ 'ದೇವರೇ, ನನ್ನ ಗಂಡ ತೀರಿಹೋದ ಮೇಲೆ ಎರಡು ಹೆಣ್ಣುಮಕ್ಕಳೊಂದಿಗೆ ಬೀದಿಯಲ್ಲಿ ನಿಂತವಳಿಗೆ ನೆರಳು ನೀಡಿದವರು ಅವರು. ನನಗೆ ಅನ್ನ ನೀರು ನೀಡಿ, ಮಕ್ಕಳ ಬದುಕಿಗೆ ಭರವಸೆ ಕೊಟ್ಟವರು. ಅವರಿಗೆ ಏನೂ ಆಗದಿರಲಿ. ಅವರು ಹಿಂತಿರುಗಿ ಬರುವವರೆಗೆ ನಾನು ಉಪವಾಸ ಮಾಡುತ್ತೇನೆ. ಬೇಕಿದ್ದರೆ ನೀನು ನನ್ನ ಪ್ರಾಣ ತೆಗೆದುಕೊಂಡು ಅವರನ್ನು ಉಳಿಸು ತಂದೆ. ಆ ಮಗು ನಚಿಕೇತ ಅನಾಥವಾಗುವುದನ್ನು ನಾನು ನೋಡಲಾರೆ' ಎನ್ನುತ್ತಾ ನೆಲಕ್ಕೊರಗಿ ಬೇಡಿಕೊಂಡಳು. ತಾಯಿಯ ಕಣ್ಣಲ್ಲಿ ನೀರು ಕಂಡು ಮಕ್ಕಳೂ ಅಳತೊಡಗಿದರು. ವಿಷಯ ತಿಳಿದು ಉಳಿದ ಆಳುಕಾಳುಗಳೆಲ್ಲರೂ ದೊಡ್ಡದಾದ ಹಾಲ್‌ಗೆ ಬಂದು ಕಣ್ಣೀರಿಟ್ಟರು.

ಕತ್ತಲಾಗುತ್ತ ಬಂದಿತು. ಅಷ್ಟರಲ್ಲಾಗಲೇ ನಚಿಕೇತನಿಗೂ ವಿಷಯ ತಿಳಿಸಿಯಾಗಿತ್ತು. ಅವನೂ ಕೂಡಾ ಫ್ಲೈಟ್ ಮೂಲಕ ದೌಡಾಯಿಸಿ ಬಂದ. ತಾಯಮ್ಮ ಎದೆಗುಂದಿದ್ದು ನೋಡಿ, ಅವಳ ಕೈಯಲ್ಲಿ ಕೈಯಿಟ್ಟು ಸಮಾಧಾನಿಸಿದ. ಅಷ್ಟರಲ್ಲೇ ನಚಿಕೇತನ ಫೋನ್ ರಿಂಗಣಿಸಿತು. ರಿಸೀವ್ ಮಾಡಿದವನು ಆ ಕಡೆಯವರ ಮಾತಿಗೆ 'ವ್ಹಾಟ್! ಏನು ಹೇಳ್ತಿದ್ದಿರಾ ನೀವು?'

ಎಂದು ಚೀರಿದ. ತಾಯಮ್ಮ ಓಡುತ್ತಲೇ ಅವನ ಬಳಿ ಬಂದು 'ಏನಾಯ್ತು ನಚಿ?' ಎಂದು ಅಳುವ ದನಿಯಲ್ಲೇ ಕೇಳಿದಳು. 'ಇಬ್ಬರೂ ಹೋದರಂತೆ ಅಮ್ಮ' ಎಂದವನೇ ಸೋಫಾ ಮೇಲೆ ಕುಸಿದು, ಕಣ್ಣು ಮಿಟಿಕಿಸದೇ ಎಲ್ಲೋ ನೋಡುತ್ತಾ ಕುಳಿತ ಕಳೆದುಹೋದವನಂತೆ. ಏನೊಂದೂ ಮಾತಾಡದೇ ಸುಮ್ಮನಾದ. ದಂಗುಬಡಿದವನಂತಾದ. ಉಳಿದವರೆಲ್ಲ ಬೋರಾಡಿ ಅಳತೊಡಗಿದರು. ತಾಯಮ್ಮ, ಅವಳ ಮಕ್ಕಳೂ ಜೋರಾಗಿ ಅತ್ತರು. ಇಡೀ ಮನೆಯಲ್ಲಿ ಸ್ಮಶಾನ ಸದೃಶ ವಾತಾವರಣ.

ತಾಯಮ್ಮನ ಮನಸು ನಚಿಕೇತನಿಗಾಗಿ ಚಡಪಡಿಸಿತು. ಈಗ ಅವನನ್ನು ಸಂಭಾಳಿಸುವುದು ತನ್ನ ಕರ್ತವ್ಯವೆಂದು ಹೊಳೆದು ಅವನ ಬಳಿ ಹೋಗಿ ಕೈಯಲ್ಲಿ ಕೈಯಿಟ್ಟು 'ನಚಿ' ಅವನ ಬೆನ್ನ ಮೇಲೆ ಕೈಯಾಡಿಸಿ ಸಮಾಧಾನಿಸಲು ಪ್ರಯತ್ನಿಸಿದಳು. ಅವನ ಭುಜದ ಮೇಲೆ ಕೈಯಿಟ್ಟು ಸೋಫಾದ ಮೇಲೆ ಕೂಡಿಸಿದಳು. ಕೆಳಗೆ ಕೂಡಲು ಹೊರಟವಳನ್ನು ಕೈಹಿಡಿದೆತ್ತಿ ಪಕ್ಕದಲ್ಲಿ ಕೂಡಿಸಿಕೊಂಡ. ಅವಳ ಭುಜಕ್ಕೊರಗಿ ಮತ್ತೆ ಶೂನ್ಯದತ್ತ ದೃಷ್ಟಿಸಿದ.

ತುಂಬಾ ಹೊತ್ತಿನ ನಂತರ ವೈದ್ಯದಂಪತಿಗಳಿಬ್ಬರ ಶವಗಳು ಮನೆಗೆ ತಲುಪಿದಾಗ ಮನೆಯೆದುರು ಜನರ ಜಾತ್ರೆಯೇ ನೆರೆದಿತ್ತು. ಯಾವಯಾವುದೋ ಊರುಗಳಿಂದ ಡಾಕ್ಟರುಗಳೆಲ್ಲ ಬಂದು ಅಂತಿಮ ದರ್ಶನ ಪಡೆದು ಕಂಬನಿ ಮಿಡಿದರು. ಅವರ ಆಸ್ಪತ್ರೆಯಲ್ಲಿನ ಎಲ್ಲರೂ ತಮ್ಮ ಕುಟುಂಬದ ಸದಸ್ಯರನ್ನೇ ಕಳೆದುಕೊಂಡಷ್ಟು ದು:ಖಿಸಿದರು. ಹೀಗೆ ಎಲ್ಲರ ಶೋಕಸಾಗರದ ನಡುವೆಯೇ ಅವರಿಬ್ಬರ ದೇಹಗಳಿಗೆ ಅಂತ್ಯಸಂಸ್ಕಾರದ ವಿಧಿವಿಧಾನಗಳನ್ನು ಭಾರವಾದ ಮನಸಿನಿಂದ ಮಾಡಿ ಮುಗಿಸಿದ ಮಗ.

ಮುಂದಿನ ದಿನಗಳಲ್ಲಿ ಮಾಡಬೇಕಾದ ಎಲ್ಲ ಕಾರ್ಯಗಳನ್ನು ಪೂರೈಸಿದ. ಇಲ್ಲಿರುವಷ್ಟು ದಿನ ಆಗಾಗ ತಾಯಮ್ಮನೊಂದಿಗೆ ಮಾತಾಡುತ್ತಿದ್ದನೆಂಬುದನ್ನು ಬಿಟ್ಟರೆ, ಉಳಿದಂತೆಲ್ಲ ಮೌನಿಯಾಗಿದ್ದ. ಸಮಯ ನೋಡಿಕೊಂಡು ತಾಯಮ್ಮನೇ 'ಆಸ್ಪತ್ರೆ, ಮನೆ ನೋಡಿಕೊಳ್ಳೋರು ಯಾರು ಮಗ?' ಎಂದು ಪ್ರಸ್ತಾಪಿಸುತ್ತ 'ನೀನಿಲ್ಲೇ ಬಂದು ಬಿಡು ನಚಿ' ಎಂದಳು. ಅವಳತ್ತ ನೋಡಿದ ನಚಿ 'ಈಗ ಬೇಡಮ್ಮ, ನನಗೆ ಸಮಯ ಬೇಕು. ಆಸ್ಪತ್ರೆಯ ವಿಷಯ ಬಿಡಿ. ಹೋಗಿ ಮಾತಾಡಿ ಬರುತ್ತೇನೆ. ಮನೆಯಲ್ಲಿ ಹೇಗೂ ನೀವಿದ್ದೀರಲ್ಲ' ಎಂದ.

ಅಂದು ಸಂಜೆ ಆಸ್ಪತ್ರೆಗೆ ಹೋದವನು ಅಲ್ಲಿನ ಹಿರಿಕಿರಿಯರಾದ ವೈದ್ಯರನ್ನೆಲ್ಲ ಕರೆದು ಮಾತಾಡಿದ. ಈ ಹಿಂದಿನಂತೆಯೇ ಅಲ್ಲಿ ಕಾರ್ಯನಿರ್ವಹಿಸಿಕೊಂಡು ಹೋಗುವಂತೆ ವಿನಂತಿಸಿದ. ಅವರೆಲ್ಲ ಒಪ್ಪಿಗೆ ಸೂಚಿಸಿದರು ಎಲ್ಲರೂ ಹೊರ ಹೋದಮೇಲೆ ಅದೇ ತಾನೆ ಆಸ್ಪತ್ರೆಗೆ ಹೊಸ ವೈದ್ಯನಾಗಿ ಸೇರಿಕೊಂಡಿದ್ದ ಡಾ॥ ಸಂದೇಶ ನಚಿಕೇತನೊಂದಿಗೆ ಉಳಿದ. ಸಂದೇಶ ನಚಿಕೇತನ ಪ್ರೈಮರಿ

ಶಾಲೆಯ ಗೆಳೆಯ. ಮೊದಲಿನಿಂದಲೂ ಸ್ವಲ್ಪ ಬಡತನದಲ್ಲಿಯೇ ಬೆಳೆದಿದ್ದ ಸಂದೇಶ ತುಂಬ ಸಂಸ್ಕಾರವಂತ ಹುಡುಗ. ಶಾಲೆಯಲ್ಲಿ ಮೇಷ್ಟ್ರಾಗಿ ಕೆಲಸ ಮಾಡುತ್ತಿದ್ದ ಅವನ ತಂದೆ ಶ್ಯಾಮರಾಯರಿಗೆ ಮಗನ ಬಗ್ಗೆ ತುಂಬು ಭರವಸೆ. ಹೆಂಡತಿ ಅನಾರೋಗ್ಯದಿಂದ ತೀರಿಕೊಂಡಾಗಿನಿಂದಲೂ ಅವನಿಗೂ ಅವನ ತಂಗಿ ಮಾನಸಳಿಗೂ ಅವರೇ ತಾಯಿಯೂ ಆಗಿದ್ದರು. ಶ್ಯಾಮರಾಯರ ಪ್ರೀತಿ, ಪ್ರೋತ್ಸಾಹಗಳಿಂದ ಚೆನ್ನಾಗಿ ಓದಿ ಸರಕಾರಿ ಸೀಟು ದೊರಕಿಸಿಕೊಂಡು ಎಂ.ಬಿ.ಬಿ.ಎಸ್. ಓದಿದ. ಅದೇ ಶ್ರದ್ಧೆಯಿಂದಾಗಿ ಎಂ.ಡಿ ಸೀಟು ಸಿಕ್ಕಿದ್ದರಿಂದ ಅದು ಪೂರ್ಣಗೊಂಡ ಮೇಲೆ ಈ ಆಸ್ಪತ್ರೆಗೆ ವೈದ್ಯನಾಗಿ ಸೇರಿಕೊಂಡಿದ್ದ. ನಚಿಕೇತನ ಸಧ್ಯದ ಪರಿಸ್ಥಿತಿ ನೋಡಿ ಅವನಿಗೂ ನೋವಾಗಿತ್ತು. ಹೆಗಲಮೇಲೆ ಕೈ ಹಾಕಿ ಅವನನ್ನು ಸಮಾಧಾನಿಸಿದ. ಅಪ್ಪಿಕೊಂಡ. "ನೀನೇನೂ ವರಿ ಮಾಡಕೋಬೇಡ ನಚಿ. ಆಸ್ಪತ್ರೆಯ ಆಗುಹೋಗುಗಳನ್ನು ನಾನು ನೋಡಿಕೋತಿರ್ತೀನಿ"ಎಂದ.

ಮನೆಗೆ ಬಂದವನು ತಾಯಮ್ಮ ಮತ್ತು ಅಕ್ಕಂದಿರ ಜೊತೆ ಸ್ವಲ್ಪ ಸಮಯ ಕಳೆದ. ಅವತ್ತೇ ರಾತ್ರಿ ಮತ್ತೆ ಕೌಲಾಲಂಪೂರಕ್ಕೆ ಹೊರಟುನಿಂತ. ಭಾರವಾದ ಮನಸ್ಸಿನಿಂದಲೇ ಕಳುಹಿಸಿಕೊಟ್ಟರು.

ಒಂದಾರು ತಿಂಗಳು ಕಳೆದವು ಅತ್ತ ನಚಿಕೇತ ತನ್ನ ವೃತ್ತಿಯಲ್ಲಿ ನಿರತವಾಗಿ ನೋವು ಮರೆತು ಇದ್ದನಾದರೂ ತಂದೆ ತಾಯಿ ಮಾಡಿಟ್ಟ ಆಸ್ತಿ ನಿಭಾಯಿಸುವ ಪ್ರಶ್ನೆಯೇ ದೊಡ್ಡದಾಯಿತು. ಕೆಲವೊಮ್ಮೆಯಂತೂ ಯಾಕಾದರೂ ಆಸ್ತಿ ಮಾಡಿದರೋ ಎನಿಸಿ ನಿರ್ಲಿಪ್ತನಾಗುತ್ತಿದ್ದ. ಹಾಗೋ ಹೀಗೋ ದಿನಗಳು ಸರಿದಂತೆ ಎಲ್ಲವೂ ಒಂದು ಮಟ್ಟಿಗೆ ಸರಿಯಾದವು ಎನಿಸಿದಾಗ ನಿರುಮ್ಮಳನಾದ.

ಎಂದಿನಂತೆ ಅಂದೂ ವಿಶ್ವವಿದ್ಯಾಲಯದಲ್ಲಿ ಎಂ. ಎ ದ್ವಿತೀಯ ವರ್ಷದ ವಿದ್ಯಾರ್ಥಿಗಳಿಗೆ ಪಾಠ ಮಾಡುತ್ತಿದ್ದ "ಮಕ್ಕಳ ಮಾನಸಿಕ ಆರೋಗ್ಯದ ಬೆಳವಣಿಗೆಯಲ್ಲಿ ಪಾಲಕರ ಪಾತ್ರ" ಎಂಬ ವಿಷಯದ ಚರ್ಚೆ ಬಂದಾಗ, ತನ್ನ ಪಾಲಕರು, ತನ್ನ ಬಾಲ್ಯ ಜೀವನದಲ್ಲಿ ಅವರ ನಿರ್ಲಕ್ಷ್ಯವೆಲ್ಲ ನೆನಪಾಯಿತು. ಒಂದು ವೇಳೆ ತಾಯಮ್ಮಳೆಂಬುವಳು ತಮ್ಮ ಮನೆಗೆ ಬರದೇ ಹೋದರೆ, ತಾನು ಹೇಗೆ ಬೆಳೆಯುತ್ತಿದ್ದೆನೋ, ಏನಾಗುತ್ತಿದ್ದೆನೋ ಎನಿಸಿ ವಿಚಲಿತನಾದ. ಆದರೂ ನಿಯಂತ್ರಿಸಿಕೊಂಡು ವಿಷಯದ ಬಗ್ಗೆ ಸಾದ್ಯಂತವಾಗಿ ವಿವರಿಸಿದ. ವಿದ್ಯಾರ್ಥಿಗಳೊಂದಿಗೆ ಚರ್ಚಿಸಿದ. ಬಾಲ್ಯದಿಂದ ಪಾಲಕರ ದೈಹಿಕ ಹಾಗೂ ಮಾನಸಿಕ ಸಾಮಿಪ್ಯದ ಅಗತ್ಯದ ಬಗ್ಗೆ ತಿಳಿಸಿದ.

ಪಾಠ ಮುಗಿಸಿ ಬಂದವನು ಕೆಲನಿಮಿಷ ಪಾಠದ ವಿಷಯದೊಂದಿಗೆ ಅಪ್ಪ ಅಮ್ಮ ತನ್ನೊಂದಿಗೆ ನಡೆದುಕೊಂಡ ರೀತಿ, ಆಸ್ತಿ, ಅಂತಸ್ತು, ವೃತ್ತಿಗಳ

ಹಣಗಳಿಕೆಗಳಲ್ಲಿ ಮುಳುಗಿ ಬಾಲ್ಯದಿಂದ ತನ್ನತ್ತ ಲಕ್ಷ್ಯ ಕೊಡದಿರುವುದು ನೆನಪಾಯಿತು. ತಕ್ಷಣವೇ ಮನದೆದುರು ಬಂದು ನಿಂತವಳು ತಾಯಮ್ಮ. ಜನ್ಮಜನ್ಮಗಳಿಗಾಗುವಷ್ಟು ಪ್ರೀತಿಯನ್ನು ಸುರಿಸುರಿದವಳು. ಯಾಕೋ ತುಂಬ ನೆನಪಾದಳು. ಮೊಬೈಲ್ ಹೊರತೆಗೆದು ನೋಡಿದರೆ ಅಚ್ಚರಿಯೋ ಅಚ್ಚರಿ. ಊರಿನಿಂದ ಅಕ್ಕಂದಿರಿಂದ ಹನ್ನೊಂದು ಬಾರಿ ಮಿಸ್ಡ್‌ಕಾಲ್ ಆಗಿವೆ. ಮೆಸೇಜ್ ನೋಟಿಫಿಕೆಷನ್ ಕೂಡಾ ಬಂದಿವೆ. ಓಪನ್ ಮಾಡಿ ನೋಡಿದರೆ ಬರೀ ಅಳುವ ಇಮೋಜಿಗಳು. ಯಾಕೋ ಎದೆ ಢವಢವ ಬಡಿದುಕೊಳ್ಳಲಾರಂಭಿಸಿತು. ತಡಮಾಡದೇ ಫೋನಾಯಿಸಿದ.

ಆ ಕಡೆಯಿಂದ ಅಕ್ಕಂದಿರ ಆತಂಕದ ದನಿ ಕೇಳಿತು. 'ನಚಿ, ಅಮ್ಮನಿಗೆ ಹಾರ್ಟಅಟ್ಯಾಕ್ ಆಗಿದೆ ಕಣೋ' ಎಂದವರೇ ಜೋರಾಗಿ ಅಳತೊಡಗಿದರು. ಸುದ್ದಿ ಕೇಳಿದ ನಚಿಕೇತನ ಎದೆಯೊಡೆದಂತಾಯ್ತು. ಅವರನ್ನು ಸಮಾಧಾನಿಸುವದಿರಲಿ, ತನ್ನನ್ನೇ ಹೇಗೆ ಸಂಭಾಳಿಸಕೊಳ್ಳುವದೆಂದು ತಿಳಿಯದಾಯಿತು. ಅವನಿಗೆ ಆಘಾತವಾದಂತಾಯ್ತು. ಯಾರೊಂದಿಗೆ ಏನನ್ನೂ ಮಾತಾಡದೇ ನೇರ ವಿಮಾನ ನಿಲ್ದಾಣಕ್ಕೆ ಬಂದ.

ಅಲ್ಲಿ ಭಾರತಕ್ಕೆ ಅರ್ಧಗಂಟೆಯಲ್ಲಿ ಹೊರಡಲಿರುವ ವಿಮಾನದ ಟಿಕೇಟ್ ಸಿಗುವ ಸಾಧ್ಯತೆ ಇರಲಿಲ್ಲವಾದರೂ, ಸಂದರ್ಭ ವಿವರಿಸಿ ಹೇಗೋ ಟಿಕೇಟ್ ಪಡೆದು ವಿಮಾನ ಹತ್ತಿದವನಿಗೆ ಇಷ್ಟೆಲ್ಲ ಹಿನ್ನೆಲೆಯ ನೆನಪುಗಳು ಕಣ್ಮುಂದೆ ಬಂದವು.

ಬರುವಾಗ ದಾರಿಯುದ್ದಕ್ಕೂ ಗೆಳೆಯ ಸಂದೇಶನಿಂದ ತಾಯಮ್ಮನ ಸ್ಥಿತಿಯ ವಿವರವನ್ನು ಕ್ಷಣಕ್ಷಣಕ್ಕೂ ಪಡೆಯುತ್ತಿದ್ದ. ಆತಂಕ ಹೆಚ್ಚುತ್ತಲೇ ಇತ್ತು. ದೇವರ ಮೊರೆ ಹೋದ. ಯಾವಾಗ ಆಕೆಯೆದುರು ಹೋಗುವೆನೋ ಎಂದು ಕಾತರಿಸಿ, ಫ್ಲೈಟ್ ಇಳಿದವನೇ ನೇರವಾಗಿ ಅಸ್ಪತ್ರೆಗೆ ಹೋದ. ಸಂದೇಶ ತಾಯಮ್ಮನ ಬಳಿ ಐ.ಸಿ.ಯು.ನಲ್ಲಿದ್ದೇ ನೋಡಿಕೋಳ್ಳುತ್ತಿದ್ದ. ಅವಳಿಗೆ ಬೆಳಿಗ್ಗೆ ತಾನೇ ಓಪನ್ ಹಾರ್ಟ್ ಸರ್ಜರಿ ಮಾಡಿದ್ದರು. ಪ್ರಜ್ಞಾಹೀನ ಸ್ಥಿತಿಯಲ್ಲಿದ್ದಳು. ಆ ರೀತಿ ಅವಳನ್ನು ಆ ಸ್ಥಿತಿಯಲ್ಲಿ ನೋಡುವುದು ಸಂಕಟವೆನಿಸಿತು. ನೀರು ಕಣ್ತುಂಬಿ ಬಂದವು. ಅಲ್ಲೇ ನಿಂತಿದ್ದ ಅಕ್ಕಂದಿರ ಮುಖ ನೋಡುವ ಧೈರ್ಯವಾಗಲಿಲ್ಲ. ಅವರೇ ಇವನನ್ನು ನೋಡಿ ಬಿಕ್ಕುತ್ತ ನಿಂತರು.

ಒಂದಷ್ಟು ಹೊತ್ತು ಬಿಟ್ಟು ತಾನಲ್ಲೇ ಇದ್ದು ನೋಡಿಕೊಳ್ಳುವುದಾಗಿ ಹೇಳಿ, ಅವರನ್ನು ಒತ್ತಾಯಿಸಿ ಮನೆಗೆ ಕಳಿಸಿದ. ಸಂದೇಶ ಎಷ್ಟೇ ಒತ್ತಾಯಿಸಿದರೂ ಏನೂ ತಿನ್ನಲಿಲ್ಲ. ಮಧ್ಯರಾತ್ರಿಯಾದರೂ ಆ ಜಾಗಬಿಟ್ಟು ಕದಲಲಿಲ್ಲ. ಮರುದಿನ ಬೆಳಗಿನ ಜಾವ ಐದರ ಸುಮಾರಿಗೆ ತಾಯಮ್ಮನ ಕೈಹಿಡಿದುಕೊಂಡೆ ಕುಳಿತವನಿಗೆ ಜೋಂಪು ಹತ್ತಿದಂತಾಗಿತ್ತು. ಒಂದು ಕ್ಷಣ ಅವಳ ಕೈ ಅಲುಗಾಡಿದಂತೆನಿಸಿ

ದಡಕ್ಕನೇ ಎಚ್ಚರಗೊಂಡು ನೋಡಿದ. ತಾಯಮ್ಮನಿಗೆ ಪ್ರಜ್ಞೆ ಬಂದು ಸ್ವಲ್ಪ ಕಣ್ಣು ತೆರೆದು ಇವನತ್ತ ನೋಡಿದಳು. ತಕ್ಷಣವೇ ಆಸ್ಪತ್ರೆಯಲ್ಲಿ ಇದ್ದ, ಡಾ. ಸಂದೇಶಗೆ ಫೋನ್ ಮಾಡಿದ. ಏನೋ ಹೇಳಲು ಪ್ರಯತ್ನಿಸುತ್ತಿದ್ದಳು. ಇವನು ಅವಳ ಹಸ್ತವನ್ನು ಒತ್ತಿ 'ಅಮ್ಮಾ' ಎಂದ ಇವನೆಡೆ ಕೆಲವಷ್ಟು ಕ್ಷಣ ಬಿಡದೇ ನೋಡಿದವಳು ಮತ್ತೆ ಕಣ್ಮುಚ್ಚಿದಳು. ಒಳ ಬಂದ ವೈದ್ಯರು ಪರೀಕ್ಷೆ ಮಾಡಿ ನೋಡಿದರೆ ತಾಯಮ್ಮನ ಪ್ರಾಣಪಕ್ಷಿ ಹಾರಿಹೋಗಿತ್ತು. 'ಸಾರಿ ನಚಿ' ಎಂದು ಅವನ ಭುಜದ ಮೇಲೆ ಕೈಯಿಟ್ಟು ಹೇಳಿ ಕಣ್ಣೀರೊರೆಸಿಕೊಂಡು ಹಿಂದೆ ಸರಿದ ಡಾ.ಸಂದೇಶ.

ಮುಂದೆ ಎಲ್ಲವೂ ನಡೆಯಬೇಕಾದಂತೆ ನಡೆದವು. ಹೆಣ್ಣುಮಕ್ಕಳ ರೋದನೆ, ನಚಿಕೇತನ ವೇದನೆ, ಉಳಿದವರ ದು:ಖಗಳ ನಡುವೆ ಮಣ್ಣನಪ್ಪಿದಳು ತಾಯಮ್ಮ. ಹೆತ್ತಮಗನಂತೆ ಎಲ್ಲ ಕಾರ್ಯ ಮಾಡಿ ಮುಗಿಸಿದ ನಚಿಕೇತನ ಮನಸಿನಲ್ಲಿ ಒಂಥರಾ ಶೂನ್ಯಸೃಷ್ಟಿ ಈ ಅನಿರೀಕ್ಷಿತ ಆಘಾತದಿಂದ ಅವನ ಮನ ಮ್ಲಾನಗೊಂಡಿತು. ತಾಯಮ್ಮನ ಋಣ ತೀರಿಸಲು ಸಾಧ್ಯವೇ ಎನಿಸಿ ಇಬ್ಬರೂ ಅಕ್ಕಂದಿರ ಮುಖ ನೋಡಿದ ನೊಂದುಕೊಂಡು ಬೆಂದು ಬಳಲಿದ. ತನ್ನೊಳಗೆ ಅಳುವನ್ನು ಮುಚ್ಚಿಟ್ಟು ಅವರನ್ನು ಸಮಾಧಾನಿಸಲು ಯತ್ನಿಸಿದ.

ದಿನಗಳು ಕಳೆದವು. ಮಾಡಬೇಕಾದ ವಿಧಿವಿಧಾನಗಳೆಲ್ಲ ಮುಗಿದವು. ದಿನಕರ್ಮಾದಿಗಳು ಸಂಪನ್ನಗೊಂಡರೂ ಯಾಕೋ ಈ ಬಾರಿ ನಚಿಕೇತನಿಗೆ ಮನೆಬಿಡಲು ಮನಸಾಗಲಿಲ್ಲ. ನಿಂತಲ್ಲಿ ಕುಂತಲ್ಲೆಲ್ಲ ತಾಯಮ್ಮ ಕಂಡಳು. ಆಸ್ಪತ್ರೆಯಲ್ಲಿ ಕೊನೆಯ ಬಾರಿ ತನ್ನನ್ನು ನೋಡಿ ಜೀವ ತೊರೆದವಳ ಮುಖ ಕಣ್ಮುಂದೆಯೇ ಇದ್ದಿತು. ಮುಂದೇನು? ಎಂಬ ಪ್ರಶ್ನೆ ಸುಳಿಯುತ್ತಲೇ ಇತ್ತು.

ಕೆಲವು ದಿನಗಳ ನಂತರ ಭಾನುವಾರದ ಒಂದುದಿನ ತನ್ನನ್ನು ಆಡಿಸಿದ ತೊಟ್ಟಿಲಿನ ಮುಂದೆ ನಿಂತು ತಾಯಮ್ಮನನ್ನು ನೆನಪಿಸಿಕೊಂಡು ಕಣ್ಣಾಲಿ ತುಂಬಿಕೊಂಡಿದ್ದ. ಅದೇ ವೇಳೆಗೆ ಒಳಬಂದ ಸಂದೇಶ. ಇಬ್ಬರೂ ಕುಳಿತು ತುಂಬ ಹೊತ್ತು ಮಾತಾಡಿದರು. ತಾನುಂಡ ನೋವುಗಳನ್ನು ಹೇಳಿಕೊಂಡ ಸಂದೇಶ ಇವನನ್ನು ಸಮಾಧಾನಿಸಿದ.

ಸದ್ಗುಣಿಯಾದ ಸಂದೇಶನ ಬಗ್ಗೆ ನಚಿಗೆ ಅತೀವ ಪ್ರೀತಿ, ವಿಶ್ವಾಸ. ಮಾತಾಡುತ್ತ ಕುಳಿತವರಿಗೆ ಕಾಫಿ ತಂದು ಕೊಟ್ಟಳು ಅಕ್ಕ ಕವಿತಾ. ಕಾಫಿ ಕಪ್ ತೆಗೆದುಕೊಂಡ ಸಂದೇಶನಿಗೆ ಆಸ್ಪತ್ರೆಯಲ್ಲಿ ಸುಮಾರು ಬಾರಿ ಅವಳನ್ನು ನೋಡಿದ್ದರೂ ಇವತ್ತೇ ಹೊಸತಾಗಿ ಎಂಬಂತೆ ನೋಡತೊಡಗಿದ. ಇದನ್ನು ಗಮನಿಸದೇ ಇರಲಿಲ್ಲ ನಚಿಕೇತ. ಆದರೆ ಏನೂ ಪ್ರತಿಕ್ರಿಯಿಸಲಿಲ್ಲ. ತುಂಬ ಆಲೋಚನೆಯಲ್ಲಿ ಮುಳುಗಿದ. ಏನೋ ಸಮಾಧಾನ. ಸಂದೇಶ ಹೋದ ಮೇಲೆ ತಾಯಮ್ಮನ ಸಮಾಧಿ ಬಳಿ ಹೋಗಿ ಗುಲಾಬಿಗುಚ್ಛವಿಟ್ಟು 'ಅಮ್ಮ ನೀನೇನೂ

ಚಿಂತೆ ಮಾಡಬೇಡಮ್ಮ ಆರಾಮಾಗಿರು. ನಾನೆಲ್ಲ ನೋಡಿಕೊಳ್ಳುತ್ತೇನೆ' ಎಂದುಸುರಿದ.

ತುಂಬ ಯೋಚನೆ ಮಾಡಿ ವಿಶ್ವವಿದ್ಯಾಲಯದ ಕೆಲಸಕ್ಕೆ ರಾಜೀನಾಮೆ ಕೊಟ್ಟು ಮೇಲ್ ಮಾಡಿದ. 'ಮುಂದೇನೋ?' ಎಂದ ಸಂದೇಶನಿಗೆ ಮುಗುಳ್ನಗೆಯ ಉತ್ತರ ಕೊಟ್ಟ.

ದಿನಗಳು ತಿಂಗಳುಗಳು ಉರುಳತೊಡಗಿದವು. ಒಂದು ದಿನ ಕೌಲಾಲಂಪುರದಲ್ಲಿ ತನ್ನೊಂದಿಗೆ ಮೊದಲು ವಾಸವಾಗಿದ್ದ ಕರ್ನಾಟಕದ ಮಿತ್ರ ಅಮಿತನನ್ನೂ ಸಂದೇಶನನ್ನೂ ಮನೆಗೆ ಕರೆದ. 'ಏನಪಾ ವಿಶೇಷ' ಎಂದು ಅಚ್ಚರಿಗೊಂಡರು.

ತಿಂಡಿ, ಕಾಫಿ ಮುಗಿದ ಮೇಲೆ ಮಾತು ಶುರು ಮಾಡಿದ ನಚಿಕೇತ. 'ನೋಡ್ರೋ, ನಾನೊಂದು ಮಾತು ಕೇಳ್ತಿನಿ ನಿಮಗಿಬ್ಬರಿಗೂ. ನಡೆಸಿಕೊಡ್ತೀರಾ?' ಎಂದವನಿಗೆ ಕಣ್ಣಲ್ಲೇ ಒಪ್ಪಿಗೆ ಸೂಚಿಸಿದರವರು. 'ನಿಮಗೆ ಗೊತ್ತಿಲ್ಲದ್ದೇನಿದೆ? ಈಗ ನನಗೆ ನನ್ನ ಅಕ್ಕಂದಿರ ಜವಾಬ್ದಾರಿ ಇದೆ. ಅದನ್ನು ನಿಭಾಯಿಸಲು ನಿಮ್ಮಿಂದ ಮಾತ್ರ ಸಾಧ್ಯ' ಎಂದವನ ಮಾತಿಗೆ ಮುಖಮುಖ ನೋಡಿಕೊಂಡರವರು. 'ಏನಿಲ್ಲ, ನೀವು ಹೂಂ ಅನ್ನೋದಾದರೆ ನಮ್ಮ ಅಕ್ಕಂದಿರು ನಿಮ್ಮ ಮನೆ ಮನ ಬೆಳಗುತ್ತಾರೆ' ಎಂದವನ ಮಾತು ಅವರಿಗೆ ಅರ್ಥವಾಗಲು ಕೆಲಕ್ಷಣ ಬೇಕಾದವು. ಸಂದೇಶನಿಗೆ ಕವಿತಾಳನ್ನು, ಅಮಿತನಿಗೆ ಕಾವ್ಯಳನ್ನು ಮದುವೆ ಮಾಡಿಕೊಡುವ ಅವನ ಮನದಿಂಗಿತಕ್ಕೆ ಗೆಳೆಯರಿಬ್ಬರೂ ಮನಸಾರೆ ಒಪ್ಪಿಗೆ ಸೂಚಿಸಿದರು. ಹಗುರವಾಯಿತು ನಚಿಕೇತನ ಮನಸು.

ಸ್ವಲ್ಪ ಹೊತ್ತಿನ ನಂತರ ಸಂದೇಶ 'ಅಲ್ಲ ಕಣೋ, ನಿನ್ನ ಋಣ ತೀರಿಸುವ ಅವಕಾಶ ನಮಗಷ್ಟು ಕೊಡೋ' ಎಂದ. ಏನೆಂಬಂತೆ ನೋಡಿದ ನಚಿಕೇತ. 'ನನಗೂ ಒಬ್ಬ ಮಗು ಮನಸ್ಸಿನ ತಂಗಿಯಿದ್ದಾಳೆ ಕಣೋ. ನಮ್ಮ ಮಾನಸ ನಿನ್ನ ಮನೆಯಲ್ಲಿ ದೀಪ ಬೆಳಗಿಸಲು ನಿನ್ನ ಅಭ್ಯಂತರವಿಲ್ಲವಷ್ಟೇ?' ಎಂದು ಕೇಳಿದ. ಅನಿರೀಕ್ಷಿತವಾದ ಈ ಪ್ರಶ್ನೆಗೆ ನಚಿಕೇತ ಅಚ್ಚರಿಗೊಂಡನಾದರೂ ನಿರಾಕರಿಸಲು ಕಾರಣವೇನೂ ಕಾಣಲಿಲ್ಲ ಅವನಿಗೆ.

ಅತ್ತ ತಾಯಮ್ಮನ ಸಮಾಧಿಯ ಮೇಲೆ ನಚಿಕೇತ ಇಟ್ಟ ಗುಲಾಬಿ ಹೂ ಸಮಾಧಾನದಿಂದ ಮುಗುಳ್ನಕ್ಕಿತು.

11

ಪೂರ್ಣಿ ಮತ್ತು ಕುಟುಂಬ

ಯಾಕೋ ಪೂರ್ಣಿಗೆ ಈಗೀಗ ಸಮಾಜಅಧ್ಯಯನದ ವಿಷಯವೆಂದರೆ ತುಂಬಾನೇ ಇಷ್ಟವಾಗುತ್ತಿದೆ. ತಮ್ಮ 'ಆದರ್ಶ ಶಾಲೆಯ'ಯ ಒಂಭತ್ತನೇ ತರಗತಿ 'ಬಿ' ವಿಭಾಗದ ಕ್ಲಾಸ್ ಟೀಚರ್ ಆಗಿದ್ದ ವೀಣಾ ಟೀಚರ್ ಎಂದರೇನೇ ತುಂಬ ಇಷ್ಟವಾದದ್ದಕ್ಕೆ ಅವರು ಕಲಿಸುವ ವಿಷಯ ಇಷ್ಟು ಇಷ್ಟವಾಗುತ್ತಿದೆಯೋ, ಅಥವಾ ಮೊದಲ ಪಿರಿಯಡ್‌ಗೆ ಬರುವ ಅವರು ಬಹಳ ವಿವರ ನೀಡುತ್ತಾ ಸುತ್ತಮುತ್ತಲಿನ ಪರಿಚಿತ ಉದಾಹರಣೆಗಳ ಸಮೇತ ತಿಳಿಸುತ್ತಾ, ಮಕ್ಕಳಿಗೆಲ್ಲ ಮುಕ್ತವಾಗಿ ಪ್ರಶ್ನಿಸಲು, ಚರ್ಚಿಸಲು ಅವಕಾಶ ಒದಗಿಸುತ್ತಿರುವುದಕ್ಕೋ ಇರಬಹುದೆನೋ! ಒಟ್ನಲ್ಲಿ ಬೆಳಗಾಗಿ ಶಾಲೆಗೆ ಹೋಗಿ ವೀಣಾ ಟೀಚರ್ ಅವರ ಕ್ಲಾಸ್‌ನಲ್ಲಿ ಕೂತು ಅವರ ಪಾಠ ಕೇಳುವುದಕ್ಕೆ ಕಾಯುತ್ತಿದ್ದಳು. ಅದರಲ್ಲೂ ಇವತ್ತಂತೂ ಕುಟುಂಬ ವ್ಯವಸ್ಥೆಯ ಬಗೆಗಿನ ಪಾಠಕ್ಕಂತೂ ತುಸು ಹೆಚ್ಚೇ ಕಾತುರಳಾಗಿದ್ದಳು ಪೂರ್ಣಿ.

ಎಂದಿನಂತೆ ಮಕ್ಕಳ ಹಾಜರಿ ತೆಗೆದುಕೊಂಡು, ಸದಾ ಹಸನ್ಮುಖಿಯಾದ ವೀಣಾ ಟೀಚರ್ ಇಂದೂ ಕೂಡ ಮಂದಹಾಸ ಮುಖದಲ್ಲಿ ಧರಿಸಿಯೇ ಪಾಠ ಶುರುಮಾಡಿದರು. ಪೂರ್ಣಿ ಮೈಯೆಲ್ಲಾ ಕಿವಿಯಾಗಿ ಕುಳಿತಳು. ಕುಟುಂಬದ ಅರ್ಥವನ್ನು ಸವಿವರವಾಗಿ ವಿವರಿಸಿದ ಅವರು 'ಎಷ್ಟು ಜನ ನಿಮ್ಮ ಕುಟುಂಬವನ್ನು ಪ್ರೀತಿಸುತ್ತೀರಿ? ನಿಮ್ಮ ಕುಟುಂಬದಲ್ಲಿ ನಿಮಗೆ ಯಾರೆಂದರೆ ತುಂಬಾ ಇಷ್ಟ? ಅವರೇಕೆ ನಿಮಗಿಷ್ಟ? ಅವರಲ್ಲಿರುವ ಯಾವ ಗುಣ ನಿಮಗೆ ಹೆಚ್ಚು ಇಷ್ಟ? ಎಂದೆಲ್ಲ ಪ್ರಶ್ನೆಗಳನ್ನು ಕೇಳುತ್ತಲೇ ಮಕ್ಕಳನ್ನು ಪಾಠದಲ್ಲಿ ತೊಡಗಿಕೊಳ್ಳುವಂತೆ ಮಾಡಿದರು. ಯಾವಾಗಲೂ ಹೀಗೆಯೇ! ತಾವು ಸುಮ್ಮನೆ

ಹೇಳುತ್ತಾ ಹೋಗುವುದು, ಮಕ್ಕಳು ಸುಮ್ಮನೆ ಕೂತು ಕೇಳಬೇಕು ಎನ್ನುವ ರೀತಿ ಮಾಡಿದ್ದೇ ಇಲ್ಲ ಅವರು. ಅವರ ಪ್ರಶ್ನೆಗಳಿಗೆಲ್ಲ ಮಕ್ಕಳು ಖುಷಿಯಾಗಿ ಹುರುಪಿನಿಂದಲೇ ಎದ್ದು ನಿಂತು ಉತ್ತರಿಸಿದರು. ಕೆಲವರು ಅಪ್ಪ ಇಷ್ಟ ಎಂದರೆ, ಒಂದಷ್ಟು ಮಕ್ಕಳು ಅಮ್ಮ, ಅಜ್ಜಿ, ಅಣ್ಣ ಎಂದೆಲ್ಲ ಉತ್ತರಿಸಿದರು. ಪೂರ್ಣಿಯ ಉತ್ತರಕ್ಕಂತೂ ಎಲ್ಲಾ ಮಕ್ಕಳ ಜೊತೆ ಮೇಡಂ ಕೂಡಾ ಹುಬ್ಬೇರಿಸಿದರು.

'ನನಗಂತೂ ನಂ ಕುಟುಂಬದಲ್ಲಿ ಪ್ರತಿಯೊಬ್ಬರೂ ಇಷ್ಟ. ಮನೆಗೇ ಬಾಸ್ ಥರಾ ಇರೋ ಅಜ್ಜ, ಕಥೆ ಹೇಳಿ ಮುದ್ದು ಮಾಡೋ ಅಜ್ಜಿ, ಮನೆಯ ಎಲ್ಲರನ್ನು ಮಕ್ಕಳಂತೆ ನೋಡುವ ಶಾರದಾ ದೊಡ್ಡಮ್ಮ, ಆಫೀಸಿನಿಂದ ಬರುವಾಗ ಎಲ್ಲರಿಗೂ ಏನನ್ನಾದರೂ ತಂದು ಕೊಡುವ ಅನಂತ ಚಿಕ್ಕಪ್ಪ, ಮತ್ತೆ ಕೇಶವ ಚಿಕ್ಕಪ್ಪ, ರುಚಿ ರುಚಿ ಅಡುಗೆ ಮಾಡಿ, ಎಲ್ಲರಿಗೂ ಪ್ರೀತಿಯಿಂದ ಬಡಿಸುವ ಅಮ್ಮ, ಶಾಂತಾ ಚಿಕ್ಕಮ್ಮ, ಮತ್ತೆ ಲತಾ ಚಿಕ್ಕಮ್ಮ. ನಮಗೆಲ್ಲ ಅಕ್ಕರೆಯಿಂದ ಕಾಡಿಸುವ ರವಿ ಅಣ್ಣ, ಅಭಿ ಅಣ್ಣ, ರಾಜಣ್ಣ, ಹಾಗೆಯೇ ಸಣ್ಣಪುಟ್ಟದ್ದಕ್ಕೆಲ್ಲ ಜಗಳ ಮಾಡೋ ತಮ್ಮ ಚಿನ್ನು, ಶೀಲಕ್ಕ, ತಂಗಿ ಶೈಲಾ, ಮತ್ತೆ ಮೊನ್ನೆ ತಾನೇ ಹುಟ್ಟಿರೋ ರಾಜಣ್ಣನ ಪುಟ್ಟ ಮಗು, ನಾವೆಲ್ಲ ಚಿಕ್ಕವರಿದ್ದಾಗ ಕೂಸುಮರಿ ಮಾಡಿ ಆಡ್ತಿಸ್ತಿದ್ದ ಮನೆಗೆಲಸದ ರಾಮಣ್ಣ, ಪದ್ದಕ್ಕ...ಹೀಗೇ ಎಲ್ಲ್ರೂ ಅಂದ್ರೆ ಎಲ್ರೂ ನಂಗೆ ತುಂಬಾ ಇಷ್ಟ. ಎಲ್ರೂ ಇರೋದಕ್ಕೆ ನಾವೆಲ್ಲ ಮನೆಯಲ್ಲಿ ಯಾವಾಗಲೂ ಖುಷಿಖುಷಿಯಾಗಿ ಇರ್ತೀವಿ' ಎಂದುತ್ತರಿಸಿದ ಪೂರ್ಣಿ ಮುಖದಲ್ಲಿ ತೃಪ್ತಿಯ ನಗು. ಮೇಡಂಗೆ ಅಚ್ಚರಿ. ಇಲ್ಲಿವರೆಗೂ ಈ ಥರ ಉತ್ತರ ಯಾರೂ ನೀಡಿರಲಿಲ್ಲವಲ್ಲ ಎಂದು. ಇನ್ನು ಕ್ಲಾಸಿನಲ್ಲಿದ್ದ ಹುಡುಗಹುಡುಗಿಯರಿಗೆ 'ಅಬ್ಬಾ! ಏನಪ್ಪ ಇವಳು. ಒಂದು ಅಂಕದ ಪ್ರಶ್ನೆಗೆ ನಾಲ್ಕು ಅಂಕದ ಉತ್ತರ ಕೊಟ್ಟಳಲ್ಲ' ಅನಿಸಿದ್ದು ಸುಳ್ಳಲ್ಲ. ತುಂಬು ಕುಟುಂಬದಲ್ಲಿ ಬೆಳೆದಿರುವ ಈ ಹುಡುಗಿಯ ಉತ್ತರಕ್ಕೆ ತುಂಬುನಗೆ ನಕ್ಕರು ವೀಣಾ ಟೀಚರ್.

ಹೌದು, ಪೂರ್ಣಿಯಿರುವದು ಒಂದು ತುಂಬುಕುಟುಂಬದಲ್ಲಿ. ಮನೆ ತುಂಬ ಮಂದಿ. ಮನದ ತುಂಬ ಪ್ರೀತಿ. ಎಲ್ಲರೂ ಎಲ್ಲರ ಮಕ್ಕಳನ್ನು ಪ್ರೀತಿಸುತ್ತಿದ್ದರು. ಎಂದಿಗೂ ಮಕ್ಕಳಲ್ಲಿ ಭೇದಭಾವ ಮಾಡುತ್ತಿರಲಿಲ್ಲ. ಎಲ್ಲರೂ ಅಜ್ಜ ಅಜ್ಜಿಗೆ ತಲೆಬಾಗುತ್ತಿದ್ದರು. ಅವರ ಮಾತೆಂದರೆ ಎಲ್ಲರಿಗೂ ಗೌರವ. ಅವರು 'ಹೂಂ' ಅಂದಿದ್ದನ್ನೇ ಮಾಡುವದು, ಬೇಡ ಅಂದಿದ್ದನ್ನು ಬಿಡುವುದು ಆ ಮನೆಯ ಅಲಿಖಿತ ನಿಯಮ. ದುಡಿದು ಬಂದ ಹಣವನ್ನು ಎಲ್ಲರೂ ತಂದು ಅಜ್ಜನ ಕೈಗೆ ಕೊಡುತ್ತಿದ್ದರು. ಮನೆಬಳಕೆಗೆ ಬೇಕಾದಾಗ ಮತ್ತೆ ಅವರಿಂದಲೇ ಹಣ ಪಡೆಯುತ್ತಿದ್ದರು. ಮನೆಯ ಹೆಂಗಸರೆಲ್ಲ ಅಜ್ಜಿಯ ಅಪ್ಪಣೆಯಿಲ್ಲದೇ ಏನನ್ನೂ ಮಾಡುತ್ತಿರಲಿಲ್ಲ, ಅಡಿಗೆಯನ್ನೂ ಸಹ. ಮಕ್ಕಳೆಲ್ಲರೂ ಒಂದೆಡೆ ಕೂತು ಅಭ್ಯಾಸ ಮಾಡುತ್ತಿದ್ದರು. ನಂತರ ಆಟ ಆಡುವುದು, ಟಿ.ವಿ

ನೋಡುವುದು, ಎಲ್ಲ ಸೇರಿ ಊಟ ಮಾಡಿ, ಅಜ್ಜಿ ಸುತ್ತ ಸೇರಿ ಕಥೆ ಕೇಳಿ ಮಲಗುತ್ತಿದ್ದರು. ಯಾರೊಬ್ಬರಿಗೆ ತೊಂದರೆಯಾದರೂ ಎಲ್ಲರೂ ಮುಂದೆ ಬಂದು ನಿಲ್ಲುತ್ತಿದ್ದರು. ಆರೋಗ್ಯದಲ್ಲೇನಾದರೂ ವ್ಯತ್ಯಾಸವಾದರೆ ಸಾಕು. ಅವರು ಸುಧಾರಿಸಿಕೊಳ್ಳುವವರೆಗೂ ಯಾರಿಗೂ ಸಮಾಧಾನ ಇರುತ್ತಿರಲಿಲ್ಲ. ಎಲ್ಲರೂ ಸೇರಿ ಎಲ್ಲರಿಗೂ ಒಳ್ಳೆಯದನ್ನೆ ಬಯಸುತ್ತ ಸಂತಸದಿಂದಿದ್ದರು.

ಹಬ್ಬ ಹರಿದಿನಗಳೆಂದರೆ ಆ ಮನೆಯಲ್ಲಿ ಮನರಂಜನೆಯ ಮಹಾಪೂರ ಎಂದೇ ಹೇಳಬೇಕು. ಹಾಡು ಹಸೆ, ಮದುವೆ ಮುಂಜುವಿ ಎಂದರೆ ಮನೆಯಿಡೀ ಸಂಭ್ರಮ. ಅಡುಗೆಮನೆಯಲ್ಲಿ ಸಿಹಿತಿನಿಸುಗಳ ಅಬ್ಬರ. ಹೊಸ ಬಟ್ಟೆಗಳ ಸಡಗರ. ಮಕ್ಕಳಿಗಂತೂ ಮನೆ ತುಂಬಾ ಅತ್ತಿಂದಿತ್ತ ಓಡಾಡುವ ಸಂಭ್ರಮ. ಇನ್ನು ಹುಣ್ಣಿಮೆಯಿದ್ದರಂತೂ ಖುಷಿಯೇ ಖುಷಿ. ಅವತ್ತು ರಾತ್ರಿ 'ಬೆಳದಿಂಗಳೂಟ'ದ ಸಡಗರ. ಮಾಳಿಗೆ ಮೇಲೆ ಚಂದ್ರನ ಬೆಳಕಲ್ಲಿ ಒಂದು ಪಾತ್ರೆಯಲ್ಲಿ ಮೊಸರನ್ನ ಕಲಿಸಿಟ್ಟು, ಮಧ್ಯ ಅಜ್ಜಿ ಕೂತು ಮನೆಮಂದಿಯಲ್ಲ ಸುತ್ತುವರೆದು, ಅವಳು ಒಬ್ಬೊಬ್ಬರಿಗೆ ಮೊಸರನ್ನದ ಕೈತುತ್ತು ಕೊಡುತ್ತಿದ್ದರೆ ಎಲ್ಲರಿಗೂ ಸ್ವರ್ಗಾನಂದ. ಊಟವಾದ ನಂತರ ಮಾಳಿಗೆಯುದ್ದಕ್ಕೂ ಹಾಸಿಗೆ ಹಾಸಿ, ನಕ್ಷತ್ರ ಎಣಿಸುತ್ತ, ಕೌದಿಯೊಳಗೆ ಕಾಲು ಚಾಚಿ ಮಲಗಿದರೆ ಕನಸು ಹೆಣೆಯುತ್ತಲೇ ನಿದ್ದೆಗೆ ಜಾರುತ್ತಿದ್ದರು.

ಮತ್ತೆ ಪಾಠ ಮುಂದುವರೆಸಿದ ಟೀಚರ್ ಪೂರ್ಣಿಯ ಉತ್ತರವನ್ನೇ ಉಲ್ಲೇಖಿಸುತ್ತ, ಕುಟುಂಬದ ಮಹತ್ವವನ್ನು ಮಕ್ಕಳಿಗೆ ಮನಮುಟ್ಟುವಂತೆ ವಿವರಿಸಿದರು. ಪೂರ್ಣಿಯಂತೂ ಮನೆಯವರ ಬಗ್ಗೆ ಹೇಳಿಕೊಂಡಿದ್ದಕ್ಕೆ ಖುಷಿಖುಷಿಯಾಗಿದ್ದಳು. ಅವತ್ತು ಇಡೀ ದಿನ, ಶಾಲೆ ಬಿಡೋವರೆಗೂ ನಗೆಯಿಂದ ಬೀಗುತ್ತಿದ್ದಳು.

'ಏನಿವತ್ತು ನಂ ಮನೆ ರಾಜಕುಮಾರಿ ಇಷ್ಟು ನಗುತ್ತಿದ್ದಾಳೆ' ಅನಿಸಿತು ಮನೆಯಲ್ಲಿ ಎಲ್ಲರಿಗೂ. ಅದೇ ಸಂತಸದಲ್ಲೇ ಅಭ್ಯಾಸ ಮಾಡಿ ಮುಗಿಸಿ ಅಜ್ಜಿ ಪಕ್ಕದಲ್ಲಿ ಹಾಯಾಗಿ ಮಲಗಿದ್ದಳು. ನಾಳೆ ವೀಣಾ ಮೇಡಂ ಏನು ಹೇಳುತ್ತಾರೋ ಎಂಬ ಯೋಚನೆ ಮಾಡುತ್ತಲೇ ನಿದ್ರೆಗೆ ಜಾರಿದಳು.

ಎರಡನೆಯ ದಿನದ 'ಕುಟುಂಬ ವ್ಯವಸ್ಥೆ'ಯ ಪಾಠ ಕೇಳಲು ತುಸು ಹೆಚ್ಚೇ ಕಾತುರಳಾಗಿದ್ದ ಪೂರ್ಣಿ ಸ್ವಲ್ಪ ಮೊದಲೇ ಶಾಲೆಗೆ ಹೋದಳು. ಬೆಳಿಗ್ಗೆ ಶಾಲಾ ಆವರಣ ಸ್ವಚ್ಛತೆ ಮಾಡಿ, ಪ್ರಾರ್ಥನೆ ಬೇಗ ಮುಗಿದರೆ ಸಾಕಪ್ಪ ಎಂದುಕೊಂಡಳು ಮನಸ್ಸಿನಲ್ಲಿ.

ಕ್ಲಾಸಿಗೆ ಬಂದ ಟೀಚರ್‌ಗೆ ನಮಸ್ಕರಿಸಿದ ಮಕ್ಕಳಿಗೆ ಮತ್ತದೇ ಮೆಲುನಗೆಯಿಂದ ಉತ್ತರಿಸಿದ ನಂತರ ನಿನ್ನೆಯ ಪಾಠದಲ್ಲಿನ ಅಂಶಗಳ ಬಗ್ಗೆ ಸಂಕ್ಷಿಪ್ತವಾಗಿ ಹೇಳಿ, ಇಂದಿನ ಪಾಠಕ್ಕೆ ಮುಂದಾದರು. 'ಕುಟುಂಬದ ವಿಧಗಳು'

ಎಂದು ಬೋರ್ಡ್ ಮೇಲೆ ಬರೆದು, ವಿವಿಧ ಅಂಶಗಳ ಆಧಾರದ ಮೇಲೆ ಕುಟುಂಬಗಳ ವರ್ಗೀಕರಣದ ಕುರಿತು ಹೇಳಿದರು. ಅವಿಭಕ್ತ ಹಾಗೂ ವಿಭಕ್ತ ಕುಟುಂಬದ ವಿಷಯ ಬಂದಾಗ ಮತ್ತೆ ಮಕ್ಕಳನ್ನು ಉತ್ತೇಜಿಸುತ್ತ, ಚರ್ಚೆಗೆ ಆಸ್ಪದ ನೀಡುತ್ತ ತರಗತಿಯಲ್ಲಿ ಉತ್ಸಾಹ ತುಂಬಿದರು. ಮಕ್ಕಳಾದರೂ ಅಷ್ಟೇ ಹುರುಪಿನಿಂದ ಚರ್ಚೆಯಲ್ಲಿ ಪಾಲ್ಗೊಂಡರು.

ಸ್ವಲ್ಪ ಹೊತ್ತಿನ ನಂತರ ಅವಿಭಕ್ತ ಕುಟುಂಬದ ಬಗ್ಗೆ ವ್ಯಾಖ್ಯೆ ನೀಡಿ, ವಿವರಿಸಿ ಅದರ ಲಕ್ಷಣಗಳನ್ನು ಕುರಿತು ತಿಳಿಸಿದರು. ಒಂದೇ ಅಡುಗೆಮನೆ, ಒಂದೇ ದೇವರ ಕೋಣೆ, ಶ್ರಮವಿಭಜನೆ ಇತ್ಯಾದಿ ಅಂಶಗಳನ್ನು ವೀಣಾ ಟೀಚರ್ ಹೇಳುತ್ತಾ ಹೋದಂತೆ ಪೂರ್ಣಿ ತನ್ನ ಮನೆಯನ್ನೇ ನೆನಪಿಸಿಕೊಂಡು ಸಂಭ್ರಮಿಸುತ್ತಾ ಹೋದಳು. ಮುಂದುವರೆದು ಅವಿಭಕ್ತ ಕುಟುಂಬಗಳ ಅನುಕೂಲಗಳು ಎಂಬ ವಿಷಯ ಬಂದಿತು.

ಮನೆಯಲ್ಲಿರುವ ಎಲ್ಲರಲ್ಲೂ ನಿಕಟ ಸಂಬಂಧ ಬೆಸೆಯುವ ಅವಕಾಶ, ಕುಟುಂಬದ ಮೌಲ್ಯಗಳ ಅಳವಡಿಕೆ, ಸಂಸ್ಕಾರ ವೃದ್ಧಿ, ಹಂಚಲ್ಪಡುವ ಶ್ರಮವ್ಯವಸ್ಥೆ, ಆರ್ಥಿಕ ಭದ್ರತೆ, ಒಂಟಿತನ ಅನುಭವಿಸುವ ಅಗತ್ಯವಿಲ್ಲದಿರುವಿಕೆ, ಪರಸ್ಪರ ಪ್ರೀತಿ ಹಾಗೂ ಗೌರವ, ಹೊಂದಾಣಿಕೆಯ ಮನೋಭಾವ, ಸಾಮಾಜೀಕರಣದ ಪಾಠ, ಸಾಮಾಜಿಕ ಕೌಶಲ್ಯಗಳ ಅಭಿವೃದ್ಧಿ, ನಿರಂತರ ಮನರಂಜನೆ ಹೀಗೆ ಟೀಚರ್ ಒಂದೊಂದೇ ಅಂಶಗಳ ಬಗ್ಗೆ ಹೇಳಿ, ವಿವರಣೆ ನೀಡುತ್ತಾ ಹೋದರು. ಬಹಳಷ್ಟು ಮಕ್ಕಳಿಗೆ ಈ ಕೂಡುಕುಟುಂಬದ ಬಗ್ಗೆ ಕನಿಷ್ಟ ಜ್ಞಾನವೂ ಇರಲಿಲ್ಲ. ಅದು ಹೇಗೆ ಅಷ್ಟೊಂದು ಜನ ಒಟ್ಟಿಗೆ ಇರುತ್ತಾರೋ ಎಂದು ಕೆಲವರಿಗೆ ಅನಿಸಿದರೆ, ಇನ್ನಷ್ಟು ಜನರಿಗೆ, ಅದರಲ್ಲೂ ಅಪ್ಪಅಮ್ಮ ಒಂದೋ ಎರಡೋ ಮಕ್ಕಳಷ್ಟೇ ಇರುವ ಕುಟುಂಬದಿಂದ ಬಂದವರಿಗಂತೂ ಅಷ್ಟು ಜನ ಒಟ್ಟಿಗೆ ಇದ್ದರೆ ಪ್ರೈವಸಿನೇ ಇರಲ್ವಲ್ಲ ಅನಿಸಿತು. ಯಾರಿಗೆ ಏನನಿಸಿದರೂ ಪೂರ್ಣಿಗೆ ಮಾತ್ರ, ಟೀಚರ್ ತಮ್ಮ ಮನೆಗೆ ಬಂದು, ತಮ್ಮನ್ನು ನೋಡಿಯೇ ಪಾಠ ಮಾಡ್ತಿದ್ದಾರೆ ಅನಿಸಿತು.

'ಅಬ್ಬಾ! ನಾನೆಷ್ಟು ಪುಣ್ಯ ಮಾಡಿದೀನಿ ಅಷ್ಟು ದೊಡ್ಡ ಮನೆಯಲ್ಲಿ ಅಷ್ಟೆಲ್ಲ ಜನರೊಂದಿಗೆ ಇರೋದಕ್ಕೆ. ಎಷ್ಟು ಚಂದವಿದೆ ನಮ್ಮ ಕುಟುಂಬ! ಅಜ್ಜ ಅಜ್ಜಿಯರ ಹಿರೀತನ, ಗಂಡಸರ ದುಡಿಮೆ, ಹೆಣ್ಮಕ್ಕಳ ಕೆಲಸ, ಮಕ್ಕಳ ಆಟಪಾಠ ಎಲ್ಲವೂ ಚೆನ್ನಾಗಿದೆ. ಇವರೆಲ್ಲ ಅದ್ದೇಗೆ ಮೂರೋ ನಾಲ್ಕೋ ಜನ ಇರ್ತಾರಪಾ ಮನೆಯಲ್ಲಿ ಅನಿಸುತ್ತೆ. ಥ್ಯಾಂಕ್ಸ್ ದೇವರೇ ನನ್ನ ಆ ಮನೆಯಲ್ಲಿ ಹುಟ್ಟಿಸಿದಕ್ಕೆ' ಅಂತ ಮನದಲ್ಲೇ ದೇವರಿಗೆ ಕೈ ಮುಗಿದಳು. ಪೂರ್ಣಿ ಮನೆಗೆ ಹೋಗಿ ಕೈಕಾಲು ಮುಖ ತೊಳೆದ ಮೇಲೆ, ಅಜ್ಜಿಅಮ್ಮನಿಗೆ ಹೇಳಿ, ಇವತ್ತು ತಾನೇ ದೇವರ ಮುಂದೆ ದೀಪ ಹಚ್ಚಬೇಕು ಎಂದುಕೊಂಡಳು. ಹಾಗೆಯೇ

ಮನೆಯ ಮುಂದಿರುವ ಹೂವಿನ ಗಿಡಗಳಿಗೆ ನೀರು ಹಾಕಿ, ಸ್ವಲ್ಪ ಹೊತ್ತು ಹೂಗಳ ಜೊತೆ ಮಾತಾಡಬೇಕೆಂದೂ ನಿರ್ಧರಿಸಿದಳು. ಅಂದುಕೊಂಡದ್ದನ್ನೆಲ್ಲ ಚೊಕ್ಕವಾಗಿ ಮಾಡಿ ಆನಂದಿತಳಾದಳು. ಅಭ್ಯಾಸ ಆಟಗಳೆಲ್ಲ ಮುಗಿದ ಮೇಲೆ ಎಂದಿಗಿಂತ ಎರಡು ತುತ್ತು ಹೆಚ್ಚೇ ಉಂಡು ಮಲಗಿದಳಾಕೆ.

ರಾತ್ರಿ ಏನೋ ಶಬ್ದಕ್ಕೆ ಎಚ್ಚರವಾಯಿತು ಪೂರ್ಣಿಗೆ. ಕಣ್ಣು ತಿಕ್ಕಿಕೊಂಡು ಎದ್ದು ನೋಡಿದರೆ, ನಡುಮನೆಯಲ್ಲಿ ಲೈಟು ಹಾಕಿದ್ದಾರೆ. ಕೇಶವ ಚಿಕ್ಕಪ್ಪನ ದನಿ ಜೋರಾಗೇ ಕೇಳುತ್ತಿತ್ತು. ನಿಚ್ಚಳಾದಳು ಪೂರ್ಣಿ. ಎದ್ದು ಹೋಗಿ ನೋಡಿದಳು. "ಏನಪ್ಪಾ ಇದು ಎಷ್ಟು ದಿನಾಂತ ನಾವು ಈ ಮನೆಲೇ ಬಿದ್ದಿರಬೇಕು? ಇಲ್ಲೇ ಯಾವಾಗಲೂ ಕೊಳೀತಾ ಇರಬೇಕು ಅಂತ ರೂಲ್ಸ್ ಏನಾದರೂ ಇದೆಯಾ? ಜಗತ್ತೇ ಒಂದು ಕಡೆ ಇದ್ರೆ ನಂ ಮನೇನೇ ಇನ್ನೊಂದ್ಕಡೆ ಇದೆಯಲ್ಲ. ನಮಗೂ ಹೆಂಡ್ತಿ ಮಕ್ಕಳ ಜೊತೆ ಸೆಪರೇಟಾಗಿ ಹಾಯಾಗಿ ಇರಬೇಕು ಅಂತ ಆಸೆ ಇರಲ್ವಾ? ದೊಡ್ಡ ಸಿಟಿಗೆ ಹೋಗಿ ಮಕ್ಕಳನ್ನು ಒಳ್ಳೇ ಸ್ಕೂಲಿಗೆ ಸೇರಿಸಿ ಅವರಿಗೆ ಉತ್ತಮ ಭವಿಷ್ಯ ನೀಡಬೇಕು ಅಂತ ಹಡೆದ ನಾವು ಕನಸು ಕಾಣೋದೇ ಅಪರಾಧನಾ? ಈ ಊರಲ್ಲಿ ನನ್ನ ಎಜುಕೇಶನ್‌ಗೆ ತಕ್ಕ ಕೆಲಸ ಸಿಗದೇ, ಸಿಕ್ಕ ಯಾವುದೋ ಕೆಲಸ ಮಾಡ್ಕೊಂಡು ಇಲ್ಲೇ ಇರು ಅಂತೀರಾ? ನೀವು ಬೆಳೆಸಿದ ಆಲದ ಮರಕ್ಕೇ ನೇಣು ಹಾಕೋಬೇಕಾ ನಾವು?" ಅಂತೆಲ್ಲ ಮಾತಾಡ್ತಿರೋದು ನನ್ನ ಪ್ರೀತಿಯ ಚಿಕ್ಕಪ್ಪನಾ ಅಂತ ನೆನಸಿಕೊಂಡೇ ನಡುಗಿಹೋದಳು ಪೂರ್ಣಿ. ಇದೇನೋ ಹೊಸದು ನಡೀತಿದೆ ಮನೆಯಲ್ಲಿ ಅನಿಸಿ ಅವಳ ಮನಸ್ಸಿಗೆ ಆಘಾತ ಎನಿಸಿತು.

ಅಜ್ಜ ಮಾತ್ರ ಏನನ್ನೂ ಹೇಳದೇ ಕೂತವರು ಚಿಕ್ಕಪ್ಪನ ಅರ್ಭಟಕ್ಕೆ ತಲೆತಗ್ಗಿಸಿದರು. ಅಜ್ಜಿ ಹೋಗಿ ಅಜ್ಜನ ಅಂಗೈಯನ್ನು ತಮ್ಮ ಕೈಯೊಳಗೆ ತೆಗೆದುಕೊಂಡು ಮೆದುವಾಗಿ ಒತ್ತಿದರು. ಅಷ್ಟೊತ್ತಿಗೆ ಮನೆಯಲ್ಲಿ ಎಲ್ಲರೂ ಬಂದಾಗಿತ್ತು. ಆದರೆ ಯಾರೆಂದರೆ ಯಾರೊಬ್ಬರೂ ಬಾಯಿ ಬಿಡುತ್ತಿಲ್ಲ. ದೊಡ್ಡಪ್ಪ, ಅಪ್ಪ, ಅನಂತ ಚಿಕ್ಕಪ್ಪ ಎಲ್ರೂ ಮುಖಮುಖ ನೋಡಿಕೊಂಡು ಸುಮ್ಮನಾದರು. ಗಂಡಸರೇ ಹೀಗೆಂದ ಮೇಲೆ ಹೆಂಗಸರ ಕಥೆಯೇನು? ಕೆಲವರ ಕಣ್ಣಲ್ಲಿ ನೀರು ತುಂಬಿ ಇನ್ನೇನು ತುಳುಕಿ ನೆಲಕ್ಕೆ ಬೀಳಬೇಕು ಅಂತ ತವಕಿಸುತ್ತಿದ್ದವು. ಅಣ್ಣಂದಿರೆಲ್ಲರೂ ಸಹ ಮೌನಿಗಳಾಗಿದ್ದರು. ಈ ರಾಜಣ್ಣ ಮಾತ್ರ ಏನೋ ಹೇಳಲು ಚಡಪಡಿಸುತ್ತಿದ್ದ ಅನಿಸಿತು.

'ಅಪ್ಪಾ, ನೀವೇನೇ ಹೇಳಿ. ನನ್ನ ಎರಡು ಹೆಣ್ಣುಮಕ್ಕಳಿಗೆ ನಾನು ಒಳ್ಳೆಯ ಭವಿಷ್ಯ ಕೊಡಲೇಬೇಕು. ನೀವೇ ಅರ್ಥ ಮಾಡಿಕೊಂಡು ಕಳಿಸ್ತೀರಿ ಅಂತ ಇಷ್ಟು ದಿನ ನಾನೂ ಕಾದೆ. ಆದರೆ ಈಗ ನನಗೆ ಕಾಯುವ ಸಹನೆ ಇಲ್ಲ. ಶೀಲಾದು ಎಸ್ಸೆಸ್ಸೆಲ್ಸಿ ಮುಗಿದ ಮೇಲೆ ಅಡ್ಮಿಷನ್ ಮಾಡಿಸಬೇಕು ಅಂದ್ಕೊಂಡಿರೋ

ಬೆಂಗಳೂರಿನ ಒಂದು ಕಾಲೇಜಿನಲ್ಲಿ ಸೀಟು ಹೇಳಿ ಇಟ್ಟಿದ್ದಾನೆ ನನ್ನ ಗೆಳೆಯ" ಅಂದು ಹೆಂಡತಿ ಲತಾ ಚಿಕ್ಕಿಯ ಕಡೆ ನೋಡಿದ ಚಿಕ್ಕಪ್ಪ. ಅವಳು ಸನ್ನೆಯಲ್ಲೇ ಶಭಾಷ್ ಎಂದಳು. ಚಿಕ್ಕಿಯ ಈ ಹೊಸ ಮುಖ ನೋಡಿ ಗಾಬರಿಯಾದಳು ಪೂರ್ಣಿ. "ನಾವು ಹೋಗಲೇಬೇಕು ಹೋಗ್ತೀವಿ ಅಷ್ಟೇ!" ಎಂದು ಅಬ್ಬರಿಸಿ ಒಳಹೋದ ಚಿಕ್ಕಪ್ಪ. ತನಗೇನೂ ತಿಳಿದಿಲ್ಲ ಎಂಬಂತೆ ಅವರ ಹಿಂದೆ ಹೋದಳು ಚಿಕ್ಕಿ.

ಲತಾ, ಈ ಮನೆಯ ಮೂರನೇ ಮತ್ತು ಕೊನೆಯ ಸೊಸೆ. ಸ್ವಲ್ಪ ಶ್ರೀಮಂತ ಮನೆತನದ ಮಗಳು. ಮೇಲಾಗಿ ಅವಳದೂ ಡಿಗ್ರಿ ಮುಗಿದಿದೆ. ಕೇಶವ ತುಂಬಾ ಜಾಣ ಹುಡುಗ, ಅವನನ್ನು ಓದಿಸಿ ಎಂದು ಗುರುಗಳು ಹೇಳಿದ್ದಕ್ಕೆ, ಕಷ್ಟವಾದರೂ ಅಜ್ಜ ಎಂಜಿನಿಯರಿಂಗ್ ಓದಿಸಿದರು. ಕೊನೆಯ ಮಗನೆಂಬ ಅಕ್ಕರೆ ಬೇರೆ. ಅಜ್ಜಿಗಂತೂ ಜೀವದ ಮಗ. ಆದರೆ ಈಗ ಕೆಲವು ದಿನಗಳಿಂದ ಮಕ್ಕಳೆಲ್ಲ ಶಾಲಾಕಾಲೇಜು ಅಂತ ಹೊರಗೆ ಹೋದ ಮೇಲೆ ಹೆಚ್ಚು ಕಡಿಮೆ ಪ್ರತಿದಿನ ಅಜ್ಜನ ಮುಂದೆ ಇದೇ ಮಾತು ಹೇಳುತ್ತಿದ್ದ. ಅಜ್ಜಅಜ್ಜಿ ಎಷ್ಟು ತಿಳಿಹೇಳಲು ಪ್ರಯತ್ನಿಸಿದರೂ ಉಪಯೋಗವಾಗಿರಲಿಲ್ಲ, ಪೂರ್ಣಿಯ ಅಪ್ಪ, ಅನಂತ ಚಿಕ್ಕಪ್ಪ ಕೂಡ ಅವನನ್ನು ನಿಯಂತ್ರಿಸಲು ಪ್ರಯತ್ನಿಸಿ ಸೋತಿದ್ದರು. ಮನೆಯಲ್ಲಿ ದೊಡ್ಡವರಿಗೆಲ್ಲ ಈ ವಿಷಯ ಗೊತ್ತಿದ್ದರೂ ಮಕ್ಕಳಿಗೆ ತೋರಗೊಟ್ಟಿರಲಿಲ್ಲ. ಹೆಂಗಸರಿಗಂತೂ ಸೀರೆ ಸೆರಗಿನ ಅಂಚಿನಿಂದ ಒತ್ತಿ ಬಂದ ಕಣ್ಣೀರು ಒರಸಿ ದು:ಖ ಮುಚ್ಚಿಟ್ಟು ನಗುವ ನಾಟಕ ಮಾಡುವ ಹೊರತಾಗಿ ಬೇರೇನೂ ಉಳಿದಿರಲಿಲ್ಲ. ಇವತ್ತು ಹೀಗೆಲ್ಲ ನಡೆಯುತ್ತಿರುವುದನ್ನು ನೋಡಿ ಮಕ್ಕಳೆಲ್ಲ ಗಾಭರಿಗೊಂಡರು. ಇದು ನಮ್ಮ ಮನೇನಾ ಅಂತ ಅನುಮಾನ ಮೂಡುತ್ತಿದೆ. ಪೂರ್ಣಿಗಂತೂ ಆಕಾಶನೇ ತಲೆ ಮೇಲೆ ಬಿದ್ದಂಗಾಯ್ತು.

ನಿನ್ನೆಯಿಂದ ಶಾಲೆಯಲ್ಲಿ ವೀಣಾ ಟೀಚರ್ ಮಾಡಿದ ಕುಟುಂಬದ ಪಾಠ ಎಳೆಎಳೆಯಾಗಿ ಆಕೆಗೆ ನೆನಪಾಗುತ್ತಿದೆ. ಅವಿಭಕ್ತ ಕುಟುಂಬ ಎಂದರೆ ದೇವಸ್ಥಾನವೇ ಅಂತ ಅನಿಸಿದ್ದೂ ನೆನಪಾಯ್ತು. ನಿನ್ನೆ ಕುಟುಂಬದ ಬಗ್ಗೆ ತಾನೆಷ್ಟು ಹೆಮ್ಮೆಯಿಂದ ಮಾತಾಡಿದ್ದಳು. ಈಗ ಚಿಕ್ಕಪ್ಪ, ಚಿಕ್ಕಿ, ಶೀಲಕ್ಕ, ಶೈಲಕ್ಕ ಹೋದರೆ ಹೆಂಗಪಾ? ನೆನಪಿಸಿಕೊಂಡರೆ ಅವಳಿಗೆ ದು:ಖ ಉಮ್ಮಳಿಸಿ ಬರುತ್ತಿತ್ತು. ಯಾಕೋ ಆಗಿಂದಾಗ್ಗೆ ಹೋಗಿ ವೀಣಾ ಟೀಚರ್‌ನ್ನು ತಬ್ಬಿಕೊಂಡು ಅತ್ತುಬಿಡಬೇಕು ಅನಿಸಿತು. ಹೀಗೆಲ್ಲಾ ಯಾಕೆ ಆಗ್ತಿದೆ ಅಂತ ಟೀಚರ್‌ನ ಕೇಳಬೇಕು ಅಂದುಕೊಂಡಳು.

ರಾತ್ರಿ ಅಷ್ಟೆಲ್ಲ ಆಗಿದ್ದಕ್ಕೋ ಏನೋ ಬೆಳಿಗ್ಗೆ ಎಲ್ಲರೂ ಸ್ವಲ್ಪ ಲೇಟಾಗೇ ಎದ್ದರು. ಅಜ್ಜನಂತೂ ಎದ್ದಿರಲಿಲ್ಲ. ಅಜ್ಜಿ ದೇವರ ಮುಂದೆ ಕಣ್ಮುಚ್ಚಿ ಕೂತಿದ್ದಳು.

ಉಳಿದ ಹೆಂಗಸರು ಏನೂ ನಡೆದಿಲ್ಲವೆಂದು ಮಕ್ಕಳಿಗೆ ತೋರಿಸುವಂತೆ ನಟಿಸುತ್ತಿದ್ದರು. ಹೇಗೊ ತಿಂಡಿತಿನಿಸಿ ಮಕ್ಳಿಗೆ ಶಾಲೆಗೆ ಕಳಿಸಿದರೆ ನಿರಾಳ ಎಂಬಂತೆ ವರ್ತಿಸುತ್ತಿದ್ದರು.

ಮನೆಬಿಟ್ಟು ಶಾಲೆಗೆ ಹೊರಟರೂ ರಾತ್ರಿಯ ಘಟನೆ ಪೂರ್ಣಿಗೆ ಮರೆಯಲಾಗಲಿಲ್ಲ. ಮನಸ್ಸಿಗೆ ಕಿರಿಕಿರಿಯೆನಿಸಿತು. ಹೆಜ್ಜೆಗಳು ಭಾರವಾಗಿದ್ದವು. ಚಿಕ್ಕವಳಿದ್ದಾಗಿಂದ ಕೂಸುಮರಿ ಮಾಡಿ, ಮುದ್ದು ಮಾಡ್ತಿದ್ದ ಕೇಶವ ಚಿಕ್ಕಪ್ಪ ರಾತ್ರಿಯೇಕೆ ಹಾಗೆ ಮಾಡಿದ ಅನಿಸಿ ಕೋಪ ಬರ್ತಿತ್ತು. ನಿದ್ದೆಯಲ್ಲೂ ಅಜ್ಜಿ 'ಕೇಶ್ವಾ, ಕೇಶ್ವಾ' ಅಂತ ನರಳುತ್ತಿದ್ದುದು ನೆನಪಾಗಿ ಕಣ್ತುಂಬಿ ಬಂತು.

ಎಂದಿನಂತೆ ಖಡಕ್ ಕಾಟನ್ ಸೀರೆಯುಟ್ಟು ಮಂದಸ್ಮಿತವಾಗಿ ಕ್ಲಾಸರೂಮಿನೊಳಗೆ ಬಂದರು ವೀಣಾಟೀಚರ್. ಅಟೆಂಡನ್ಸ್ ತೆಗೆದುಕೊಂಡು ನೇರ ಪಾಠಕ್ಕೆ ಬಂದರು. ಬೋರ್ಡ ಮೇಲೆ ಅವಿಭಕ್ತ ಕುಟುಂಬದ ಅನಾನುಕೂಲಗಳು ಎಂದು ಬರೆದು, ವಿವರಣೆಯಲ್ಲಿ ನಿರತರಾದರು. ಯಾಕೋ ಪೂರ್ಣಿಗೆ ಈ ಪಾಠ ಮುಗಿದು ಹೋದರೆ ಸಾಕು ಎನಿಸಿತು. ಮಕ್ಕಳ ಅಭಿಪ್ರಾಯಗಳನ್ನು ಸ್ವಾಗತಿಸಿದರು. ದೊಡ್ಡ ಕುಟುಂಬಗಳಲ್ಲಿ ಪ್ರೈವಸಿ ಇರಲ್ಲ, ಹಣಕಾಸಿನ ಬಗ್ಗೆ ಭಿನ್ನಾಭಿಪ್ರಾಯ ಬರುವುದು, ವೈಯಕ್ತಿಕ ನಿರ್ಧಾರಗಳಿಗೆ ಅವಕಾಶ ಇಲ್ಲದಿರುವಿಕೆ, ಸ್ವಾತಂತ್ರ್ಯದ ಕೊರತೆ, ಸಂಪ್ರದಾಯ ಮತ್ತು ಆಧುನಿಕತೆಗಳ ಘರ್ಷಣೆ ಹೀಗೆ ಒಂದಾದ ಮೇಲೊಂದು ಅಂಶಗಳನ್ನು ಹೇಳುತ್ತಾ ವಿವರಿಸುತ್ತಾ ಹೋದರು. ಕೇಳುತ್ತಾ ಹೋದಂತೆ ಹಿಂಸೆಯೆನಿಸಿತೊಡಗಿತು. ಇವೆಲ್ಲ ಕಾರಣಗಳಿಂದಲೇ ಇರಬಹುದಾ ಕೇಶವ ಚಿಕ್ಕಪ್ಪ ನಿನ್ನೆ ಅಜ್ಜನೊಂದಿಗೆ ಜಗಳ ಮಾಡಿದ್ದು ಎಂಬ ಸಂಶಯ ಮೂಡಿತು. ಏನೇ ಆದರೂ ನಾವೆಲ್ಲ ಒಟ್ಟಾಗಿ ಇರೋದೆ ಚಂದ 'ದೇವರೆ ಏನಾದರೂ ಮಾಡಿ ಕೇಶವ ಚಿಕ್ಕಪ್ಪನಿಗೆ, ಲತಾ ಚಿಕ್ಕಿಗೆ ಒಳ್ಳೆಯ ಬುದ್ದಿ ಕೊಡಪ್ಪ. ಶೀಲಕ್ಕ ಶೈಲಾ, ಇಲ್ಲದೇ ಹೋದರೆ ನಮಗೆ ಬೇಜಾರಾಗುತ್ತೆ. ಅವರು ಹೋಗದೇ ಇರೋ ಹಾಗೆ ಮಾಡು ದೇವರೇ ಪ್ಲೀಜ್' ಎಂದು ಮನಸ್ಸಿನಲ್ಲೇ ಪ್ರಾರ್ಥಿಸಿದಳು.

ಇನ್ನೇನು ಅವಧಿ ಮುಗಿಯೋಕೆ ಹತ್ತು ನಿಮಿಷ ಇದೆ. ಅನ್ನುವಾಗ ವೀಣಾ ಟೀಚರ್ ಯಾರಿಗೆ ವಿಭಕ್ತ ಕುಟುಂಬ ಇಷ್ಟ? ಯಾರಿಗೆ ಅವಿಭಕ್ತ ಕುಟುಂಬ ಇಷ್ಟ? ಎಂದು ಕೇಳಿ ಎರಡು ಗುಂಪು ಮಾಡಿ, ಚರ್ಚಾಸ್ಪರ್ಧೆ ನಡೆಸೋಣ ಎಂದರು. ಎರಡೂ ಗುಂಪುಗಳಿಗೆ ಒಂದೊಂದು ಅವಕಾಶ ನೀಡುತ್ತಾ ತಮ್ಮ ಅಭಿಪ್ರಾಯ ಮಂಡಿಸಲು ಹೇಳಿದರು. ವಿಭಕ್ತ ಕುಟುಂಬದ ಕಡೆಯವರು ತಮ್ಮ ಆಯ್ಕೆಗೆ ಕಾರಣ ಹೇಳಿದರು. ಅವಿಭಕ್ತ ಕುಟುಂಬ ಇಷ್ಟ ಎನ್ನುವವರು ತಮ್ಮ ಅಭಿಪ್ರಾಯ ಹೇಳಿದರು. ಹೀಗೇ ಚರ್ಚೆ ಸಾಗುತ್ತಾ ಎರಡನೆಯ ಗುಂಪಿನಲ್ಲಿದ್ದ ಪೂರ್ಣಿಯ ಸರದಿಯೂ ಬಂತು. ಮುಖ ಬಾಡಿಸಿಕೊಂಡು ಕೂತಿದ್ದವಳು

ಎದ್ದು ನಿಂತು ಒಂದೆರಡು ಕ್ಷಣ ಮೌನವಾಗಿದ್ದಳು. ಭಾವನೆಗಳನ್ನೆಲ್ಲ ಅದುಮಿಟ್ಟುಕೊಂಡಿದ್ದವಳು ಟೀಚರ್ ಹೇಳು ಎನ್ನುವಂತೆ ಸನ್ನೆ ಮಾಡಿದಾಗ, ಮತ್ತೆ ತಮ್ಮ ಕುಟುಂಬದ ನೆನಪಾಗಿ ತನಗೇಕೇ ಅವಿಭಕ್ತ ಕುಟುಂಬ ಇಷ್ಟ ಎಂದು ಹೇಳಲು ಶುರು ಮಾಡಿದಳು.

"ಯಾರೇನೇ ಹೇಳಿ ನನಗಂತೂ ಅವಿಭಕ್ತ ಕುಟುಂಬವೇ ಇಷ್ಟ. ಅಲ್ಲಿ ಅಜ್ಜ ಅಜ್ಜಿ, ದೊಡ್ಡಪ್ಪ, ದೊಡ್ಡಮ್ಮ, ಚಿಕ್ಕಪ್ಪ, ಚಿಕ್ಕಮ್ಮ, ಅಣ್ಣತಮ್ಮದಿರು, ಅಕ್ಕತಂಗಿಯರು, ಆಗಾಗ ಮನೆಗೆ ಬರುವ ಅತ್ತೆಯಂದಿರು, ಮಾಮಂದಿರು, ಅವರ ಮಕ್ಕಳು ಅಂತ ಎಷ್ಟೊಂದು ಜನ ಇರ್ತಾರೆ. ಎಲ್ಲಾರೂ ಸೇರಿ ಇರೋದು, ಕೆಲಸ ಮಾಡೋದು, ಒಟ್ಟಿಗೆ ಊಟ ಮಾಡೋದು ಎಲ್ಲವೂ ಎಷ್ಟು ಚೆನ್ನಾಗಿರುತ್ತೆ ಗೊತ್ತಾ? ನಮ್ಮ ಅಪ್ಪಅಮ್ಮ ಊರಿಗೆ ಹೋಗಿದ್ರೂ, ಬಿಜಿ ಇದ್ದರೂ ಉಳಿದವರು ನಮಗೆ ಕಾಳಜಿ ಮಾಡ್ತಾರೆ. ಎಲ್ಲಾರೂ ಎಲ್ಲಾರ ಮಕ್ಕಳನ್ನೂ ಪ್ರೀತಿಯಿಂದ ಕಾಣ್ತಾರೆ. ಕೂಸು ಯಾರದಾದರೂ ಎಲ್ಲರೂ ಜೋಗುಳ ಹಾಡ್ತಾರೆ. ಅಜ್ಜ ಎಲ್ಲಾರಿಗೂ ಪ್ರೀತಿ ಮಾಡ್ತಾರೆ. ಅಜ್ಜಿ ಕಥೆ ಹೇಳ್ತಾರೆ. ಅತ್ತೆಯಂದಿರು ಆವಾಗವಾಗ ಏನಾದರೂ ಕೊಡುಸ್ತಾರೆ. ನೀವು ವಿಭಕ್ತ ಕುಟುಂಬ ಇಷ್ಟ ಅನ್ನೋರಿಗೆ ಇವೆಲ್ಲ ಸಿಗುತ್ತಾ ಹೇಳಿ? ನಿಮಗೆ ಯಾವ ಸಂಬಂಧಗಳೂ ಗೊತ್ತಾಗಲ್ಲ. ಮೂರೋ ನಾಲ್ಕೋ ಜನ ಸೇರಿ ಹಬ್ಬ ಮಾಡ್ತೀರಿ. ನಾವೆಲ್ಲ ತುಂಬಾ ಜನ ಸೇರಿ ಸಡಗರದಿಂದ ಹಬ್ಬ ಮಾಡಿದರೆ ಇಡೀ ಮನೇನೇ ಸಂಭ್ರಮಪಡುತ್ತೆ. ನಮಗೆ ಗೊತ್ತಿರುವಷ್ಟು ಹಬ್ಬ ಹರಿದಿನಗಳು, ಸಂಸ್ಕೃತಿ ಸಂಪ್ರದಾಯಗಳು ನಿಮಗೆ ಗೊತ್ತೇ ಇರಲ್ಲ, ಯಾರಿಗಾದರೂ ಏನಾದರೂ ನೋವಾದರೆ. ಅನಾರೋಗ್ಯವಾದರೆ, ಇಡೀ ಮನೆಯೇ ಅವರನ್ನು ಪ್ರೀತಿಯಿಂದ, ಕಾಳಜಿಯಿಂದ ನೋಡಿಕೊಳ್ಳುತ್ತೆ. ನಮಗೆ ಅವರ ಪ್ರೀತಿಯೇ ದೊಡ್ಡ ಔಷಧಿ. ಮದುವೆಗಿದುವೆ ಅಂತ ಬಂದರೆ ನಮಗೆಲ್ಲ ಸಡಗರ. ಎಷ್ಟು ದಿನಗಳು ಓಡಾಡ್ತಾ ಸಂಭ್ರಮಪಡ್ತೀವಿ. ನಿಮ್ಮಂಗೆ ಯಾವುದೋ ಛತ್ರದಲ್ಲಿ ಹೋಗಿ ನಾಲ್ಕು ತಾಸಿನಲ್ಲಿ ಮದುವೆ ಮುಗಿಸಿ ಎದ್ದು ಬರಲ್ಲ. ನಮಗಾದರೆ ಮನೆಯಲ್ಲೇ ಎಲ್ಲಾ ಹೆಂಗಸರು ಸೇರಿ ಸಿಹಿತಿನಿಸು ಮಾಡಿಕೊಡ್ತಾರೆ. ನಿಮ್ಮ ಥರಾ ಬೇಕರಿಯಿಂದ ತಂದು ತಿನಿಸಲ್ಲ. ನಾವೆಲ್ಲ ಸೇರಿ ಊಟ ಮಾಡ್ತಾ ಇದ್ರೆ ನಾಲ್ಕು ತುತ್ತು ಹೆಚ್ಚೇ ತಿಂತೀವಿ. ಮನೆಯಲ್ಲಿರೋ ಮಕ್ಕಳೆಲ್ಲ ಸೇರಿ ಆಟ ಆಡೋದರಲ್ಲಿ ಎಷ್ಟು ಮಜಾ ಇರುತ್ತೆ ಗೊತ್ತಾ? ನೀವೆಲ್ಲ ನಿಮ್ಮ ಮನೇಲಿ ಟಿ.ವಿ. ಮೊಬೈಲು ಅಂತ ಬಿಟ್ರೆ ಯಾವ ಮಜಾ ಇದೆ ಹೇಳಿ? ನಿಮ್ಮ ಮನೆಯಲ್ಲಿ ಅಪ್ಪ ಕೆಲಸಕ್ಕೆ, ನೀವು ಶಾಲೆಗೆ ಅಂತ ಬಂದರೆ, ಅಮ್ಮ ಒಬ್ಬಳೇ ಇರಬೇಕಾಗುತ್ತೆ ನಮ್ಮ ಮನೆಯಲ್ಲಿ ಯಾರನ್ನೂ ಯಾವತ್ತೂ ಒಬ್ಬರನ್ನೇ ಇರೊಕೆ ಬಿಡಲ್ಲ. ಹೇಳಿ ಈಗ ನಮ್ಮಂತೆ ಅವಿಭಕ್ತ ಕುಟುಂಬ ಇಷ್ಟನಾ? ನಿಮ್ಮ ಥರಾ ವಿಭಕ್ತ ಕುಟುಂಬ ಬೇಕಾ?" ಎಂದು

ಸ್ವಲ್ಪ ರೋಷದಿಂದಲೇ ತನ್ನ ವಾದ ಮಂಡಿಸಿದಳು. ಟೀಚರ್ ಸೇರಿದಂತೆ ಎಲ್ಲರಿಗೂ ಅಚ್ಚರಿ. ಇವಳ್ಯಾಕೆ ಇಷ್ಟು ಸಿರಿಯಸ್ ಆಗಿ ಮಾತಾಡ್ತಿದ್ದಾಳೆ ಎಂದು ಅರ್ಥವಾಗದೇ ಗಲಿಬಿಲಿಗೊಂಡರು.

ಪೂರ್ಣಿಯ ಮನದೊಳಗಿನ ಆತಂಕ, ನೋವು ಈಗ ರೋಷದ ರೂಪದಲ್ಲಿ ಹೊರಗೆ ಬಂದಿತ್ತು. ಅದರಲ್ಲಿ ಕೇಶವಚಿಕ್ಕಪ್ಪನ ಜಗಳದ ಬಗೆಗಿನ ಭಯವೂ ಕೂಡಿಕೊಂಡಿತು. ಮಾತು ಮುಗಿಸಿದವಳ ಕಣ್ಣಾಲಿಗಳಲ್ಲಿ ನೀರು ತುಂಬಿಕೊಂಡಿತು. ಯಾಕೋ ಈ ಹುಡುಗಿ ಎಂದಿನಂತಿಲ್ಲ. ಏನೋ ಡಿಸ್ಟರ್ಬ್ ಆಗಿದ್ದಾಳೆ ಎನಿಸಿತು ಸೂಕ್ಷ್ಮಗ್ರಾಹಿಯಗಿದ್ದ ಟೀಚರ್‌ಗೆ. ಅವಳ ಹತ್ತಿರ ಬಂದು ಭುಜದ ಮೇಲೆ ಕೈಹಾಕಿ ಮೆಲ್ಲಗೆ ತಟ್ಟಿದರು. ತಲೆ ತಗ್ಗಿಸಿದಳು ಪೂರ್ಣಿ ಮೌನವಾಗಿ.

ಅದೇ ಮನಸ್ಥಿತಿಯೊಂದಿಗೆ ಶಾಲೆಬಿಟ್ಟ ಮೇಲೆ ಮನೆಗೆ ಮರಳಿದಳು. ಒಳಗೆ ಕಾಲಿಟ್ಟೊಡನೆಯೇ ಕಾಣುತ್ತಿದ್ದ ಅಜ್ಜನ ಯಜಮಾನ ಖುರ್ಚಿ ಖಾಲಿಯಿತ್ತು. ಇಡೀ ನಡುಮನೆ ಭಣಭಣ ಎನ್ನುತ್ತಿತ್ತು. ಏನಾಗಿರಬಹುದೆಂದು ಅವಳೆದೆ ಢವಢವ ಎಂದಿತು. ಒಳಗೆ ಹೋಗಿ ನೋಡಿದರೆ ಅಜ್ಜ ಕೋಣೆಯಲ್ಲಿ ಮಲಗಿದ್ದಾರೆ. ತೆರೆದ ಕಣ್ಣಿಂದ ಮೇಲೆ ದಿಟ್ಟಿಸಿ ನೋಡುತ್ತಿದ್ದಾರೆ. ಅವರ ತಲೆಯ ಬಳಿ ಕುಳಿತ ಅಜ್ಜಿಯ ಕಣ್ಣು ಅಜ್ಜನೆಡೆಗೆ ನೋಡುತ್ತಿವೆ ನಿಶ್ಯಬ್ಧವಾಗಿ.

ಅಡುಗೆ ಮನೆಯಲ್ಲಿ ಅಮ್ಮ ಬಾಗಿಲಿಗೆ, ಶಾಂತಾ ಚಿಕ್ಕಿ ಗೋಡೆಗೆ ಒರಗಿ, ಮೌನವಾಗಿ ಕಣ್ಣೀರು ಸುರಿಸುತ್ತಿದ್ದಾರೆ. ಆಗಾಗ ಸೆರಗಂಚಿನಿಂದ ಮೂಗು ಒರೆಸಿಕೊಳ್ಳುತ್ತ ಕೂತಿದ್ದಾರೆ. ತಮ್ಮ ಪಾಲಿಗೆ ಇನ್ಯಾವ ಮಾತೂ ಉಳಿದಿಲ್ಲವೆಂಬಂತೆ ಮೌನಿಯಾಗಿದ್ದಾರೆ. ಹಿತ್ತಲಿಗೆ ಹೋಗಿ ನೋಡಿದಳು ತನಗಿಂತ ಒಂದುಗಂಟೆ ಮೊದಲೇ ಕಾಲೇಜು ಮುಗಿಸಿ ಮನೆಗೆ ಬರುವ ರವಿ ಅಣ್ಣ, ಅಭಿ ಅಣ್ಣ ಅಲ್ಲಿ ಕಟ್ಟೆಯೊಂದರ ಮೇಲೆ ಕೂತಿದ್ದರು. ಅವರ ಮುಖಗಳೂ ಬಾಡಿದಂತಿವೆ. ಏನೋ ಅವಘಡ ಆಗಿದೆ ಎಂಬುದು ಖಾತ್ರಿಯಾಯಿತು ಪೂರ್ಣಿಗೆ. ಓಡಿಹೋಗಿ ಅಭಿಅಣ್ಣನ ಭುಜಕ್ಕೊರಗಿದ್ದಳು. ಅಣ್ಣ ಏನಾಯ್ತು ಎಂದು ಕೇಳಬೇಕೆನಿಸಿದರೂ ಬಾಯಿ ಬರಲಿಲ್ಲ. ಮತ್ತೆ ಎದ್ದು ಮನೆಯೆಲ್ಲ ನೋಡಿ ಬಂದಳು. ಇಡೀ ಮನೆಯೆಲ್ಲ ನೋಡಿಬಂದಳು. ಎಲ್ಲೂ ಕೇಶವ ಚಿಕ್ಕಪ್ಪ, ಲತಾ ಚಿಕ್ಕಿ, ಶೀಲಕ್ಕ, ಶೈಲಾರ ಸುಳಿವು ಸಿಗಲಿಲ್ಲ. ಮೇಲೆ ಹತ್ತಿ ನೋಡಿದರೆ, ಅಲ್ಲೂ ಅನಂತ ಚಿಕ್ಕಪ್ಪ, ಅಪ್ಪ ಎದುರುಬದುರಾಗಿ ಕುಂತಿದ್ದರು. ಅಪ್ಪನಿಗಂತೂ ಯಾವಾಗ ಬೇಜಾರಾದರೂ ಇಲ್ಲಿ ಬಂದು ಕೂಡುವ ಅಭ್ಯಾಸವಿದೆ. ಇವತ್ತು ಚಿಕ್ಕಪ್ಪನೂ ಬಂದಿದ್ದಾರೆ. ಆದರೆ ಈ ರಾಜಣ್ಣ ಗಂಗಾ ವೈನಿ ಎಲ್ಲಗೆ ಹೋದರು? ಅವರ ಮಗು ಚಿನ್ನುನ ಅಳು ನಗು ಯಾವುದೂ ಕೇಳ್ತಿಲ್ವಲ್ಲ? ಅವರೆಲ್ಲಿಗೆ ಹೋದರು ಎಂದು, ಆಕಾಶ ತಲೆಮೇಲೆ ಬಿದ್ದಂತೆ

ಕೂತಿದ್ದ ರಾಮಣ್ಣ ಪದ್ದಕ್ಕ ಇದ್ದಲ್ಲಿಗೆ ಹೋಗಿ ಕೇಳಿದಳು. ಮನೆಯಲ್ಲಿ ಎಲ್ಲ ಮಕ್ಕಳೊಂದಿಗೆ, ಹಿರಿಯರೊಂಂದಿಗೆ ಆತ್ಮೀಯವಾಗಿಯೇ ಇದ್ದ ಅವರನ್ನು ಯಾರೂ ಕೆಲಸದವರೆಂದೇ ನೋಡುತ್ತಿರಲಿಲ್ಲ ಆ ಮನೆಯಲ್ಲಿ ಹುಟ್ಟುವ ಪ್ರತಿ ಮಗುವಿಗೂ ಎರಡು ಹೊತ್ತು ತನ್ನ ಕಾಲ ಮೇಲೆ ಹಾಕಿಕೊಂಡು, ಕೊಬ್ಬರಿ ಎಣ್ಣೆ, ಹಚ್ಚಿ ತಿಕ್ಕಿ ತೀಡಿ ಬಿಸಿನೀರಿನ ಜೊತೆಗೆ ತನ್ನ ಎದೆಯ ಪ್ರೀತಿಯನ್ನು ಬೆರೆಸಿ ಎರೆಯುತ್ತಿದ್ದವಳೇ ಪದ್ದಕ್ಕ. ರಾಮಣ್ಣನಂತೂ ಎಲ್ಲರನ್ನೂ ಕೂಸುಮರಿ ಮಾಡಿ ಆಡಿಸಿದಾತ.

ಈಗ ಮುಂದೆ ಬಂದು ನಿಂತು ಪೂರ್ಣಿ ಕೇಳಿದ ಪ್ರಶ್ನೆಗೆ ಪದ್ದಕ್ಕ ಅವಳ ಕೈ ಹಿಡಿದು ಹತ್ತಿರ ಕೂಡಿಸಿಕೊಂಡು 'ಅವರು...ಅವರು ಬೇರೆ ಮನೆ ಮಾಡಿಕೊಂಡು ಇರ್ತೀವಿ ಅಂತ ಹೋದ್ರು ಕಣಮ್ಮಾ' ಅಂದವಳ ಕೆನ್ನೆಗೆ ಇಳಿದವು ಕಣ್ಣೀರು. 'ಹಾಂ! ಏನು?' ಎಂದು ದಿಗ್ಭ್ರಮೆಗೊಂಡಳು ಪೂರ್ಣಿ. 'ಕೇಶವ ಚಿಕ್ಕಪ್ಪ ಏನೋ ಜಗಳಮಾಡಿದ್ದ ಹೋಗಿರಬಹುದು. ರಾಜಣ್ಣ ಯಾಕೆ? ತಿಳಿಯಲಿಲ್ಲ. ನಿಧಾನವಾಗಿ ಮಧ್ಯಾಹ್ನ ಮನೆಯಲ್ಲಿ ನಡೆದ ಗಲಾಟೆಯ ಬಗ್ಗೆ ವಿವರವಾಗಿ ಹೇಳಿದಳು ಪದ್ದಕ್ಕ.

ಅಂದು ಮಧ್ಯಾಹ್ನ ಹೊರಗಿನಿಂದ ಮನೆಯೊಳಗೆ ಬಂದ ಕೇಶವ ಇವತ್ತು ಹೊರಗೆ ಹೋಗಲೇಬೇಕೆಂದು ನಿರ್ಧರಿಸಿಕೊಂಡೇ ಬಂದಂತಿತ್ತು ನಡುಮನೆಯ ಕುರ್ಚಿಯ ಮೇಲೆ ಕುಳಿತುಕೊಂಡೇ ಕಣ್ಮುಚ್ಚಿದ್ದ ಅಜ್ಜನ ಹತ್ತಿರ ಬಂದವನೇ 'ಅಪ್ಪಾ, ನಿಮ್ಜೊತೆ ಏಗೋದರಲ್ಲಿ, ನಿಮ್ಮ ಪರ್ಮಿಷನ್ ಕೇಳೊದರಲ್ಲಿ ಏನೂ ಅರ್ಥ ಇಲ್ಲ ಎಂದು ನನಗೆ ಗೊತ್ತಾಗಿದೆ. ನೀವೇನೇ ಹೇಳಿದರೂ ನಾನಿವತ್ತು ಮನೆಬಿಟ್ಟು ಹೋಗೇ ಹೋಗ್ತೀನಿ. ನಿಮಗೆ ತಿಳಿದಾಗ, ನೀವು ಕರೆದರೆ ನನ್ನ ಪಾಲಿನ ಆಸ್ತಿ ತಗೊಂಡು ಹೋಗ್ತೀನಿ' ಎಂದು ಅವರ ಉತ್ತರಕ್ಕೂ ಕಾಯದೇ ಹೆಂಡತಿಯ ಕಡೆ ನೋಡಿ ಕಣ್ಸನ್ನೆ ಮಾಡಿದ. ಇದನ್ನೇ ಕಾಯುತ್ತಿದ್ದವಳಂತೆ ಕೂಡಲೇ ರೂಮಿನೊಳಗೆ ಹೋಗಿ ಪ್ಯಾಕ್ ಮಾಡಿಟ್ಟಿದ್ದ ಲಗೇಜೆಲ್ಲ ತಂದು ನಡುಮನೆಯಲ್ಲಿ ಇಟ್ಟಳು. ಶೈಲಾ, ಶೀಲ ಏನೂ ಮಾತಾಡದೇ ನಿಂತಿದ್ದರು. ಅಷ್ಟರಲ್ಲೇ ರಾಜಣ್ಣ 'ಅಜ್ಜಾ, ಚಿಕ್ಕಪ್ಪನೇ ಹೋಗ್ತಿದ್ದಾನೆ ಅಂದ್ಮೇಲೆ ನಾನು ಈ ಜನರೇಷನ್ ಹುಡುಗ. ನಾನ್ಯಾಕೆ ಇಲ್ಲಿ ಇರಬೇಕು ಮುದುಕರ ಥರ. ನನ್ನ ಫ್ರೆಂಡ್ಸ್ ಯಾರೂ ಹೀಗೆ ಎಲ್ಲರ ಜೊತೆ ಇಲ್ಲ. ಎಲ್ಲಾರೂ ತಮ್ಮ ಹೆಂಡ್ತಿ ಮಕ್ಳ ಜೊತೆ ಸಿಟಿಯಲ್ಲಿ ಇದ್ದಾರೆ. ಚಿಕ್ಕಪ್ಪನಿಗೆ ಬಿಡ್ತೀರಿ ಅಂದ್ರೆ ನಮಗೂ ಬಿಡಿ. ನಾವೂ ಹೋಗ್ತೀವಿ' ಅಂದಿದ್ದನ್ನು ಕೇಳಿ ಅಜ್ಜನಿಗೆ ಎದೆಯೊಡೆದಂತಾಗಿ ಒಂದು ಕ್ಷಣ ಸತ್ತ ತನ್ನ ಮಗ ಶ್ರೀನಿವಾಸನ ಫೋಟೋ ನೋಡಿ ಕಣ್ಮುಚ್ಚಿ ಕುಳಿತರು. ಇದನ್ನೇ ಸಮ್ಮತಿ ಎಂದು ಭಾವಿಸಿದ ಇಬ್ಬರೂ ತಮ್ಮ ಹೆಂಡತಿ ಮಕ್ಳಿಗೆ ಕರೆದುಕೊಂಡು ಹೋದರು.

ಈ ಎಲ್ಲ ವಿಷಯ ಪದ್ದಕ್ಕನ ಬಾಯಲ್ಲಿ ಕೇಳಿ ಗರಬಡಿದವಳಂತೆ ನಿಂತಳು ಪೂರ್ಣಿ. ಬೆಳಿಗ್ಗೆಯಿಂದ ಯಾರೊಬ್ಬರೂ ಒಂದು ತುತ್ತು ಅನ್ನ ತಿಂದಿಲ್ಲ ಎಂದು ಹೇಳಿ ಸುಮ್ಮನಾದಳು ಪದ್ದಕ್ಕ.

ನಿಧಾನವಾಗಿ ಎದ್ದ ಪೂರ್ಣಿ ನಡುಮನೆಗೆ ನಡೆದಳು. ಬೆಳಿಗ್ಗೆ ಕ್ಲಾಸಿನಲ್ಲಿ ಅವಿಭಕ್ತ ಕುಟುಂಬದ ಬಗ್ಗೆ ತಾನು ಮಾತಾಡಿದ್ದು ನೆನಪಾಗಿ ಕುಸಿದಳು. ದೇವರ ಕೋಣೆಯೆಡೆಗೆ ನೋಡಿದಳು. ನಿನ್ನೆಯಂತೆ ದೀಪ ಹಚ್ಚಬೇಕು ಅನಿಸಲಿಲ್ಲ. ಶಾಲೆಯಲ್ಲಿ ಕುಟುಂಬದ ಪಾಠ ಮುಗಿದರೆ, ಇಲ್ಲಿ ನಮ್ಮ ಮನೆಯಲ್ಲಿ ಅವಿಭಕ್ತ ಕುಟುಂಬದ ಕಥೆ ಮುಗಿಯಿತು ಎನಿಸಿ, ಮೂರ್ಛೆಹೋಗಿ ನೆಲಕ್ಕುರುಳಿದಳು.

12

ಕರುಣಾಳು ಬಾ ಬೆಳಕೇ

ಜಡವಾದ ಮನಸ್ಸು. ಹಿಂಡಿಕೊಂಡ ಜೀವ. ಖಿನ್ನತೆಯಿಂದಾಗಿ ಸೋರಿ ಹೋದ ಶಕ್ತಿ. ಕಳಾಹೀನವಾದ ಕಣ್ಣುಗಳು. ಭಾರವಾದ ಹೆಜ್ಜೆಗಳು. ಭೂಮಿಗಿಳಿದು ಹೋದಂತೆ ಹತಾಶನಾಗಿ ಮನೆಯೊಳಗೆ ಬಂದ ದೇದೀಪ್. ಮಹಿಳೆಯರಿಗೆ ಮೀಸಲಾದ ಪತ್ರಿಕೆಯೊಂದನ್ನು ತಿರುವಿ ಹಾಕುತ್ತಿದ್ದ ಮಾನಸಿಗೆ ಗಂಡ ಬಂದದ್ದು ಗೊತ್ತಾಯಿತು. ಅವಳ ತುಟಿಗಳಲ್ಲಿ ಒಂದು ವ್ಯಂಗ್ಯ ನಿರ್ಲಕ್ಷ್ಯದ ನಗೆ ಮಿಂಚಿ ಮಾಯವಾಯಿತು. 'ಓಹೋ! ಬಂತೋ ಸಾಹೇಬರ ಸವಾರಿ. ಬಿಟ್ಟಳಾ ಆ ನಿಮ್ಮ ಮಾಯಾಂಗನೆ? ಇದೇಕೆ ಮನೆಗೆ ಬಂದೊಡನೆ ಮುಖದಲ್ಲಿ ಪ್ರೇತಕಳೆ? ಇನ್ನೆಷ್ಟು ದಿನ ನಾನಿದ್ದೇನು! ನನ್ನ ಮರೆತು ಆ ನಿಮ್ಮ ಪ್ರೀತಿಯ ಪುನರ್...ವಸು ಜೊತೆ ಹಾಳಾಗಿ ಹೋಗುತ್ತೀರಲ್ಲ, ಹಾಯಾಗಿರಿ' ಕುಹಕದ ಬಾಣಗಳು ಒಂದರ ಮೇಲೊಂದು ಬರುತ್ತಲೇ ಇದ್ದವು. ದೇದೀಪ್ ಮಾತ್ರ ಅಖಂಡ ಮೌನದೊಳಗೆ ಹುದುಗಿ ಹೋಗಿದ್ದ.

ಇಷ್ಟು ದಿನ ಕಿಡಿಯಂತಿದ್ದ ಮಾನಸಿಯ ಅಸಹನೆ ಇತ್ತೀಚೆಗೆ ಧಗಧಗನೆ ಉರಿದು ಈಗ ವಿಚ್ಛೇದನ ಕೊಡುವ ಮೂಲಕ, ಹದಿನೇಳು ವರ್ಷಗಳ ವಿವಾಹ ಬಂಧನವನ್ನು ದಹಿಸಲು ಸಿದ್ಧಳಾಗುವ ಹಂತಕ್ಕೆ ಬಂದು ಮುಟ್ಟಿದೆ. ದೇದೀಪ್ ಎಷ್ಟು ಸಮಾಧಾನಿಸಿದರೂ, ತಿಳಿಹೇಳಿದರೂ, ವಿನಂತಿಸಿದರೂ ಕೇಳುವ ಸ್ಥಿತಿಯಲ್ಲಿ ಅವಳಿಲ್ಲ. ದೇದೀಪ್ ಹಾಗೂ ಪುನರ್ವಸು ಮಧ್ಯದ ಸಂಬಂಧ ಅವಳನ್ನು ಕಠೋರವಾಗಿಸಿದೆ. ಮೊದಲೇ ಸ್ವಲ್ಪ ನಿರ್ಭಾವುಕ ಎಂಬಂತಿದ್ದ ಅವಳು ಈಗೀಗಲಂತೂ ಹೆಚ್ಚೇ ಅನಿಸುವಷ್ಟು ಕಠಿಣವಾಗಿದ್ದಾಳೆ. ಗಂಡನ ಮುಖ ಕಂಡರೆ ಉರಿಯುತ್ತಾಳೆ. ಆಜನ್ಮ ವೈರಿ ಎಂಬಂತೆ ಕುದಿಯುತ್ತಾಳೆ.

ಅವನೊಂದಿಗೆ ಮಾತನಾಡುವದೆಂದರೆ ತಾರಕಕ್ಕೇರಿದ ದನಿಯಲ್ಲಿ ಜಗಳವಾಡುವದೇ ಆಗಿದೆ. ಜಗಳವೆಂದರೆ ಅಲರ್ಜಿ ಎಂಬಂತಿದ್ದ ದೇದೀಪ್ ಮಾತ್ರ ಬಹಳ ಸಲ ಸುಮ್ಮನೇ ಇದ್ದುಬಿಡುತ್ತಿದ್ದ. ಸಾಧ್ಯವಾದರೆ ಅವಳನ್ನು ಸಮಾಧಾನಿಸಲು ಯತ್ನಿಸುತ್ತಿದ್ದ. 'ಯಾವ ಜನ್ಮದ ಶತ್ರುವೋ ಆ ಪೀಡೆ ಥೂ! ಅವಳ ಜನ್ಮಕ್ಕೆ' ಶಪಿಸತ್ತಲೇ ಇದ್ದಳು ಮಾನಸಿ.

ದೇದೀಪ್ ಪುನರ್ವಸು ಅವರದು ಒಂದು ಅದ್ಭುತವಾದ ಸ್ನೇಹ. ವಿದ್ಯಾರ್ಥಿ ದೆಸೆಯಿಂದಲೂ ಪರಿಚಯವಿದ್ದ ಅವರು ಪರಸ್ಪರ ಅಧ್ಯಯನಕ್ಕೆ ನೆರವಾಗುತ್ತಿದ್ದರು. ಪುಸ್ತಕ, ಓದು, ಚರ್ಚೆಗಳು ಅವರ ಬಾಂಧವ್ಯದ ಕೊಂಡಿಗಳಾಗಿದ್ದವು. ಕ್ರಮೇಣ ಸ್ನೇಹವು ಒಬ್ಬರನ್ನೊಬ್ಬರು ಬಿಟ್ಟು ಬದುಕಲಾರೆವೆಂಬ ಹಂತ ತಲುಪಿ, ರಮ್ಯ ಪ್ರೀತಿಯೊಂದು ಮೊಳಕೆಯೊಡೆಯುವಷ್ಟರಲ್ಲಿ ದೇದೀಪ್ ಅಪ್ಪನ ಆಸೆಯಂತೆ, ಮಾನಸಿ ಅವನ ಮನೆ ತುಂಬಿದಳು.

ಪ್ರಬುದ್ಧ ಮನಸ್ಕಳಾದ ಪುನರ್ವಸು ವಾಸ್ತವವನ್ನು ಅರಿತಳು. ಒಂದು ಅರೋಗ್ಯಕರ ಅಂತರದೊಂದಿಗೆ ದೇದೀಪ್‌ಗೆ ಹಿತೈಷಿ ಸ್ನೇಹಿತೆಯಾಗೇ ಉಳಿದಳು. ಆದರೆ ತನಗೆ ಮದುವೆ ಬೇಡವೆಂದು ದೃಢವಾದಳು, ದೇದೀಪ್‌ನ ಮಕ್ಕಳನ್ನು ತುಂಬಾ ಪ್ರೀತಿಸತ್ತಿದ್ದಳು. ಕಾರ್ಯನಿಮಿತ್ತ ದೇದೀಪ್ ತಡವಾಗಿ ಮನೆಗೆ ಹೋದರೆ ಫೋನ್ ಮಾಡಿ ಬೇಗ ಹೋಗಲು ಎಚ್ಚರಿಸುತ್ತಿದ್ದಳು. ಅದಾವುದೋ ವಿಷಮಘಳಿಗೆಯಲ್ಲಿ ಇವರಿಬ್ಬರ ಬಗ್ಗೆ ಒಂದು ಸಣ್ಣ ಅನುಮಾನದ ಬೀಜವನ್ನು ಮಾನಸಿಯ ಮನಸ್ಸಿನಲ್ಲಿ ಯಾರೋ ಬಿತ್ತಿ ಹೋದರು. ಆ ಕ್ಷಣದಿಂದ ಅವಳ ಸಾಂಸಾರಿಕ ಬದುಕು ನಲುಗತೊಡಗಿತು. ತಲೆಯ ತುಂಬಾ ದುರಾಲೋಚನೆ ಮನಸ್ಸಿನಲ್ಲಿ ಅನುಮಾನ, ಅಸಮಾಧಾನದ ಹೊಗೆ ದಟ್ಟವಾಗತೊಡಗಿತು. ಬರುಬರುತ್ತ ಬಾಯಿ ತುಂಬ ಕುಹಕದ ಮಾತುಗಳು, ಅಸಹನೆಯ ಚುಚ್ಚುನುಡಿಗಳು ಯಥೇಚ್ಛವಾದವು. ದೇದೀಪ್‌ನನ್ನು ದ್ವೇಷಿಸುವ ಭರದಲ್ಲಿ ತನ್ನ ಮಕ್ಕಳನ್ನು ಪ್ರೀತಿಸುವುದನ್ನೇ ಮರೆಯತೊಡಗಿದಳು. ತನ್ನ ಮಕ್ಕಳಿಗೆ ಪುನರ್ವಸು ಏನಾದರೂ ಕೊಡಿಸಿದ್ದಾಳೆಂದು ತಿಳಿದರೆ ಸಾಕು, ಚಂಡಿಯಾಗುತ್ತಿದ್ದಳು. ತಮ್ಮ ನಡುವೆ ಅಂಥದೇನೂ ಇಲ್ಲ ಎಂದು ಮನಗಾಣಿಸಲು ದೇದೀಪ್ ಮಕ್ಕಳ ತಲೆ ಮುಟ್ಟಿ ಪ್ರಮಾಣಿಸಿದರೂ ನಂಬದಾದಳು. ಕೆಲವೊಮ್ಮೆ ತನ್ನ ಸಿಟ್ಟನ್ನೆಲ್ಲ ಮಕ್ಕಳ ಮೇಲೆ ತೋರಿಸುತ್ತ ಹಿಂಸಿಸುತ್ತಿದ್ದಳು.

ಇಂದು ಎಷ್ಟೇ ಕೂಗಾಡಿದರೂ, ಪ್ರತಿಕ್ರಿಯಿಸದ ದೇದೀಪ್ ಬೆಡ್‌ರೂಮಿನೊಳಕ್ಕೆ ಸೋತ ಹೆಜ್ಜೆಯಿಡುತ್ತ ಸಾಗಿದ. ಉರಿವ ಬೆಂಕಿಗೆ ತುಪ್ಪ ಸುರಿದಂತಾಯ್ತು, ಅವನನ್ನು ಹಿಂಬಾಲಿಸಿದಳು. ಬೈಗುಳಗಳು ಸುರಿಯುತ್ತಿದ್ದವು. ಮೌನ ಹೊತ್ತ ದೇದೀಪ್‌ನ ಮುಖ ಮ್ಲಾನಗೊಂಡಿತು. ಅಕಸ್ಮಾತ್ ಆಗಿ ಅವನ

ಮುಖವನ್ನು ಸೂಕ್ಷ್ಮವಾಗಿ ಗಮನಿಸಿದಳು. ಮುಖ ಊದಿಕೊಂಡಿತ್ತು, ಕಣ್ಣು ಕೆಂಪಗಾಗಿದ್ದವು ಇತ್ತೀಚೆಗೆ ಪುನರ್ವಸು ನೆಪದಲ್ಲಿ ಅವನ ಮುಖಕ್ಕೆ ಮುಖ ಕೊಟ್ಟು ಮಾತನಾಡುವುದನ್ನೇ ಮರೆತಿದ್ದಳು. ಈಗ ಯಾಕೋ ಒಂದು ಕ್ಷಣದಲ್ಲಿ ಕರಗಿದಳು. ಇಷ್ಟು ವರ್ಷಗಳಲ್ಲಿ ಮೊದಲ ಸಲ ಗಂಡನ ಈ ಮುಖ ಅವಳನ್ನು ವಿಚಲಿತಳನ್ನಾಗಿಸಿತು. ಅತ್ತೆ ತೀರಿಕೊಂಡಾಗಲೂ ಸ್ಥಿತಪ್ರಜ್ಞನಂತಿದ್ದ ಗಂಡ ಇವತ್ತೇಕೆ ಹೀಗೆ ಎಂದು ಅಚ್ಚರಿಗೊಂಡಳು.

"ಏ..ನಾ..ಯ್ತು...ರೀ" ತುಂಬಾ ದಿನಗಳ ನಂತರ ಮೃದುವಾದ ದನಿಯಲ್ಲಿ ಕೇಳುತ್ತ ಸಮೀಪಿಸಿದಳು. ಕಿಸೆಯೊಳಗೆ ಕೈ ಹಾಕಿದ ಪ್ರದೀಪ್. ಏನಿರಬಹುದೆಂದು ಕುತೂಹಲದಿಂದ ಗಮನಿಸಿದಳು. ಪೋಸ್ಟ ಕಾರ್ಡ ಅಳತೆಯ ಒಂದು ಕಾಗದ ತೆಗೆದು ಅವಳ ಕೈಗಿತ್ತ. ಕಣ್ಣು ಹಾಯಿಸಿದಳು. "ಶ್ರದ್ಧಾಂಜಲಿ. ಖ್ಯಾತ ಕವಯತ್ರಿ ಹಾಗೂ ಹೆಸರಾಂತ ಉಪನ್ಯಾಸಕಿ ಡಾ. ಪುನರ್ವಸು ಅವರು ನಿಧನರಾದರೆಂಬ ತಿಳಿಸಲು ವಿಷಾದಿಸುತ್ತೇವೆ. ಅವರ ಶ್ರದ್ಧಾಂಜಲಿ ಕಾರ್ಯಕ್ರಮ ನಾಳೆ ಸಂಜೆ 'ಮಾತಾಲಯ' ಮಕ್ಕಳ ಮನೆಯಲ್ಲಿ ನಡೆಯಲಿದೆ. ಸಹೃದಯರು ಬಂದು ಮೃತರ ಆತ್ಮಕ್ಕೆ ಶಾಂತಿ ಕೋರಬೇಕಾಗಿ ವಿನಂತಿ" ಅವಳದೊಂದು ಚೆಂದನೆಯ ಭಾವಚಿತ್ರವಿತ್ತು. ಸ್ತಂಭೀಭೂತಳಾದಳು ಮಾನಸಿ. ಅವಳ ಮುಖ ನೋಡಿದರೆ ಗೌರವ ನೀಡಬೇಕು ಎನಿಸುತ್ತಿತ್ತು. ತನಗರಿವಿಲ್ಲದಂತೆ 'ನಾನು ಬರ್ತೀನಿ' ಎಂದಷ್ಟೇ ಹೇಳಿ ಹೊರನಡೆದಳು. ಅಚ್ಚರಿಗೊಳ್ಳುವ ಸರದಿ ದೇದೀಪ್‌ದು.

ಮೊದಲ ಬಾರಿ 'ಮಾತಾಲಯ'ಕ್ಕೆ ಹೊರಟಳು ಮಾನಸಿ. ಅದೊಂದು ಮಕ್ಕಳ ಮನೆ. ಅನಾಥರಾಗಿ, ಭವಿಷ್ಯದ ಬಗ್ಗೆ ಕಂಗಾಲಾಗಿ ನಿಂತ ಮಕ್ಕಳ ಪಾಲಿನ ಸ್ವರ್ಗ. ಆದರೆ ಯಾರೂ ಅದನ್ನು ಅನಾಥಾಶ್ರಮ ಎನ್ನುವಂತಿಲ್ಲ. ಅಲ್ಲಿನ ಮಕ್ಕಳಿಗೆ ಪ್ರೀತಿ ಒಳಗೊಂಡಂತೆ ಯಾವುದರ ಕೊರತೆಯೂ ಇರಲಿಲ್ಲ. ದೊಡ್ಡದಾದ ಗೇಟ್‌ನ ಬಲಬದಿಯಲ್ಲಿ ಒಂದು ಫ್ಲೆಕ್ಸ್ ರಾರಾಜಿಸುತ್ತಿತ್ತು. ಮತ್ತದೇ, ಶಾಂತಚಿತ್ತ, ಹಸನ್ಮುಖಿ ಪುನರ್ವಸು ಭಾವಚಿತ್ರ ಮೇಲೆ "ಕರುಣಾಳು ಬಾ ಬೆಳಕೇ" ಎಂದು ಬರೆದು, ಅದರ ಎರಡೂ ಬದಿಯಲ್ಲಿ ಹಣತೆಗಳಿದ್ದವು. 'ಮಮತೆಯ ಮಾತೆಗೆ ಮಕ್ಕಳ ನಮನ' ಭಾವಚಿತ್ರದ ಕೆಳಗಿನ ಬರಹ. ಅವಳಿಗೂ, ಈ ಮಕ್ಕಳಿಗೂ ಏನು ಸಂಬಂಧ? ಪ್ರಶ್ನೆ ಮಿಸುಕತೊಡಗಿತು.

ಒಳ ಪ್ರವೇಶಿಸುತ್ತಿದ್ದಂತೆ ಅ ದೊಡ್ಡದಾದ ಕೊಠಡಿಯನ್ನು ವೀಕ್ಷಿಸಿದಳು. ಸುತ್ತಲೂ ನೂರಾರು ಫೋಟೋಗಳು. ಪುನರ್ವಸು ಮಕ್ಕಳಿಗೆ ಊಟ ಮಾಡಿಸುತ್ತಿದ್ದ. ಅವರೊಂದಿಗೆ ನಲಿಯುತ್ತಿದ್ದ, ಅಭ್ಯಾಸ ಮಾಡಿಸುತ್ತಿದ್ದ, ತೊಡೆಯ ಮೇಲೆ ಪುಟ್ಟ ಮಗುವೊಂದನ್ನು ಮಲಗಿಸುತ್ತಿದ್ದ... ಚಿತ್ರಗಳ ಸಾಲು. ಸೂಕ್ಷ್ಮವಾಗಿ ಗಮನಿಸಿದರೆ ಅವೆಲ್ಲ ಮಾತಾಲಯದಲ್ಲಿ ತೆಗೆದ ಫೋಟೊಗಳೇ. ಇವಳಿಗೆ ಇಲ್ಲೇನು ಕೆಲಸ? ತನಗೆ ತಿಳಿದಂತೆ ಇವಳು ಕಾಲೇಜು ಉಪನ್ಯಾಸಕಿ

ಆಗಿದ್ದವಳಲ್ಲವೇ? ಗೊಂದಲಕ್ಕೆ ಬಿದ್ದಳು ಮಾನಸಿ. ಶ್ರದ್ಧಾಂಜಲಿ ಸಭೆ ಶುರುವಾಯಿತು.

ವೇದಿಕೆಯ ಮೇಲೆ ಒಬ್ಬ ವಯೋವೃದ್ಧರು ಕುಳಿತಿದ್ದರು. ಕೈಗಳು ನಡುಗುತ್ತಿದ್ದವು. ಪುನರ್ವಸು ಗುರುಗಳಂತೆ. ಪುಟ್ಟ ಹಣತೆಯ ಬೆಳಕಲ್ಲಿ ಮಿನುಗುತ್ತಿದ್ದ ಭಾವಚಿತ್ರದಲ್ಲಿನ ಮುಖ ನೋಡುತ್ತ ತನ್ಮಯರಾದರು. ಕಣ್ಣಾಲಿಗಳು ತುಂಬಿಕೊಂಡವು. ಅವಳು ತಮ್ಮನ್ನು ಗೌರವಿಸುತ್ತಿದ್ದ ಬಗ್ಗೆ, ಸೇವೆ ಮಾಡಿದ ರೀತಿ ವಿವರಿಸುತ್ತ ಬಿಕ್ಕಿದರು. ಇದ್ದ ಇಬ್ಬರು ಮಕ್ಕಳು ತಮ್ಮನ್ನು ನೋಡಿಕೊಳ್ಳದಿದ್ದಾಗ, ಮಾತಾಲಯಕ್ಕೆ ಕರೆತಂದು ಮಗುವಿನಂತೆ ನೋಡಿಕೊಂಡಿದ್ದನ್ನು ನೆನೆದರು. ಗದ್ಗದಿತರಾದರು. ಕಂಠ ಬಿಗಿಯಿತು. ಮೊದಲಿಗಿಂತ ಹೆಚ್ಚೇ ನಡುಗತೊಡಗಿದರು. ಯಾರೋ ಬಂದು ನೀರು ಕುಡಿಸಿದರು. ಸ್ವಲ್ಪ ಸುಧಾರಿಸಿಕೊಂಡು ಮುಂದುವರೆಸಿದರು. ಸುಮಾರು ಒಂದು ತಿಂಗಳಿನಿಂದ ಪುನರ್ವಸು ವರ್ತನೆಯಲ್ಲಿ ಕಂಡುಬಂದಿದ್ದ ಬದಲಾವಣೆ ನೆನಪಿಸಿಕೊಂಡರು. ಯಾಕೋ ಅವಳು ಸದಾ ವಿಷಣ್ಣವದನಳಾಗೇ ಇರುತ್ತಿದ್ದಳು. ಮಾತು,ಊಟ ಎರಡೂ ಕಡಿಮೆಯಾಗಿದ್ದವು. ಮಾನಸಿಕ ಒತ್ತಡಕ್ಕೆ ಒಳಗಾದವಳಂತೆ ತೋರುತ್ತಿದ್ದಳು. ಕೇಳಿದರೆ ಹಾರಿಕೆಯ ಉತ್ತರ ಕೊಡುತ್ತಿದ್ದಳು. ರಾತ್ರಿಯಿಡೀ ನಿದ್ದೆ ಮಾಡುತ್ತಿರಲಿಲ್ಲ. ಅವತ್ತು ಎದೆನೋವು ಎಂದು ಒದ್ದಾಡುತ್ತ, ಕೆಲವೇ ಕ್ಷಣಗಳಲ್ಲಿ ಹೃದಯಾಘಾತವಾಗಿ ಕಣ್ಮುಚ್ಚಿದಳು. ಇದೆಲ್ಲ ಹೇಳುತ್ತ ಕುಸಿದು ಕುಳಿತರು. ಯಾಕೋ ಅರಿವಿಲ್ಲದಂತೆ ಮಾನಸಿಗೆ ತಾನು ದೇದೀಪ್‌ಗೆ ವಿಚ್ಛೇದನ ಕೊಡುವ ನಿರ್ಧಾರ ತಿಳಿಸಿ ಸುಮಾರು ಒಂದು ತಿಂಗಳಾಗಿರಬಹುದಲ್ಲವೇ ಎಂದೆನಿಸಿ ಅಕ್ಷರಶ: ದಿಗ್ಭ್ರಮೆಗೊಂಡಳು. ಪಕ್ಕದಲ್ಲಿ ಕೂತ ದೇದೀಪ್‌ಗೆ, ಈ ವಿಷಯ ಹೇಳಿದಾಗಿನಿಂದ ತನ್ನೊಂದಿಗೆ ಮಾತನಾಡುವುದನ್ನು ನಿಲ್ಲಿಸಿ ಖಿನ್ನತೆಗೊಳಗಾದ ಪುನರ್ವಸು ನೆನಪಾಗಿ ದು:ಖ ಉಮ್ಮಳಿಸಿ ಬಂತು.

ನೋಡುತ್ತಿದ್ದಂತೆ, ಮಕ್ಕಳ ಗುಂಪಿನಿಂದ ಎರಡು ಊರುಗೋಲು ಹಿಡಿದ ಸುಮಾರು ಹತ್ತುಹನ್ನೊಂದು ವರ್ಷದ ಮಗು ವೇದಿಕೆಗೆ ಬಂದು, ಫೋಟೊಗೆ ವಂದಿಸಿ ಅಳುತ್ತ ಮಾತು ಆರಂಭಿಸಿತು. "ವಸು ಅಮ್ಮಾ, ಯಾಕಮ್ಮಾ ನಮ್ಮನ್ನು ಬಿಟ್ಟು ಹೋದೆ? ಇನ್ಮೇಲೆ ನಾವು ಯಾರನ್ನು ಅಮ್ಮಾ ಅಂತ ಕರೀಬೇಕು? ನಿಮ್ಮ ಥರಾ ನಮಗೆ ಕೈ ತುತ್ತು ಕೋಡೊರು ಯಾರಮ್ಮ? ಬೆಳದಿಂಗಳೂಟಕ್ಕೆ ನೀವು ನಮ್ಜೊತೆ ಬರಲ್ವಾ? ನಿಮ್ಮನ್ನು ಮರೆಯೋಕೆ ನನಗಾಗಲ್ಲ ನೆನಪಿದೆಯಾ ನಿಮಗೆ ಅವತ್ತೊಮ್ಮೆ ತುಂಬಾ ಅಳ್ತಾ ಇದ್ದ ನನಗಾಗಿ ನೀವು 'ನಾನಿರುವೆ ನಿನಗೆ'ಅಂತ ಒಂದು ಹಾಡು ಬರೆದು ಹಾಡಿದಿರಲ್ಲ, ಇವತ್ತು ನೀನೇ ಹೋದರೆ ನನಗ್ಯಾರಮ್ಮ?" ಮುಂದೆ ಮಾತಾಡೋಕಾಗದೇ ಕೆಳಗಿಳಿದು ಅಳತೊಡಗಿದಳು.

ಭೂಮಿಯೇನು, ಪಾತಾಳಕ್ಕೇ ಇಳಿದು ಹೋದಳು ಮಾನಸಿ. 'ನಾನಿರುವೆ ನಿನಗೆ' ಮನಸ್ಸಿನಲ್ಲಿ ಉಚ್ಚರಿಸಿದಳು. ಅಂದರೆ, ಆ ಕವನ ಈ ಮಗುವಿಗೋಸ್ಕರ ಬರೆದಿದ್ದಾಳಾ ಪುನರ್ವಸು? 'ಅಯ್ಯೋ ದೇವರೇ, ನಾನೇನು ಮಾಡಿಬಿಟ್ಟೆ?'ಮನದಲ್ಲೇ ಅಲವತ್ತುಕೊಂಡಳು. ಆ ದಿನದ ಘಟನೆ ಕಣ್ಮುಂದೆ ಸುಳಿದಾಡತೊಡಗಿತು. ದೇದೀಪ್‌ನ ಡೈರಿಯಲ್ಲಿ ಅ ಕವನ ಅವಳ ಕೈಗೆ ಸಿಕ್ಕಿತು. ಕೆಂಡಾಮಂಡಲವಾಗಿದ್ದಳು. ಆಗಲೇ ಜಗಳ ತಾರಕ್ಕೇರಿತ್ತು. 'ಓಹೋ! ಅವಳಿದಾಳಾ ನಿಮಗೆ? ಹೋಗಿ ಅವಳ ಹತ್ರ. ಮನೆಮುರುಕಿ. ನನ್ನ ಸಂಸಾರಕ್ಕೆ ಕೊಳ್ಳಿ ಇಟ್ಟಳು. ನೋಡ್ತಾ ಇರಿ, ನನ್ನ ಉಸಿರು ತಟ್ಟದೇ ಇರಲ್ಲ ಅವಳಿಗೆ. ನಿಮಗಾದರೂ ನಾಚಿಕೆ ಆಗಲ್ವಾ?' ಅಂತ ದೇದೀಪ್‌ನ ಶರ್ಟ್ ಹಿಡಿದು ಎಳೆದಾಡಿದಳು. ಏನೋ ಹೇಳಲು ಬಾಯ್ತೆರೆದರೆ 'ಬಾಯ್ಮುಚ್ರಿ ಸಾಕು, ಭಂಡ ಜನ್ಮ ನಿಮ್ದು" ಅಂತೆಲ್ಲಾ ಕೂಗಾಡಿದ್ದಳು. ಸ್ಥಿಮಿತತೆ ಕಳೆದುಹೋಗಿತ್ತು. ಇಡೀ ದಿನ ಅಡುಗೆ ಮಾಡದೇ, ಮಕ್ಕಳನ್ನೂ ಉಪವಾಸ ಮಲಗಿಸಿದಳು. ಮರುದಿನ ಗಂಡನಿಗೆ ಜ್ವರ ಬಂದು ನರಳುತ್ತಿದ್ದರೂ ತಿರುಗಿ ನೋಡಲಿಲ್ಲ. "ಹೋಗಿ, ಅವಳ ಹತ್ರಾನೇ ಸೇವೆ ಮಾಡಿಸ್ಕೊಳ್ಳಿ" ವ್ಯಂಗ್ಯ ಮಾಡಿದಳು. "ಇಂಥ ಅನಾಚಾರ ಮಾಡಿದ ನಿಮ್ಮೊಂದಿಗೆ ಇರುವದೇ ಹೇಸಿಗೆ' ಎನ್ನುತ್ತಾ ಮೊದಲ ಬಾರಿಗೆ ಅತ್ಯಂತ ದೃಢವಾಗಿ ವಿಚ್ಛೇದನ ನೀಡುವುದಾಗಿ ಘೋಷಿಸಿದಳು.

ತಲೆ ತಗ್ಗಿಸಿದಳು. ಆ ಕವನ ದೇದೀಪ್‌ಗಾಗಿ ಬರೆದದ್ದಲ್ಲ, ಒಂದು ಅನಾಥ ಮಗುವಿನ ಕಣ್ಣೀರೊರೆಸಲು ಬರೆದದ್ದು. ಛೇ! ಎಷ್ಟು ಕ್ಷುಲ್ಲಕವಾಗಿ ಆಲೋಚಿಸಿದೆ. ಮಾತೃಹೃದಯದ ಪುನರ್ವಸು ಬಗ್ಗೆ ಅಮಾನವೀಯವಾಗಿ ವರ್ತಿಸಿದೆ ಎನಿಸಿ ಪಾಪಪ್ರಜ್ಞೆ ಕಾಡತೊಡಗಿತು. ಅವಳು ತನ್ನ ಮಕ್ಕಳನ್ನು ಮುದ್ದಿಸಿದಳೆಂದು ತಿಳಿದಾಗ ಹರಿಹಾಯುತ್ತಿದ್ದೆ. 'ಇನ್ನೊಂದ್ಸಲ ಅವಳು ನನ್ನ ಮಕ್ಕಳನ್ನು ಮುಟ್ಟಿದರೆ ಅವಳ ಕಾಲೇಜಿಗೆ ಹೋಗಿ ಅವಳ ಮರ್ಯಾದೆ ಮೂರು ಕಾಸಿಗೆ ಹರಾಜು ಹಾಕ್ತೀನಿ' ಅಂತ ಹರಿಹಾಯ್ದಿದ್ದಲ್ಲದೇ ಅಂದಿನಿಂದ ದೇದೀಪ್ ಜೊತೆ ಮಕ್ಕಳನ್ನು ಹೊರಗೆ ಕಳಿಸಲೂ ಒಪ್ಪಲಿಲ್ಲ. ತನ್ನ ಮಕ್ಕಳೇನು, ಯಾವ ಮಕ್ಕಳಾನ್ನಾದರೂ ತಾಯ್ತನದ ಪ್ರೀತಿಯಿಂದ ನೋಡುವುದು ಅವಳ ಸ್ವಭಾವವೆಂದು ಈಗ ತಿಳಿಯಿತು. ಅಂಥಾ ಮಮತಾಮಯಿಗೆ ಒಂದು ಒಳ್ಳೆಯ ಮಾತಾಡದ ದೌರ್ಭಾಗ್ಯೆ ನಾನಾದೆನಲ್ಲ ಎಂದು ಹಪಿಸಿದಳು.

ಕಾರ್ಯಕ್ರಮ ಮುಂದುವರೆಯಿತು. ಎಲ್ಲರೂ ಅವಳ ಸಾವಿನ ದು:ಖ ಭರಿಸಲಾಗದವರೇ. ಅವಳ ನಿಸ್ವಾರ್ಥಸೇವೆ, ನಿರ್ವ್ಯಾಜ್ಯ ಮನೋಭಾವ, ನಿಷ್ಕಲ್ಮಶ ಪ್ರೀತಿ, ಮಮಕಾರಗಳನ್ನು ನೆನಪಿಸಿಕೊಳ್ಳುತ್ತಿದ್ದರು. 'ಇದೀಗ ಮಾತೃನಮನ' ಎಂದು ನಿರೂಪಿಸಲಾಗಿ, ಮಾತಾಲಯದ ಎಲ್ಲ ಮಕ್ಕಳು ಪುನರ್ವಸು ಭಾವಚಿತ್ರದ ಎದುರು ಶಿರಸಾಷ್ಟಾಂಗ ನಮಿಸಿದರು.

ದೇದೀಪ್ ಬಗ್ಗೆ ಪ್ರೀತಿ ಜೀವಂತವಾಗಿತ್ತು. ಆದರೂ ತನ್ನನ್ನು ತಾನು ಸುಟ್ಟುಕೊಂಡು ಇತರರಿಗೆ ಬೆಳಕು ನೀಡಲು ನಿರ್ಧರಿಸಿ ಮಾತಾಲಯಕ್ಕೆ ಬಂದು, ನಿಸ್ವಾರ್ಥವಾಗಿ, ಸಾರ್ಥಕವಾಗಿ ಬದುಕಿದ್ದಳು. ತನ್ನಿಂದ ದೇದೀಪ್ ಸಂಸಾರ ಛಿದ್ರವಾಗುತ್ತದೆ ಎಂದಾದಾಗ ಕಳವಳಗೊಂಡಳು. ವ್ಯಥೆಗೀಡಾದಳು.

ಕಾರ್ಯಕ್ರಮ ಮುಗಿಯಿತು. ಭಾರವಾದ ಹೃದಯ ಹೊತ್ತು ದೇದೀಪ್ ಜೊತೆ ಹೆಜ್ಜೆಯಿಟ್ಟು ಮನೆಗೆ ಬಂದಳು ಮಾನಸಿ. ದೇದೀಪ್ ಒಂದು ಹೆಜ್ಜೆ ಮುಂದೆ ನಡೆದಾಗ, ಅವನ ಕೈಹಿಡಿದು ಎಳೆದಳು. ಹಿಂದೆ ತಿರುಗಿದವನ ಕಾಲಿಗೆ ದೊಪ್ಪನೇ ಬಿದ್ದಳು. "ರೀ, ದಯವಿಟ್ಟು ನನ್ನ ಕ್ಷಮಿಸಿ. ಅವಳ ಬಗ್ಗೆ ಮತಾಡೋ ಯೋಗ್ಯತೆ ನನಗಿಲ್ಲ" ಕಣ್ಣೀರಾದಳು. ಅವಳನ್ನು ಮೆಲ್ಲಗೆ ದೂಡಿ ಮುನ್ನಡೆದ ದೇದೀಪ್ ಗಾಢ ಮೌನಿ.

ವೀರಲೋಕದ ಪ್ರಕಟಣೆಗಳು

1. ಕೈ ಹಿಡಿದು ನೀ ನಡೆಸು ತಂದೆ–ವಿಶ್ವೇಶ್ವರ ಭಟ್ 250/–
2. ವಿಶ್ವಸುಂದರಿ–ಕುಂ. ವೀರಭದ್ರಪ್ಪ (ಕಾದಂಬರಿ) 160/–
3. ನಿಮಗೆಷ್ಟು ಹಣ ಬೇಕು?–ಅನಂತ ಹುದೆಂಗಜೆ 250/–
4. ಆರ್ಟ್ ಆಫ್ ಸಕ್ಸಸ್–ರಮೇಶ್ ಅರವಿಂದ್ 120/–
5. ಮನಿ ಮನಿ ಎಕಾನಮಿ–ರಂಗಸ್ವಾಮಿ ಮೂಕನಹಳ್ಳಿ 175/–
6. ಇವರು ಅವರು ದೇವರು–ಜೋಗಿ (ವ್ಯಕ್ತಿಚಿತ್ರಗಳು) 200/–
7. ಲಾಸ್ಟ್ ಡೇಸ್ ಆಫ್ ಲೆಜೆಂಡ್ಸ್–ಗಣೇಶ್ ಕಾಸರಗೋಡು (ಲೇಖನಗಳು) 225/–
8. ಒಳ್ಳೆಯ ಬದುಕಿನ ಸೂತ್ರಗಳು–ರವಿ ಕೃಷ್ಣಾರೆಡ್ಡಿ (ಮೂಲ: ಕೆಂಟ್ ಎಂ. ಕೀತ್) 150/–
9. ಸೋಲೆಂಬ ಗೆಲುವು–ದೀಪಾ ಹಿರೇಗುತ್ತಿ (ಲೇಖನಗಳು) 150/–
10. ಬೆಳ್ಳಿತೆರೆಯ ಬಂಗಾರದ ಗೆರೆ–ಗಣೇಶ್ ಕಾಸರಗೋಡು (ಲೇಖನಗಳು) 150/–
11. ನಟನ ಕಥೆ–ಮಂಡ್ಯ ರಮೇಶ್–ಎಸ್. ಧನಂಜಯ (ಜೀವನಚರಿತ್ರೆ) 250/–
12. ತ್ಯಾಗಕ್ಕಿಲ್ಲ ನೂಕುನುಗ್ಗಲು–ಡಾ. ಗವಿಸ್ವಾಮಿ ಎನ್. (ಕಥಾಸಂಕಲನ) 150/–
13. ಬದುಕೇ ಭಗವಂತ–ಡಾ. ಡಿ.ಎಸ್. ಶ್ರೀನಿವಾಸ ಪ್ರಸಾದ್ (ಲೇಖನಗಳು) 170/–
14. ಮಾದಕ ದೊರೆ–ಸಂತೋಷಕುಮಾರ ಮೆಹೆಂದಳೆ (ಕಾದಂಬರಿ) 375/–
15. ದ್ವೈತ–ರಾಘವ್ (ಕಾದಂಬರಿ) 140/–
16. ಹೃದಯದ ಮಾತು ಕೇಳಿ–ಮಂಜುನಾಥ್ ಚಾಂದ್ (ಲಲಿತ ಪ್ರಬಂಧಗಳು) 160/–
17. ಹಿಂದಿನ ನಿಲ್ದಾಣ–ಶುಭಶ್ರೀ ಭಟ್ಟ (ಲಲಿತ ಪ್ರಬಂಧಗಳು) 120/–
18. ಪ್ರೀತ್‌ಸು–ರಾಜೀವ ನಾರಾಯಣ ನಾಯಕ (ಕಾದಂಬರಿ) 170/–
19. ಕೃಷಿ ಯಾಕೆ ಖುಷಿ?–ನರೇಂದ್ರ ರೈ ದೇರ್ಲ (ಲೇಖನಗಳು) 140/–
20. ಕ್ಷಯ–ಡಾ. ವಾಸುದೇವ ಶೆಟ್ಟಿ (ಕಾದಂಬರಿ) 120/–
21. ಅರ್ಧ ಬಿಸಿಲು ಅರ್ಧ ಮಳೆ...–ಸದಾಶಿವ ಸೊರಟೂರು (ಕಥಾಸಂಕಲನ) 120/–
22. ಯಾರೂ ಹೇಳದ ಕಥೆಗಳು–(ಸಂ.) ಸುದರ್ಶನ ಚೆನ್ನಂಗಿಹಳ್ಳಿ 150/–
23. ಕಥಾ ಸಾಗರಿ–ನಾಗವೇಣಿ ವೆಂ. ಹೆಗಡೆ ಹೆಗ್ಗರ್ಸಿಮನೆ (ಮಕ್ಕಳ ಕಥಾಸಂಕಲನ) 125/–
24. ಮೆಮರೀಸ್ ಆಫ್ ಬಾರ್ಸಾ–ರಂಗಸ್ವಾಮಿ ಮೂಕನಹಳ್ಳಿ (ಪ್ರವಾಸಕಥನ) 160/–
25. ಮೇರುನಟ–ಡಾ. ಶರಣು ಹುಲ್ಲೂರು (ಜೀವನಚರಿತ್ರೆ) 240/–
26. ನಾ ಸೆರೆಹಿಡಿದ ಕನ್ಯಾಸ್ತ್ರೀ–ಶಶಿಧರ ಹಾಲಾಡಿ (ಲೇಖನಗಳು) 200/–
27. ಟ್ರಾಯ್–ಗಾಯಿತ್ರಿ ರಾಜ್ (ಕಾದಂಬರಿ) 200/–
28. ಫಾರೆಸ್ಟರ್ ಪೊನ್ನಪ್ಪ–ನೌಶಾದ್ ಜನ್ನತ್ತ್ (ಕಾದಂಬರಿ) 300/–
29. ವಿಶ್ವಯಾನಕ್ಕೆ ಗಣಿತವಾಹನ–ಎಸ್.ವಿ. ಶ್ರೀನಿವಾಸಮೂರ್ತಿ (ಲೇಖನಗಳು) 200/–
30. ಲೆಟ್ಸ್ ಮೇಕ್ ಎ ಶಾರ್ಟ್ ಫಿಲಂ–ಜಯರಾಮಾಚಾರಿ 120/–

31. ಕುಣಿಗಲ್ ಟು ಕಂದಹಾರ್–ಮಂಜುನಾಥ್ ಕುಣಿಗಲ್ (ಪ್ರವಾಸ ಕಥನ)................. 260/-
32. ಗದಾಯುದ್ಧಂ–ಡಾ. ಎಂ.ಎ. ಜಯರಾಮ್ ರಾವ್ 350/-
33. ಫೀನಿಕ್ಸ್–ದೀಪಾ ಹಿರೇಗುತ್ತಿ (ಲೇಖನಗಳು)..120/-
34. ಹಿಟ್ಲರ್ ಲವ್ ಪಾಲಿಟಿಕ್ಸ್–ಸತೀಶ ಬಳೆಗಾರ (ವ್ಯಕ್ತಿಚಿತ್ರ)..............................170/-
35. ಭಾನುಮತಿಯ ಪರಿವಾರ–ಕುಮಾರಸ್ವಾಮಿ ತೆಕ್ಕುಂಜ (ಕಾದಂಬರಿ).......................140/-
36. ನೀ ದೂರ ಹೋದಾಗ–ಫೌಝಿಯ ಸಲೀಂ (ಕಾದಂಬರಿ)...................................220/-
37. ವ್ಯಗ್ರ ಮತ್ತು ಇತರ ಕಾದಂಬರಿಗಳು–ಕುಮಾರ ಬೇಂದ್ರೆ.....................................180/-
38. ಸತ್ಯದ ಅನಾವರಣ–ಕೆ.ಎಸ್. ರಮಾಸುಂದರಿ (ಕಾದಂಬರಿ)..............................100/-
39. ಅಂತಾರಾಷ್ಟ್ರೀಯ ಕುಂಬಳಕಾಯಿ ಮತ್ತು ಇತರ ಕಥೆಗಳು–ಅಬ್ದುಲ್ ರಶೀದ್ 120/-
40. ಅನಾಥ ಪ್ರೀತಿಯ ಅನುಬಂಧ–ಬಿ. ಮಂಜುನಾಥ್ ಕಾಮತ್ ಹಾಲಾಡಿ (ಕಾದಂಬರಿ) 140/-
41. ಹಕ್ಕಿ ಮತ್ತು ಹುಡುಗಿ (ಕವನ ಸಂಕಲನ)–(ಸಂ.) ಪ್ರಜಾವಾಣಿ ಬಳಗ........................150/-
42. ಹಾವಿನ ಮನೆ–ಅನು ಬೆಳ್ಳೆ (ರಾಘವೇಂದ್ರ ಬಿ. ರಾವ್) (ಕಾದಂಬರಿ) 250/-
43. ಈಗಲ್ಸ್ ಲೈನ್–ರಾಜೇಶ್ ಕುಮಾರ್ ಕಲ್ಯಾ (ಕಾದಂಬರಿ)....................................220/-
44. ನಂಬಿಕೆಯೆಂಬ ಗಾಳಿಕೊಡೆ–ಡಾ. ಪ್ರೇಮಲತ ಬಿ. (ಕಥಾಸಂಕಲನ) 180/-
45. 10 ಕುಟುಂಬ 18 ಗೋತ್ರದ ಗೌಡ ಪರಂಪರೆ–ಪುತ್ತೂರು ಅನಂತರಾಜ ಗೌಡ.......... 325/-
46. ಗಿಳಿಯು ಬಾರದೆ ಇರದು (ಕಥಾಸಂಕಲನ)–ಪಿ.ಎಸ್. ಶ್ರೀಧರನ್ ಪಿಳ್ಳ
(ಅನುವಾದ: ಮೇರಿ ಜೋಸೆಫ್)..85/-
47. ಒಂದು ಆದಿಮ ಪ್ರೇಮ (ಕವನ ಸಂಕಲನ)–ನಂದಿನಿ ಹೆದ್ದುರ್ಗ..................................150/-
48. ಮಣ್ಣೇ ಮೊದಲು... (ಕವನ ಸಂಕಲನ)–ಪಾಪುಗುರು 120/-
49. ಬಿಂಜೆಮುಳ್ಳು (ಕವನ ಸಂಕಲನ)–ಫಾಲ್ಗುಣ ಗೌಡ ಅಚವೆ 120/-
50. ಅಮೋಘವರ್ಷ–ಡಾ. ಲಕ್ಷ್ಮಣ ಕೌಂಟೆ (ಕಾದಂಬರಿ)...420/-
51. ಗಾಯಗೊಂಡ ಸಾಲುಗಳು (ಕವನ ಸಂಕಲನ)–ಸದಾಶಿವ ಸೊರಟೂರು 110/-
52. ನಿನ್ನ ಧ್ಯಾನದ ನೂರೊಂದು ಹಣತೆ (ಕವನ ಸಂಕಲನ)–ವಾಸುದೇವ ನಾಡಿಗ್...........170/-
53. ಕ್ರಿಕೆಟಾಯಣ–ಎಚ್. ಪ್ರೇಮಾನಂದ ಕಾಮತ್ (ಲೇಖನಗಳು)......................................230/-
54. ಹೂವಿನಕೊಲ್ಲಿ–ಅಬ್ದುಲ್ ರಶೀದ್ (ಕಾದಂಬರಿ)...270/-
55. ಕನಸುಗಳ ಶ್ರಾದ್ಧ–ಡಾ. ಗೀತಾ ಸುನಿಲ್ ಕಶ್ಯಪ್ (ಕಾದಂಬರಿ)
(ಮೂಲ: ಉತ್ತಮ್ ಕಾಂಬಳೆ) 200/-
56. ವೀರ ಸಿಂಧೂರ ಲಕ್ಷ್ಮಣ–ಕೌಂಡಿನ್ಯ (ಕಾದಂಬರಿ)...190/-
57. ಸಹಭಾಷಿಕರ ಕನ್ನಡ ಪ್ರೇಮ–ಡಾ. ಡಿ.ಎಸ್. ಶ್ರೀನಿವಾಸ ಪ್ರಸಾದ್ (ವ್ಯಕ್ತಿಚಿತ್ರಗಳು).....400/-
58. ಚಿತ್ರ–ವಿಚಿತ್ರ–ರವೀಂದ್ರ ವೆಂಶಿ (ಸಿನಿಮಾ ವಿಶ್ಲೇಷಣೆ)..220/-
59. ಜನಮಿತ್ರ ಅರಸು–ಡಾ. ಡಿ.ಎಸ್. ಚೌಗಲೆ (ನಾಟಕ)..80/-
60. ಹಂಸಾಕ್ಷರ–ಜಯರಾಮಾಚಾರಿ..160/-

61. ನದಿಯೊಂದು ಕಡಲ ಹುಡುಕುತ್ತಾ-ಸಂತೆಬೆನ್ನೂರು ಫೈಜ್ನಟ್ರಾಜ್ (ಕಥಾಸಂಕಲನ).....180/-
62. ನೀಲಿ ಮತ್ತು ಸೇಬು-ಸುಧಾ ಆಡುಕಳ (ಕಥಾಸಂಕಲನ)..180/-
63. ಕಾಗೆ ಮೇಷ್ಟ್ರು-ವಿಕ್ರಮ ಹತ್ವಾರ (ಕಥಾಸಂಕಲನ)..125/-
64. ಪರಿಮಳದ ಪಡಸಾಲೆ (ಎಸ್. ದಿವಾಕರ್ ಪ್ರಪಂಚಕ್ಕೊಂದು ಪ್ರವೇಶಿಕೆ)....................190/-
65. ಈ ಹೊತ್ತಿನ ಕಥೆಗಳು-(ಸಂ) ವಿಜಯ ಕರ್ನಾಟಕ 250/-
66. ನಿಶ್ಚಲವ ಕಲಕಿದ ಹಕ್ಕಿ-ವಿಕ್ರಮ ಹತ್ವಾರ (ಕವನ ಸಂಕಲನ)...............................100/-
67. ಹರಿವ ಕನ್ನಡಿ-ಸ್ವಯಂಪ್ರಭಾ ಮಹೇಶ (ಕವನ ಸಂಕಲನ) 120/-
68. ನರಕದ ಕೆನ್ನಾಲಿಗೆಯಂಥ ನಿನ್ನ ಬೆನ್ನಹುರಿ-ಅಬ್ದುಲ್ ರಶೀದ್ (ಕವನ ಸಂಕಲನ)......130/-
69. ಚಿಕ್ಕಮುಟ್ಟಮ್ಮನವರ ಗೃಹನ್ಯಾಯ-ಕೆ. ಸತ್ಯನಾರಾಯಣ (ಕಥಾಸಂಕಲನ).....................140/-
70. ಹಕ್ಕಿ ಅಟೆಂಡೆನ್ಸ್-ಡಾ. ಲೀಲಾ ಅಪ್ಪಾಜಿ 595/-
71. ದಡ ಸೇರದ ದೋಣಿಗಳು-ಬೇಲೂರು ರಾಮಮೂರ್ತಿ (ಕಥಾಸಂಕಲನ)..................275/-
72. ನಿಷಿತೆ-ಪ್ರೀತಿನಿ ಧನಂಜಯ (ಕಾದಂಬರಿ)... 250/-
73. ಮಲೆನಾಡ ಅಜ್ಜಿ-ಶೋಭಾ ರಾವ್ (ಲಲಿತ ಪ್ರಬಂಧಗಳು) 175/-
74. ಮಲ್ಲಿಮಲ್ಲಿಗಿ-ಎಂ.ಎಲ್. ಪ್ರಸನ್ನ (ಕಾದಂಬರಿ) 210/-
75. ಬೆಳವಡಿ ಮಲ್ಲಮ್ಮ-ಕೌಂಡಿನ್ಯ (ಕಾದಂಬರಿ) 200/-
76. ಆರೋಹಣ-ವಿವೇಕಾನಂದ ಕಾಮತ್ (ಕಾದಂಬರಿ) 190/-
77. ಕಂದಕ-ಭಾರದ್ವಾಜ ಕೆ. ಆನಂದತೀರ್ಥ (ಕಾದಂಬರಿ)... 265/-
78. ಕ್ರಮಣ-ಭಾರದ್ವಾಜ ಕೆ. ಆನಂದತೀರ್ಥ (ಕಾದಂಬರಿ)...375/-
79. ವ್ಯಾಘ್ರಹತ್ಯೆಯ ನಿಗೂಢಗಳು-ಡಾ. ಟಿ.ಎಸ್. ವಿವೇಕಾನಂದ...................................200/-
80. ಹಿಮಾಲಯದ ನರಭಕ್ಷಕಗಳು-ಡಾ. ಟಿ.ಎಸ್. ವಿವೇಕಾನಂದ
(ಜಿಮ್ ಕಾರ್ಬೆಟ್‌ರವರ ಸಮಗ್ರ ಕತೆಗಳು) 675/-
81. ಪರಿಸರ ನಿಘಂಟು-ಡಾ. ಟಿ.ಎಸ್. ವಿವೇಕಾನಂದ.. 625/-
82. ಪ್ರೀತಿಯೆನುವ ಮಾಯೆ-ಬಿ.ಆರ್. ಲಕ್ಷ್ಮಣರಾವ್ (ಕಥಾಸಂಕಲನ)............................320/-
83. ಸಹಜ ಜೀವನ-ರವಿ ಕೃಷ್ಣಾರೆಡ್ಡಿ (ಆರೋಗ್ಯ ಸಲಹೆಗಳು)..160/-
84. ಬಿಂಬ-ಬಿಂಬನ-ಗೋಪಾಲಕೃಷ್ಣ ಪೈ & ಗಿರೀಶ್ ಕಾಸರವಳ್ಳಿ.................................. 385/-
85. ಕಥಾ ಸಂಕ್ರಾಂತಿ (ಕನ್ನಡ)-(ಸಂ) ಕೇಶವ ಮಳಗಿ (ಕಥಾಸಂಕಲನ)..........................185/-
86. ಕುಸುರೆಳ್ಳು-(ಸಂ) ಕೇಶವ ಮಳಗಿ (ಕಥಾಸಂಕಲನ) 320/-
87. ಕಥಾ ಸಂಕ್ರಾಂತಿ (ತೆಲುಗು)-(ಸಂ) ಕೇಶವ ಮಳಗಿ (ಕಥಾಸಂಕಲನ).........................220/-
88. **Festive (English)-(Ed) Keshava Malagi (Short Stories)**....................249/-
89. ಕಥಾ ಸಂಕ್ರಾಂತಿ (ಮಲಯಾಳಂ)-(ಸಂ) ಕೇಶವ ಮಳಗಿ (ಕಥಾಸಂಕಲನ)..........................
90. ಕಗ್ಗಕ್ಕೊಂದು ನ್ಯಾನೋ ಕತೆ-ವಿ. ಗೋಪಕುಮಾರ್..130/-

91. ಪುನರುತ್ಥಾನ-ಪಾರ್ವತಿ ಪಿಟಗಿ (ಕಾದಂಬರಿ) 200/-
92. ಮಹಾವಿನಾಶ-ಡಾ. ಲಕ್ಷ್ಮಣ ಕೌಂಟೆ (ಕಾದಂಬರಿ) 450/-
93. ಮಿಸ್ಸಿನ ಡೈರಿ-ಮೇದಿನಿ ಕೆಸವಿನಮನೆ (ಅನುಭವ ಕಥನ) 200/-
94. ನೀಲಿ ಶಾಯಿಯ ಕಡಲು-ಗೀತಾ ದೊಡ್ಮನೆ (ಕವನ ಸಂಕಲನ) 120/-
95. ಬಹುತ್ವ ಭಾರತ ಕಟ್ಟಿದವರು-ರಾಘವೇಂದ್ರ ಪ್ರಭು ಎಂ. (ವ್ಯಕ್ತಿಚಿತ್ರಗಳು) 350/-
96. ಬೇವಾಚ್-ನೌಶಾದ್ ಜನ್ನತ್ತ್ (ಕಾದಂಬರಿ) 225/-
97. ಸುಪ್ತ ಸಾಗರದಾಚೆ-ಡಾ. ಶೈಲೇಶ್ ಕುಮಾರ್ (ಪ್ರವಾಸ ಕಥನ) 200/-
98. ನಾತಿಚರಾಮಿ-ಎನ್ ಸಂಧ್ಯಾರಾಣಿ (ಕಾದಂಬರಿ) 150/-
99. ಜಗತ್ತಿನ ಭೀಕರ ಯುದ್ಧಗಳು-ಡಾ. ಎಂ. ವೆಂಕಟಸ್ವಾಮಿ 495/-
100. ಕವಚ-ರಾಧಾಕೃಷ್ಣ ಕಲ್ಚಾರ್ (ಕಾದಂಬರಿ) 185/-
101. ಉಪರಿ-ಡಾ. ಅಜಿತ್ ಹರೀಶಿ (ಕಥಾಸಂಕಲನ) 120/-
102. ಆ ವದನ-ಶೆಕ್ಷಾವಲಿ ಮಣೆಗಾರ್ (ಕಾದಂಬರಿ) 240/-
103. ಪರಸ್ಪರ ಮತ್ತಿತರ ಕತೆಗಳು-ಮುರ್ತುಜಾಬೇಗಂ ಕೊಡಗಲಿ (ಕಥಾಸಂಕಲನ) 150/-
104. ಇರುಳ ಬಾಗಿಲಿಗೆ ಕಣ್ಣ ದೀಪ-ಡಾ. ಸದಾಶಿವ ದೊಡ್ಡಮನಿ (ಕವನ ಸಂಕಲನ) 140/-
105. ವರದಾ ತೀರದ ಕಥೆಗಳು-ರವೀಂದ್ರ ಮುದ್ದಿ (ಕಥಾಸಂಕಲನ) 160/-
106. ಖದೀಜಾ-ಸಿ.ವಿ. ವಿರುಪಾಕ್ಷ (ಐತಿಹಾಸಿಕ ಕಾದಂಬರಿ) 215/-
107. ಚಂದ್ರಾ ಲೇಔಟ್-ಶ್ರೀಧರ ಗಸ್ತಿ (ಕಥಾಸಂಕಲನ) 135/-
108. ಜನನಾಯಕ-ಪ್ರಕಾಶ ಗಿರಿಮಲ್ಲನವರ (ನಾಟಕ) 125/-
109. ಓಡಿ ಹೋದಾಕಿ-ಬಿ.ಜೆ. ಪಾರ್ವತಿ ಬಿ. ಸೋನಾರೆ (ಕಾದಂಬರಿ) 215/-
110. ಇತ್ತ ಹಾಯಲಿ ಚಿತ್ತ-ಕವಿತಾ ಹೆಗಡೆ ಅಭಯಂ (ಅನುವಾದಿತ ಕಥಾಸಂಕಲನ) 110/-
111. ಮಾಯಾ ಗುಹೆ ಮತ್ತು ಇತರ ಮಕ್ಕಳ ಕತೆಗಳು-ನವ್ಯ ಆರ್. ಕತ್ತಿ 140/-

www.ingramcontent.com/pod-product-compliance
Lightning Source LLC
LaVergne TN
LVHW090421051026
849518LV00006B/2400

* 9 7 8 8 1 9 7 7 1 4 4 9 8 *